Carl Velten

Märchen und Erzählungen der Suaheli

Verlag
der
Wissenschaften

Carl Velten

Märchen und Erzählungen der Suaheli

ISBN/EAN: 9783957003737

Auflage: 1

Erscheinungsjahr: 2015

Erscheinungsort: Norderstedt, Deutschland

Hergestellt in Europa, USA, Kanada, Australien, Japan
Verlag der Wissenschaften in Hansebooks GmbH, Norderstedt

DEM ANDENKEN

IHRER HOCHSELIGEN MAJESTÄT

DER

KAISERIN UND KÖNIGIN AUGUSTA

XVIII

MÄRCHEN UND ERZÄHLUNGEN

DER

SUAHELI

VON

C. VELTEN
LEHRER DES SUAHELI AM SEMINAR

STUTTGART & BERLIN
W. SPEMANN
1898

Inhalts-Verzeichniss.

	Seite.
Vorwort	IX—X
Einleitung	XI—XXIII
1. mwanamke na paka	1
2. paka na panya	1
3. nyama wenyi pembe na fissi	2
4. kima na chui	2
5. simba na kibana Wasi	3
6. sungura na fissi	4
7. fissi	5
8. mtoto wa tajiri na mtoto wa maskini	6
9. ḥadithi ya Abu Nuwasi	8
10. ḥadithi za Abu Nuwasi	11
11. ḥadithi zingine za Abu Nuwasi	14
12. ḥadithi ya Abu Nuwasi	18
13. ḥadithi ya Koodini	18
14. sulṭani na Abu Nuwasi	19
15. Muḥemedi na washitaki wake	21
16. usishike shauri la mwanamke	25
17. mtoto mtundu lazima kumrudi	26
18. mw'allimu mwenyi 'aqili	26
19. mashindana	27
20. Dijoni na Tarafu	27
21. mfalme na waziri wake	28
22. mw'allim mtaowa na sheṭani zake	29
23. Maḥomedi	30
24. mtoto mwenyi kigongo	31
25. maneno matatu	32
26. bibi mungwana na bibi mtumwa	33
27. Kibwana na kibibi	34
28. binti Maṭar'i Shemshi	36
29. ḥokumu ngumu	39
30. vipofu watatu	40

Seite.

31. mchumba wa ndugu watatu 44
32. mtu bakhili 46
33. usijifiche kusikiliza maneno ya watu wengine 47
34. wajinga watatu 48
35. sulṭani 'Ediri na sulṭani Ndozi 50
36. mtoto wa sulṭani na mtoto wa tajiri 55
37. njia ya mbali na njia ya qaribu 60
38. mtu mvivu na mtu wa kazi 61
39. mfalme tajiri na mfalme maskini 61
40. mtoto wa sulṭani na mtoto wa mfalme 69
41. Msiwanda 73
42. sulṭani na tajiri 86
43. uchungu wa baba na uchungu wa mama 90
44. nguvu za uganga 92
45. oa mke — mkeo, usioe mke — mke wetu, rafiqi ya baba yako usimsahau 94
46. sulṭani na maskini 100
47. mfalme na watoto wake 101
48. ḥadithi ya maneno matatu 107
49. 'aqili ya waanawake 110
50. sulṭani wa kisiwa na sulṭani wa barra 119
51. ḥadithi ya mwanamke aliyeoa baba na mwanawe 121
52. ḥadithi ya zamani 123
53. sulṭani Haruni Alrashidi na waziri wake 124
54. ḥila za waanawake 128
55. ḥadithi ya kijitu kiovu 144
55[1]. maskini na binti wa sulṭani 147
56. sermala na ḥirizi 149
57. ḥila ya vita 152
58. shauri la vita 153
59. mtu mwenyi kuweka mali na watoto wake 154
60. Abu Nuwasi na waziri wa sulṭani 154
61. Makame 157
62. aṣili ya pepo 162
63. aṣili ya uchawi 164
64. Mabanyani na pepo 166
65. masiala I., II., III., IV 167

Vorwort.

Gute Suaheli-Texte, aus dem Munde des Volkes direkt gesammelt, besitzen wir nur wenige. Es sind dies:

Die Swahili tales, as told by natives of Zanzibar, with an english translation by Edward Steere, London 1870.

Swahili stories, Kibaraka. Universities mission, Zanzibar 1885.

Swahili stories from arab sources, with an english translation. Universities mission, Zanzibar 1886.

Ferner einige Erzählungen in:

Anthologie aus der Suaheli-Litteratur von Dr. Büttner, Berlin 1894, p. 79—130.

Suaheli-Schriftstücke von Dr. Büttner, Band X der Lehrbücher des Seminars p. 112—126.

Die sonst noch existirenden Texte sind Uebersetzungen englischer Missionare, die als Uebersetzungen gut zu nennen, aber der englischen Sprache zum Theil zu sehr angepasst sind.

Da wir beim Unterricht am Seminar ausschliesslich auf obige wenige Texte als Lektüre bisher angewiesen waren, hielt ich die Veröffentlichung der von mir an Ort und Stelle gesammelten Märchen und Erzählungen für geboten.

Während die englischen Sammlungen mit Ausnahme einiger Erzählungen alle von Zanzibar-Leuten herrühren, stammen die meinigen von Suaheli-Leuten von unserer Küste her. Sie bieten dem Suaheli-Kenner wie dem Suaheli-Studirenden viel Interessantes an Inhalt sowohl wie an sprachlichen Eigenthümlichkeiten. Eine deutsche Uebersetzung derselben erscheint gleichzeitig.

Bisher war die Veranstaltung derartiger Sammlungen bei dem Misstrauen der Neger noch mit viel Schwierigkeiten verknüpft und erforderte grosse Geduld, allmälig dürfte es jedoch bei dem stetig wachsenden Zutrauen der Eingeborenen Ostafrikas zur deutschen Regierung sowohl wie zu jedem einzelnen dort wirkenden Deutschen immer leichter werden, derartige Erzählungen zu sammeln.

Ich hoffe dies um so mehr, da jetzt eine Anzahl guter Kenner des Suaheli, welche ihre Sprachstudien am Seminar gemacht haben, in Ostafrika in diesem Sinne thätig sind und andere folgen werden.

Berlin, im Oktober 1898.

C. Velten.

Einleitung.

Als ich in Ostafrika kurz nach meiner Ankunft daselbst den Plan fasste, Märchen zu sammeln, war ich der sicheren Meinung, leicht und schnell zum Ziele zu kommen. Dem war jedoch nicht so. Leute, die mir später manche Erzählung zukommen liessen, leugneten Anfangs, solche zu kennen. Andere, die mir als Märchenerzähler bezeichnet wurden, erklärten, dass sie früher wohl einige Märchen gekannt, dieselben aber vergessen hätten.

Die Schwierigkeiten, die sich mir bei dem misstrauischen Charakter des Negers entgegenstellten, waren also grösser, als ich es mir gedacht hatte. Da führte mich folgende Methode zum Ziele. Ich nahm mir die Suaheli-Erzählungen von Steere und begab mich eines Sonntags zum Jumben (Ortsvorsteher) von Klein-Bagamoyo am Strande von Daressalaam und las daselbst, in der Vorhalle des Jumben sitzend, einigen Suaheli dieselben vor. An einem der folgenden Tage schon baten sie mich, ihnen nächsten Sonntag wieder vorzulesen. An den folgenden Sonntagen kamen Leute von Daressalaam und den Dörfern Upanga und Magogoni hinzu, so dass ihrer schliesslich 50—60 waren, die aufmerksam zuhörten. Männer und Kinder sassen in und vor der Vorhalle und die Frauen hörten aus dem angrenzenden Wohnzimmer, dessen Thür offen stand, zu. Schon am vierten Sonntag trat einer ihrer Erzähler aus freien Stücken auf und trug ein Märchen vor. So wich allmälig die Scheu und nachdem sie sich einmal zum Erzählen herbeigelassen, waren sie auch bald dazu zu bewegen, mir dieselben zu diktiren.

Hierbei kam es nun vor Allem darauf an, geeignete Leute ausfindig zu machen bezw. dieselben zum Diktiren anzulernen. Mancher war ein guter Erzähler, verlor aber beim Diktiren, wenn das Schreiben langsamer ging, als er sprach, leicht den Faden, ohne sich wieder zurecht zu finden. Es war mir jedoch schliesslich gelungen, mehrere recht brauchbare Leute zu gewinnen. Falls ich die Zeit dazu hatte, habe ich den Erzähler erst einmal seine Erzählung hersagen lassen, ehe ich an die Aufzeichnung nach dem Diktat ging.

Was nun die einzelnen Erzähler anbelangt, die mir mit Ausnahme des Diwani Mamgola bin Diwani Mgola aus Gubiro, der seine Erzählung zu Papier brachte, sämmtlich persönlich bekannt sind, so ist Folgendes über sie zu bemerken:

Der intelligenteste unter ihnen ist unstreitig der leider im vorigen Jahre verstorbene, auch als Dichter bekannte, Mwʿallim Mbaraka aus Kondutschi, der als Lehrer in Daressalaam lebte. Ich habe nie einen zweiten ebenso unermüdlichen und fleissigen Suaheli kennen gelernt wie diesen. Drei Jahre lang hat er mir bei meinen sprachlichen Sammlungen gute und treue Dienste geleistet. Seine Erzählungen zeichnen sich durch ein gutes Suaheli und Klarheit des Ausdrucks aus.

Viele Erzählungen stammen von Muḥemedi bin Madigani aus Magogoni her, der wohl den meisten Deutschen in Daressalaam bekannt sein dürfte, da er es nicht versäumt, jedem Ankommenden bald seine Aufwartung zu machen. Er ist ein intelligenter, schwatzhafter junger Mann, der stets zu Diensten bereit ist. Auch seine Erzählungen können, obwohl dieselben manche sprachliche Eigenthümlichkeiten aufzuweisen haben, zu den besseren zählen. Besonders interessant war die Art seines Erzählens. Er gefiel sich sehr häufig darin, einen Passus seiner Erzählung, den er soeben mit einfachen Worten berichtet hatte, zum zweiten und dritten Male, aber immer leichter und gefälliger und mit melodischen Nüancirungen wiederzugeben und war dann jedes Mal stolz auf seine Leistung.

Mwenyi Hija bin Shomari aus Kondutschi, ein Bruder des Mwʿallim Mbaraka, ist ʿaqida*) im Bezirk Kondutschi. Auch seine Erzählungen reihen sich würdig an die seines Bruders an.

Der verstorbene Jumbe Waziri bin Diwani Tambaza aus Klein-Bagamoyo sowie dessen Bruder Muḥemedi bin Diwani Tambaza, ferner Mwenyi Gogo aus Kichwele und Merere bin Kawamba Mshale sind Suaheli-Leute mittleren Bildungsgrades. Ihre Erzählungen weisen die meisten sprachlichen Eigenthümlichkeiten auf.

ʿAli bin Rajabu aus Kilossa, ein Halbaraber, wie er sich gerne nennt, ist aus Mbuamadji gebürtig, lebt aber seit einer Reihe von Jahren als Händler in Kilossa. Er hat von Anfang an den Deutschen be-

*) Unterbeamter des Bezirksamts Daressalaam.

sonders den Stationen Kilossa und Ulanga, gegen die Waheche treue Dienste geleistet. Mit ihm auf gleiche Stufe zu stellen ist S'aid bin Bushiri Ilmalindi, 'aqida von Kilwa Kisiwani. Beide sind auch als Dichter unter ihren Landsleuten bekannt.

'Ali bin Naṣur, ein Bruder des bekannten Oberwali Soliman bin Naṣur, ist Araber und Wali in Pangani. Er gehört zu den gebildetsten Arabern der Küste. Seine Erzählungen sind in gutem Suaheli gegeben.

'Abdallah bin Musa, 'Omar ben Rufa'i und Selim bin Abakari sind lange Jahre als Diener bei Deutschen in Diensten und zur Zeit alle drei in Berlin. Bei den Erzählungen des Selim bin Abakari muss jedem Suaheli-Kenner auffallen, dass seine Ausdrucksweise klarer und präciser ist, als bei den meisten Suaheli-Leuten seines Bildungsgrades, was vermuthlich seiner Kenntniss der deutschen Sprache sowohl wie seinem Jahre langen Aufenthalte in Deutschland zuzuschreiben ist.

Jeder Erzählung habe ich den Namen des Erzählers beigefügt, einerseits, da die sprachlichen Eigenthümlichkeiten bei denselben Erzählern immer wiederkehren, andererseits auch damit spätere Sammler in Ostafrika wissen, an wen sie sich zu wenden haben.

Was nun die Anordnung der Sammlung anbelangt, so habe ich mich vom sprachlichen Gesichtspunkte leiten lassen, die in leicht verständlichem Suaheli abgefassten Erzählungen zuerst zu geben und mit den schwierigeren zu schliessen. Es war dies um so mehr geboten, da dieselben vornehmlich als Lehr- und Lesebuch für die Suaheli-Studirenden am Seminar dienen sollen.

Inhaltlich haben wir zunächst die Tierfabel, in der sich hauptsächlich der Hase (sungura), der die Stelle unseres Reinecke Fuchs einnimmt, durch seine Schlauheit anderen Tieren gegenüber sehr überlegen zeigt. Es folgen die Geschichten des Abu Nuwasi, die auf arabische Quellen zurückführen und zuweilen recht derb sind. Moralisirende Erzählungen wechseln aldann mit solchen von menschenfressenden Ungeheuern. In einigen vollführen menschliche Wesen, ja selbst verkrüppelte, die grössten Thaten, sei es durch eigene Tapferkeit oder durch übernatürliche Hülfe, während in anderen mächtige Sultane und Häuptlinge durch niedere oder schwächliche Personen aus ihrer gebietenden Stellung verdrängt werden.

Bemerkenswert ist, dass die Erzähler zuweilen Züge augenblicklicher Verhältnisse und Oertlichkeiten, in denen sie sich befinden, ihren Erzählungen beifügen z. B. akafanyiza paketi kidogo p. 28, Z. 1 (paketi ist sonst im suah. nicht gebräuchlich, aber der Erzähler hatte als Laufbursche in einem Exportgeschäft viel mit Paketen zu thun);

ikatia nanga merikebu, ikapiga mzinga mmoja p. 78 Mitte (die Postdampfer lösen bei Ankunft einen Kanonenschuss); na huko merikebu inangoa nanga, ikapiga peipu (engl. pipe) p. 79, Z. 13 v. u.; na yule manamke yakitoa bakhshishi, yakampa pauni kumi (zehn engl. Pfund) p. 79, Z. 8 v. u.; ikenenda merkebu, ikapiga mizinga ʿesherini na moja (der Salut für den Gouverneur beträgt 21 Schuss) p. 80, Z. 1; ikatia nanga manowari p. 117, Z. 13 (engl. Kriegsschiff); akenda akaingia ndani ya sitima (engl. steamer) p. 117, Z. 5 v. u.; kesho napenda kwenda Kiungani (Vorort von Zanzibar) p. 136, Z. 11; shurṭi ukanijengee Maziwe (kleine unbewohnte Insel vor Pangani, der Erzähler stammt aus Pangani) p. 139, Z. 3 v. u.

Die Transscription ist die bis jetzt in den Lehrbüchern des Seminars und auch sonst allgemein eingeführte englische. Für die verschiedenen t, th, h, s und z Laute sowie ēn habe ich jedoch, wie ich dies bereits in meiner Abhandlung über „Sitten und Gebräuche der Suaheli“ in den Mittheilungen des Seminars Jahrgang I Abthlg. III p. 9—85 gethan habe, genau unterscheidende Merkmale eingeführt und zwar habe ich die arabische Transscription dabei zu Grunde gelegt. Das Transcriptionssystem ist daher folgendes:

ا	umschrieben	a	ر	umschrieben	r (Zungen-r)
ب	„	b, p	ز	„	z (weiches s)
ت	„	t	س	„	s (scharfes s)
ث	„	th (engl. th in thank)	ش	„	sh. ch (wie sch und tsch)
ج	„	j (wie dj), g (wie g)	ص	„	ṣ (emphatisches hartes s)
ح	„	ḥ (sehr starkes h)	ض	„	ḍ (emphat. engl. weiches th)
خ	„	kh (wie unser ch)	ط	„	ṭ (emphatisches t)
د	„	d	ظ	„	<u>th</u> (emphat. engl. weiches th)
ذ	„	ż (meist wie weiches s)	ع	„	ʿ (eigentl. Zusammenpressen der Kehle, im suah. jedoch meist erweicht).

غ	umschrieben	gh (Zäpfchen r), g	م	umschrieben	m
ف	"	f, v	ن	"	n
ق	"	q (emphat. k)	و	"	w (engl. w); und die Vok. ō u. ū bez.
ك	"	k	ه	"	h
ل	"	l	ى	"	y (engl. y); und die Vokale ē u. ī bez.

Für den Suaheli-Schüler, welcher sich nicht mit Arabisch beschäftigt hatte, war es bei der bisherigen Schreibweise schwierig zu wissen, wie ein Wort und besonders Worte arabischen Ursprungs geschrieben wurden, z. B. talaka; bei dieser Schreibweise weiss der Schüler nicht mit welchem t, ferner ob mit ك oder ق zu schreiben, während er bei ṭalaqa sofort das Wort richtig schreiben muss. Ebenso: tabia (ṭabi'a), shetani (sheṭani), shurti (shurṭi), sadiki (ṣadiqi), sanduku (ṣanduqu), thuru (ḍuru), bithaa (biḍaʿa), fetha (feḍḍa), thanni (t̲hanni), athuhuri (athuhuri), asubuhi (aṣubuḥi), kasid (qaṣid), kissa (qiṣṣa), asili (aṣili), maarufu (maʿarufu), amali (ʿamali), maana (maʿana), ajabu (ʿajabu), riziki (riziqi), kathalika (kaẓalika), etc. etc.

Die sprachlichen Eigenthümlichkeiten dieser Erzählungen sind sehr zahlreich, da die Erzähler aus allen Gegenden der ostafrikanischen Küste stammen und fast jede Stadt ihre besonderen sprachlichen Eigenthümlichkeiten hat. In den Texten habe ich nirgends Veränderungen vorgenommen, sondern alles so wiedergegeben, wie es mir erzählt wurde, da wir lernen wollen, w i e der Afrikaner spricht, nicht wie er der Grammatik nach sprechen sollte.

In reinem, grammatikalisch gutem Suaheli sind folgende gehalten:

paka na panya.
nyama wenyi pembe na fissi.
kima na chui.
simba na kibana Wasi.
fissi.

ḥadithi ya Abu Nuwasi.
ḥadithi za Abu Nuwasi.
sulṭani na Abu Nuwasi.
Muḥemedi na washitaki wake.
usishike shauri la mwanamke.
mtoto mtundu lazima kumrudi.
mw'allimu mwenyi 'aqili.
mfalme na waziri wake.
ḥokumu ngumu.
sulṭani 'Ediri na sulṭani Ndozi.
mtoto wa sulṭani na mtoto wa tajiri.
njia mbali na njia ya qaribu,
mtu mvivu na mtu wa kazi.
mfalme tajiri na mfalme maskini.
Msiwanda.
nguvu za uganga.
sulṭani na maskini.
'aqili ya waanawake.
sulṭani wa kisiwa na sulṭani wa barra.
ḥadithi ya mwanamke aliyeoa baba na mwanawe.
ḥadithi ya zamani.
sulṭani Harun Alrashid na waziri wake.
ḥila za waanawake.
ḥadithi ya kijitu kiovu.
Abu Nuwasi na waziri wa sulṭani.

Die meisten arabischen Ausdrücke finden wir bei folgenden Erzählern:

'Ali bin Naṣur,
S'aid bin Bushiri,
Mw'allim Mbaraka bin Shomari.
Mwenyi Hija bin Shomari.

Der erstere ist selbst Araber, während die übrigen meist mit Arabern in Verkehr leben und es lieben ihre arabischen Kenntnisse anzubringen. Die Erzählungen von Leuten, wie Muḥemedi bin Madigani und Muḥemedi bin Diwani Tambaza sind ziemlich frei von nicht allgemein gebrauchten arabischen Worten.

Auf die einzelnen Eigenthümlichkeiten ist in den Fussnoten hingewiesen. Allgemein sich durch das Ganze hinziehende und wiederholende Thatsachen bedürfen jedoch als Beiträge zur Grammatik der näheren Besprechung:

Das w (kurze u) vor Vokalen von mw (ihm, ihr, ihn,

sie) ist sehr häufig absolut unhörbar in der Aussprache; z. B. hört man eben so oft akamambia als akamwambia, ebenso anamogopa, wakamona, hakumuliza, wakameleza etc. Das gleiche gilt von einer Anzahl von Substantiven, z. B. bana neben bwana sowohl gesprochen wie geschrieben, manamme neben mwanamme, manamke neben mwanamke etc. Ich habe das w überall da, wo es nicht hörbar war, ausgelassen.

Die Auslassung des genitiv-praefixes ist in folgenden Fällen zu verzeichnen:

sili nyama bin Adam p. 6, Z. 3; pasicho kitu chakula p. 6, Z. 5; mimi ni mtoto mfalme p. 7 Mitte; maneno yake sungura p. 7, Z. 13 v. u.; ḥatta mkewe Ja'afari p. 11, Z. 1; yule mkewe waziri Ja'afari yupo p. 11, Z. 6 v. u.; mudda mieži minne p. 12, Z. 12 v. u.; alipomwona tunda yule kijana p. 13, Z. 8 v. u.; aliyotolewa mimba mkewe p. 24, Z. 13 v. u.; huyu kanitolea mimba mke wangu p. 24, Z. 12 v. u.; yakamwona yaya wake binti sulṭani p. 31, Z. 10; yakatoa maji koga p. 42, Z. 5 v. u.; akawatambua mbuzi watoto na mamie mtu p. 53, Z. 6; akamwona mtoto mfalme p. 70, Z. 6; na watoto wake yule sulṭani p. 84 Mitte; wakakaa maḥali mwendo sa'a sitta p. 95, Z. 14; mumewe dada yake p. 97, Z. 14 v. u.; kuna mchunga wa baba yake yule mkewe p. 98, Z. 16; nataka mudda siku tatu p. 102, Z. 13; wakakaa nyumbani mudda siku sitta p. 105, Z. 2; mkewe mtoto wa sulṭani p. 111, Z. 7; kamwiteni mkewe huyu mw'arabu p. 116, Z. 2 v. u.; akaona kichwa cha mumewe yule mwanamke p. 118 Mitte; juu ya wazee wake yule mtoto p. 127, Z. 6; ntakwenda mwuma mtoto wake sulṭani p. 146, Z. 11.

Die Auslassung scheint besonders nach Worten wie mke, mume, baba, mama, mtoto, yaya, wazee — also nach Verwandtschaftsnamen üblich zu sein. Bei mudda oder binti ist dieselbe insofern zu erklären, als dies arabische Worte sind. Der Suaheli sagt jedoch auch binti wa sulṭani z. B. p. 146, Z. 2 v. u. und p. 147 in der Ueberschrift; mudda wa mwezi mmoja p. 81, Z. 12 v. u. etc.

Die Pronomina personalia mimi, wewe, sisi, ninyi zeigen folgende häufig gebrauchte Nebenformen auf:

miye für mimi: p. 18 Mitte; p. 32, Z. 4; p. 36, Z. 5 v. u.; p. 39, Z. 12; p. 40, Z. 5 v. u.; p. 42, Z. 17; p. 42 Mitte; 49, Z. 4, 6, 8 v. u.; p. 58, Z. 9; p. 59, Z. 8, 9; p. 60, Z. 6 v. u.; p. 61, Z. 6 und Mitte; p. 63, Z. 10 v. u.; p. 63, Z, 3 v. u.; p. 64 Z. 4, 6, 16, 18, 30; p. 66, Z. 5 und 10; p. 66, Z. 3 v. u.; p. 89 Mitte etc.

ēwe und wēē für wewe, besonders beim Anruf: p. 3, Z. 3; p. 79, Z. 2 etc. etc.

siye für sisi: p. 15, Z. 13 v. u.; p. 23, Z. 6; p. 55, Z. 7 v. u.; p. 63, Z. 14 v. u.; p. 68, Z. 10 etc.

nyīe für ninyi: p. 26, Z. 1 v. u.; p. 39, Z. 2 v. u.; p. 42, Z. 2 v. u.; p. 51, Z. 5 v. u.; p. 52, Z. 9; p. 52, Z. 6 v. u.; p. 65, Z. 4 v. u.; p. 66, Z. 1 v. u.; p. 74, Z. 10; p. 74, Z. 9 v. u.; p. 82, Z. 4 v. u. etc.

nīye für ninyi: p. 54, Z. 11; p. 108, Z. 3 v. u.

ēnye für ninyi: p. 49, Z. 5 u. 6 ēnye, wajinga watatu.

Bei den persönlichen Fürwörtern beim Verb tritt in der III. pers. sing. der I. Kl. statt a die Form ya, die sich an die alte Form yu anlehnt, sehr oft und bei fast allen Erzählern auf, wie ein Blick in einen der Texte sofort erkennen lässt. Am häufigsten ist dies der Fall bei den weniger mit Zanzibar-Leuten in Berührung kommenden Erzählern wie Muḥemedi bin Diwani Tambaza, Waziri bin Diwani Tambaza, Muḥemedi bin Madigani und Mwenyi Hija bin Shomari.

Neben diesen beiden Formen kommt auch e (gespr. wie kurzes ä) für die III. pers. sing. und we (wä) für die III. pers. plur. der I. Kl. und zwar meist beim perfect vor z. B.

emetukhadaʿa p. 8, Z. 15; emelifutika p. 11, Z. 2 v. u.; emetughuli p. 15, Z. 14; emechoma p. 15, Z. 15; emetia, emepakia p. 15, Z. 16; emenituma p. 17 Mitte; emeshika p. 22, Z. 6; emekufa p. 24, Z. 9; emenona p. 24, Z. 9 v. u.; emewaṣili p. 25, Z. 9; emekaa, emeshika p. 27, Z. 1; emejinamia p. 27, Z. 4; emeniponya p. 37, Z. 14; emekaa p. 39 Mitte; emejuaje p. 40 Mitte; emekuja p. 42, Z. 5; emewafuata p. 42, Z. 14; emekaa p. 42, Z. 14; emewafuata p. 43, Z. 7; emekuja, emekwenda p. 48 Mitte; emekuja p. 48, Z. 4 v. u.; ememtongozea p. 50, Z. 4; emenishinda p. 54 Mitte; emeingia p. 69 Mitte; emefanya p. 70, Z. 2 v. u.; ememwambia p. 70, Z. 1 v. u.; emechoka, emeḍuru p. 71, Z. 11 v. u.; emetuponya p. 72, Z. 2; emeamriwa p. 76, Z. 10; emekutuma p. 77, Z. 6 v. u.; emetutia p. 81, Z. 5 v. u.; emekuja p. 82, Z. 12 v. u.; emekufa p. 82, Z. 8 v. u.; emekufa p. 83, Z. 2; emekuwa p. 84, Z. 15 v. u.; emesimama p. 84, Z. 13 v. u.; emeenea p. 84, Z. 7 v. u.; emetoa p. 85, Z. 9 v. u.; emekua p. 86, Z. 10 v. u.; emesahau p. 87, Z. 12; emekhitimu p. 88, Z. 8; emejua p. 88, Z. 10; emekwisha p. 88, Z. 16; emelala, emelia p. 89, Z. 18; emeweka p. 97, Z. 2 v. u.; emekwenda p. 98, Z. 1; emekaa p. 98, Z. 2; emechukua p. 98, Z. 13 v. u.; emejipakaza, emegeuka, emekuwa p. 98, Z. 7 v. u.; emenikata p. 99, Z. 16; emefutika p. 108, Z. 13 v. u.; emekaa p. 108, Z. 9 v. u.; emekuja p. 115, Z. 11 u. 2 v. u.; emerudi p. 116, Z. 9; emekimbia p. 117, Z. 2; emefanza p. 148, Z. 7; emegeuka p. 148, Z. 9 v. u.; emenifaa p. 149, Z. 8; emekaa p. 150, Z. 1; emekwenda p. 151, Z. 14; emekuwa p. 168, Z. 7 v. u.

wemekaa p. 7 Mitte; wemelala p. 77, Z. 6 v. u.

In einigen Fällen tritt dies e auch im praesens auf, z. B.: eneosimama p. 1, Z. 13; ened'awiwa p. 22, Z. 9; ewe p. 31, Z. 14; eneokwenda p. 37, Z. 8; eneokaa p. 41, Z. 10; enekokwenda, enekorudi p. 43, Z. 11 v. u.; ewe p. 110, Z. 9 v. u.; enevompenda p. 148, Z. 2 v. u.

Einmal kommt die Form yuna für ana vor p. 135, Z. 1.

Beim Futur ist die häufige Auslassung des pron. pers. der I. pers. ni zu erwähnen:

tafanyaje p. 2, Z. 13; takwenda p. 2, Z. 3 v. u.; takupa p. 5, Z. 21; tafanyiza p. 12 Mitte; tampa p. 14, Z. 14, Z. 2; takwenda p. 19, Z. 8, 11 v. u.; tapewa, takuoza p. 20 Mitte; takupa p. 27 Mitte; tarudi p. 35, Z. 4 v. u.; tafanza p. 55, Z. 6 v. u.; tamwambia p. 56 Mitte; takupa p. 58 Mitte; takuoa p. 59, Z. 9; takunyanganya p. 59, Z. 13; tafanza p. 64, Z. 11; takwenda p. 64 Mitte; tawaua p. 101, Z. 12; tawaziisha p. 123 Z. 3 v. u.; takuja p. 130 Z. 2 v.; takuletea p. 132 Z. 4; taingia p. 132 Z. 9; takwenda p. 135 Z. 12 v. u.; takupa p. 139 Mitte; takushushia p. 142 Z. 3.

Bei den Formen des Zeitworts mit eingeschobenem ka fällt in der III. pers. sing. der I. Kl. das pronom. pers. a (ya) oft aus:

kaniula p. 23 Z. 4 v. u.; kanitolea p. 24 Z. 12 v. u.; kaitoaje p. 24 Z. 11 v. u.; kamambia p. 32 Z. 10; kakaa p. 32 Z. 7 v. u.; kasema p. 32 Z. 5 v. u.; kafanyiza shauri p. 33 Z. 4 v. u.; kalala p. 39 Z. 6; kanipa p. 39 Mitte; kaninyanganya p. 41 Z. 5; kawacha p. 46 Mitte; kazuia p. 46 Z. 11 v. u.; kanitongoza p. 50 Z. 1; kamzaa p. 50 Z. 2 v. u.; kamwambia p. 51 Z. 3; kanena p. 57 Z. 7 v. u.; kamambia p. 54 Z. 2, 3; kaniușia p. 59 Z. 7; kawambia p. 59 Z. 16; kamchukua p. 59 Mitte; kaficha p. 63 Z. 3 v. u.; kaua p. 64 Z. 8; kainama p. 93 Z. 4; kauawa p. 119 Z. 2; kanena p. 120 Mitte; kenenda p. 122 Z. 12; kamwambia p. 125 Z. 8; kamjibu p. 125 Z. 5 v. u.; kamjibu p. 126 Z. 9; katafuta, kaifunga, kamwona, kaingia, kamwambia p. 126 Z. 11 — 8 v. u.

Vereinzelt kommt auch das Fürwort der II. pers. in Wegfall; in einem Falle auch das der I. pers.:

kanitolea (für ukanitolea) p. 22, Z. 4 v. u.; kalete (uk.) p. 29. Z. 12; kamtwae (uk.) p. 136, Z. 14 v. u.; kasimame p. 137, Z. 5; kaniangulie p. 137, Z. 4 v. u.; kanivulie p. 141, Z. 12 v. u.; kalitwae p. 142 Mitte; kamlete (nikamlete) p. 85, Z. 5;

Das eingeschobene ka (und) lautet in sehr vielen Fällen ki.

An der Küste scheint dies sehr üblich zu sein, wie ein Blick in irgend einen der Texte z. B. sulṭani wa kisiwa na sulṭani wa barra, zeigt, in dem fast durchweg ki für ka gebraucht ist.

Umgekehrt finden wir auch ka wo wir ki erwarten sollten, jedoch nur sehr vereinzelt z. B.:

akamwona baba yake akasta'ajjabu p. 70 mitte; lakini tukapigana hapa utakufa weye p. 72, Z. 6; ukasikia „mfunge" p. 75, Z. 13 v. u.; ukasikia kimya p, 75, Z. 11 v. u.; ukasikilikana — utashinshwa p. 76, Z. 13, v. u; ukasikia kimya p. 77 Mitte; japo kama yakanila p. 87, Z. 17; mkamregeza — atakimbia p. 109, Z. 3; ukaona kitambaa p. 157, Mitte.

Auch die Verwechselung von „ki wenn" mit „po als" kommt öfter vor z. B.:

akiona nyama ile p. 5, Z. 12; akimtezama yule ndege p. 74, Z. 5; akiona mji yule mkubwa p. 74, Z. 13 v. u.; akikamata miguu — yule ndege akapupurika p. 76 Z. 2; akiona jeshi inakuja p. 81, Z. 16; akijongea katika maji p. 91, Z. 8; yakirejea baharini p. 100, Z. 7 v. u.; akifika kwa sulṭani p. 100, Z. 3 v. u.; wakimwona wale vijana p. 104, Z. 10; yule frasi wake wakimwona ndugu yao p. 107, Z. 1; wakimwona wale vijana p. 111, Z. 10 v. u.; wakimfika ameshughulika p. 125, Z. 9.

Das Verbalsuffix vyo (so) lautet an der Küste eben so häufig vo wie vyo z. B.:

wanavofanyiza p. 7, Z. 9; tulivoagana p. 22, Z. 6; alivosema p. 24 Mitte; ilivopita p. 25, Z. 2; ilivokuwa p. 41, Z. 12 v. u.; yalivopanda p. 47, Z. 6; alivomwambia p. 51 Mitte; wanavosema p. 52, Z. 8; unavoingia p. 56, Z. 2; nnavotaka p. 57, Z. 3; alivomwona p. 57, Z. 2 v. u.; alivomambia p. 59, Z. 1; unavotaka p. 63, Z. 9 v. u.; alivotaka p. 64, Z. 7; mtakavo p. 65 Mitte; hivo atakavofanyiza p. 66, Z. 7; walivomtupa p. 66, Z. 9; alivosikia p. 67 Mitte; alivoikamata p. 67 Mitte; inavolia p. 68, Z. 6 v. u.; hivo alivoipata p. 68, Z. 3 v. u.; alivomwambia p, 70 Mitte; unavopendwa p. 79, Z. 2, v. u.; alivompata p. 82, Z. 6; alivoinama p. 82, Z. 15 v. u.; ntavousemesha p. 85, Z. 3 v. u.; itavolia p. 86, Z. 3; yanavosema p. 86, Z. 6; wanavokosa p. 87, Z. 9; utavonitenda p. 90, Z. 8; hivo, ndivo ulivotaka p. 91, Z. 14; yalivokwenda p. 94, Z. 17; alivonambia p. 96, Z. 14 und 10 v. u.; anavokwenda p. 111, Z. 5; alivoeleza p. 122, Z. 2 v. u.; nilivojipamba p. 130, Z. 5; utakavo p. 131, Z. 8; walivofuatana p. 132, Z. 3 v. u.; yalivo p. 135, Z. 7 v. u.; ulivo p. 135, Z. 4 v. u.; walivoamurwa p. 136 Mitte; ulivoniona p. 138, Z. 8; hivo ulivonipa p. 139, Z. 12 v. u.; alivofanyiza p. 140, Z. 3; wanavokaa p. 143, Z. 2 v. u.;

nilivofundishwa p. 155 Mitte; alivosikia p. 156, Z. 15; ndivo alivo p. 159, Z. 6 v. u,

Vereinzelt kommt auch vo für po (als) vor z. B.:

ulivokuchwa p. 6, Z. 7 v. u.; atakavouawa p. 65 Mitte; ulivokuwa p. 124, Z. 3 v. u.; alivouza p. 155, Z. 2; ulivofungwa p. 156 Mitte; walivoqurubia p. 156, Z. 2 v. u.

Beim Passiv lautet „von und durch" in den Nordbezirken Pangani und Tanga meist ni statt na z. B.:

atakuja uawa ni mtoto wa tajiri fulani p. 92, Z. 3; asije kuuawa ni yule mtoto p. 92, Z. 13 v. u.; akashikwa ni ḥarara p. 93, Z. 17; iliyoonekana ni wale waganga p. 93, Z. 6. v. u.; msionekane ni mtu p. 136, Z. 13; kama walivoamurwa ni bibi yao p. 136 Mitte; asionekane ḥatta ni mtu mmoja p. 137, Z. 1.

Das veraltete Relativ ambaye oder ambaye kwamba kommt in diesen Texten des öfteren vor:

Auch im mündlichen Verkehr mit den Suaheli ist mir dasselbe zuweilen zu Ohren gekommen. St. Paul in seinem Suaheli-Handbuch p. 185 bestreitet das Vorkommen dieser Form. Da dieselbe in diesen Texten allein siebenmal vorkommt, lässt sich mit Sicherheit annehmen, dass sie noch ziemlich in Gebrauch ist z. B.: akatafuta nyama anaye pembe, ambaye amekufa zamani p. 2, Z. 14; yuko mtu ambaye mzee p. 33, Z. 4; nisikilize maneno yambayo yatasema p. 47 Mitte; na kulla neno ambalo jema p. 129, Z. 11; selaḥa zangu za mali ambazo ni muthmini p. 130, Z. 4; mkachimbe shimo ambalo ni pana p. 136, Z. 11; akampelekea sinia ya maandazi ambayo ya vyakula usiku p. 140, Z. 9 v. u.

Das Relativ der I. Kl. lautet neben ye auch yo, welches die regelmässige ältere Form und an der Küste sehr gebräuchlich ist z. B.:

aliyotolewa p. 24, Z. 13 v. u.; aliyotongoza p. 48 Mitte; aliyomzaa p. 50, Z. 2 v. u.; niliyoota p. 51 Mitte; anayokaa p. 51, Z. 10 v. u; aliyomponya p. 53, Z. 1; anayosangaa, aliyoweka, asiyoweza p. 53 Mitte; anayonipa p. 53, Z. 8 v. u.; aliyotaka p. 54, Z. 13 v. u.; aliyo p. 55, Z. 3; uliyotaka p. 55, Z. 3; umtakayo p. 72, Z. 4; aliyozaliwa p. 75, Z. 2; unayokwiba p. 79, Z. 4 v. u.; aliyopata p. 82, Z. 10; aliyompata p. 82, Z. 15; nimjuayo p. 82, Z. 9 v. u.; aliyotiwa p. 83, Z. 8; niliyosafiri p. 83, Z. 15 v. u.; asiyo p. 84, Z. 13; uliyomtaka p. 85, Z. 9; niliyompata p. 85, Z. 5 v. u.; uliyozipata p. 86, Z. 5; niliyomzaa p. 87, Z. 14; atakayokuuliza p. 87, Z. 16; atayomlea p. 87, Z. 17; unayokwisha p. 97, Z. 8; aliyookota p. 98, Z. 11 v. u.; uliyokuwa nayo p. 99, Z. 17; aliyomnyima p. 99, Z. 9 v. u.; ndiyo aliyonipa p. 100, Z. 1; aliyozaa p. 104 Mitte; anayompenda p. 108 Mitte; niliyomwacha p. 110, Z. 6; aliyokuza p. 110, Z. 13; anayokuja p. 111, Z. 12 v. u.; umtakayo p. 113, Z. 7, 9; aliyooa p. 115, Z. 1; aliyoingia p. 115, Z. 5 v. u.; niliyomleta p. 116, Z. 15 v. u.; aliyokuja p. 117, Z. 2; aliyomfumaniza p. 117, Z. 10 v. u.: aliyokuja, aliyozini, aliyokuwako. aliyokufa p. 118 Mitte; aliyomwużi p. 119, Z. 4; aliyo p. 119, Z. 8; aliyomwambia p. 119, Z. 8 v. u.; aliyokwenda p. 119, Z. 7 v. u.; uliyomzaa, aliyomlea p. 128, Z. 15; aliyomtoa p. 146, Z. 1; anayogeuka p. 146, Z. 6; anayompenda p. 146. Z. 11; anayofanya p. 146, Z. 12; aliyofungwa p. 146, Z. 16; aliyouza p. 148 Mitte; uliyomtafuta p. 148. Z. 6 v. u.; asiyojua p. 150, Z. 9; aliyozaliwa p. 153, Z. 11 v. u.; aliyokuja p. 161, Z. 3; aliyotupa p. 167 Mitte.

In Relativsätzen, in denen das Relativum Object ist. werden der Grammatik nach dem Verbum das einfache Relativ-Pronomen, gefolgt vom persönlichen Object-Präfix. vorgesetzt. In unseren Texten ist die Auslassung des letzteren ziemlich häufig z. B.:

ḥadithi tuliyosikia p. 2, Z. 6; mażambi uliyofanjiza p. 5, Z. 2 v. u.; na aliyonena Abu Nuwasi p. 9 Z. 2 v. u.: khabari ile unayotaka p. 10 Z. 13; maneno anayosema mwenzio p. 23 Mitte; kwa sababu ile nażiri aliyoweka p. 26 Z. 9; khaṣṣa mali uliyopewa p. 38 Z. 13; kulla neno wanalosema p. 42 Z. 15; nguo ya chini aliyovaa p. 42 Z. 7 v. u.; kulla maneno mliyosikia p. 44 Mitte; kulla neno unalotaka p. 64 Z. 15; neno analotaka p. 64 Mitte; neno gani unalotaka p. 64 Z. 13 v. u.; kulla kitu unachotaka p. 64 Z. 12 v. u.; ngoma tuliyotaka p. 68, Z. 5 v. u.; ʿahadi yetu tuliyoweka p. 89 Z. 2; dawa hizi wanazofanyiza p. 96 Z. 3 v. u.; khabari alizofanyiza p. 100 Z. 2; fimbo zangu nilizopigwa p. 109 Z. 8 v. u.; qiṣṣa ulichokaa p. 109 Z. 5 v. u.; qadiri utakaloona p. 112 Z. 7; amana uliyopewa p. 114 Z. 13; yamini aliyoapa p. 119 Z. 3; yale maneno ya yule mzee anayosema p. 129 Mitte; kwa yale maneno aliyosema yule mzee p. 129 Z. 5 v. u.; yale maagano waliyoaganagana p. 132 Z. 5 v. u. khabari alizofanya p. 134 Z. 16; mambo yote aliyofanya mke p. 134 Mitte; mambo waliyofanyiza p. 136 Z. 1; ḥaqqi yangu twaliyoagana p. 139 Mitte; zile qarṭasi alizoandika p. 140 Z. 3 v. u,; maneno yote aliyoandika Z. 141 Z. 4; kulla kitu cha kike wanachovaa p. 152 Z. 2.

Die Umgehung des Relativs, die wir bei ungebildeteren Suaheli und vornehmlich bei Leuten, die aus dem Innern zur Küste kommen und das Suaheli erlernen. häufig zu hören bekommen, haben wir in vereinzelten Fällen auch hier zu verzeichnen, z. B.:

akapawa jiwe limepasuka (statt lililopasuka) p. 11 Z. 4 v. u.; takupa be'i unaitaka p. 58 Mitte; njia ya qaribu si njia, afaḍali ya mbali unaijua p. 60 Z. 1 v. u.; illa waqati ulitaka weye p. 125 Z. 11 v. u.; wakamthannia ni kitwana Gorjia wa sulṭani analeta ḥalua p. 133 Z. 9; una mtu juu aulinda p. 167 Z. 10.

Bei Relativsätzen und in den Zeitwortformen mit eingeschobenem po lautet das taka des Futurs in so vielen Fällen ta bei den verschiedenen Erzählern, dass diese Form neben der andern gebräuchlich erscheint, z. B.:

utapokwenda utasikia watu p. 77 Mitte; na siku atayokuja p. 84 Z. 5; nani atayokwenda kumlea p. 87 Z. 6; hapana atayokuuliza p. 87 Z. 16; nani atayomlea p. 87 Mitte; vitendo utavonitenda p. 90 Z. 10; illa kwa sa'a itafaayo (für itakayofaa oder ifaayo) p. 125 Z. 14 etc.

na (und) tritt häufig im Sinne von «auch» auf, z. B.:

lete na sogi p. 10 Mitte; akaokota na kuni p. 22 Z. 12 v. u.; yakavua na fulana, yakavua na nguo, yakavua na mfuko p. 42 Z. 7 v. u.; yakachukua na ndege p. 80 Z. 14 v. u.; twende zetu na ninyi p. 81 Z. 4; akanipa na mke yule p. 85 Z. 10; ulete na upanga p. 85, Z. 5 v. u.; niletee na ngoma p. 86, Z. 1; akanunua na boriti p. 87 Z. 2; akaifanya na bustani p. 92 Z. 10; akapanda na matunda yote p. 92 Z. 10; usiondoke na wewe p. 102 Z. 1 v. u.; yule mtoto wa waziri akaoza mke naye p. 110 Z. 5 v. u.; kwa nini na wewe husafiri p. 111 Z. 5; ukileta na zawadi p. 111 Z. 6; nataka na kitu unipe p. 120 Z. 11; kuikimbia na ile h'arusi p. 129 Z. 6 v. u.; akampimia na ḥalua yake p. 132 Z. 7 v. u.; ata na shughli zako p. 140 Mitte; na mimi nitoe p. 147 Z. 1 v. u.; akaondoka na maskini p. 148 Z. 5; yakazaa na mtoto p. 148 Z. 16; akatia na kisu kidogo p. 153 Z. 8 v. u.; linifae na miye p. 155 Z. 12; ana na feḍḍa, ana na mkewe mzuri p. 164 Z. 11 v. u.: wakatwaa na miti p. 164 Z. 1 v. u.; wakaqubali na Banyani p. 166 Z. 10; akapewa na nyama p. 166 Mitte.

In vereinzelten Fällen kommt na in der Bedeutung von „also", „so" vor, z. B.:

na tufanyize ḥikima p. 11 Z. 6; na tusafiri p. 65, Z. 4; na tuoe p. 86 Z. 16 v. u.; na tukae pamoja p. 93 Z. 14; na vije vita p. 161 Z. 5.

Mwanamke na paka.

paka aliondoka akakaa nyumbani mwa mwanamke mmoja. siku moja mwanamke akamambia[1]): „paka, mimi ntakupa usimamizi wangu." paka akamambia: „nimeqirri[2]) kusimamia, lakini usimamizi gani utakaonipa?" mwanamke akamjibu: „nitakupa usimamizi wa jikoni pale, nikesha[3]) pika; ntakuachia samaki ya kungojea, ma'ana nikesha pika husinzia[4])." paka akamjibu: „nimeqirri kungojea."

ḥatta siku moja alipokwisha pika, paka akamambia: „kikaango acha wazi." naye mwanamke yakaqirri[5]) kuacha wazi.

aliposinzia mwanamke, paka akatazama samaki ndani ya kikaango, mate yanamtondoka[6]); mwisho akasema: „ntakula". ḥatta alipoamka mwanamke, yakaona chunguni hamna kitu; akamambia: „gissi[7]) gani, mbona chunguni hamna kitu?" paka akamambia: „twende tukaulize sheri'a[8]), kama eneosimamia[9]) hapewi chakula?" mwanamke akampiga akamfukuza, akasimamia mwenyewe vyungu vyake, akavifunika.

Jumbe Waziri bin Diwani Tambaza
aus Klein-Bagamoyo.

[1]) Diese Schreibweise ist akamwambia vorzuziehen, da für gewöhnlich beim Sprechen das kurze u (w) nicht hörbar ist. Ich habe überall da, wo es bei der Erzählung deutlich zu hören war, dasselbe gesetzt, im anderen Falle weggelassen. [2]) ar. festmachen, bestätigen. [3]) nikiisha. [4]) Ein Schläfchen machen. [5]) akaqirri; ya für a III pers. an der Küste häufig. [6]) Das Wasser im Munde zusammenlaufen. [7]) ar. Art, suah. gissi, ginsi, jissi und jinsi. [8]) ar. Gesetz. [9]) anayesimamia.

Paka na panya.

Paka moja akamkuta panya, aliyetoka majini. alipomwona, alitaka kumkamata, yamle.[1]) yule panya akafanyiza shauri, akasema — kuwa[2]): „ningoje,[3]) sasa hivi maji mengi mwilini mwangu, ngoja nikauke." wakaja wakashuka katika inchi kavu ya mchanga, wakakaa kitako.

[1]) amle. [2]) kuwa, ya kwamba, ya kama dienen häufig zur Einführung direkter Rede. [3]) uningojee.

yule paka alitaka tenna kumkamata yule panya; panya akasema: „bado,[1]) maji yako". akachimba tartibu[2]) huku na huku — marra ameshuka chini, akamambia yule paka: „njoo, unikamate sasa!" na yeye akamkimbia.

Mwenyi Hija bin Shomari aus Kondutschi.

[1]) bado noch nicht; beim Verb steht neben ja „noch nicht" häufig noch bado. [2]) ar. Ordnung, im suah. auch sachte, leise, vorsichtig. bana tartibu nennt der Suaheli den ruhigen, bedächtigen und für jedermann zugänglichen Europäer.

---

nyama wenyi pembe na fissi.

aiḍa[1]) na ḥadithi,[2]) tuliyosikia na watu wazima. wakisema walisema: „hapo zamani ya kwanza walikutana nyama msituni[3]) wakasema: „tufanyize karamu[4]), walakini katika karamu yetu kwa kulla nyama, anayo pembe, na aje bassi; hiyo nyama, asiyo pembe, asije". bassi wakakutana jamiʿei[5]) ya nyama wanao pembe, wakafanyiza karamu kubwa sana na vitu vingi sana.

fissi alisikia khabari hii, akaondoka kwenda kutazama karamu, aitaka, naye hana pembe. akasema: „tafanyaje[6]) ḥatta enende[7]) karamuni?" marra akaona shauri jema. akenda akatafuta nyama anaye pembe, ambaye[8]) amekufa zamani mwituni. akaiona, akazitwaa pembe za yule nyama aliyokufa. akatafuta nta akajibandika kichwani, akapandika zile pembe, akaenenda katika ile karamu.

ḥatta zamani za mchana jua kali, ile nta ikayayuka kwa jua, na karamu haijesha[9]) bado. akazitwaa pembe, akazizuia kwa mikono akawambia: „jamaʿa[10]) fanyeni mambo upesi upesi, kwani wengine tuna za mjombokelo[11]); nafsi yake asema: „wengine tuna pembe zaanguka".[12]) bassi katika nyama wenziwe wakajua fissi hana pembe; „atufanyia urevu", wakamfukuza.

Mwenyi Hija bin Shomari.

[1]) ar. gleichfalls, ebenfalls, ferner. [2]) ar. Neuigkeit, Erzählung. [3]) neben mwituni. [4]) ar. Fest. [5]) ar. all, versammelt. [6]) nitafanyaje. [7]) nienende. [8]) veraltetes, hin und wieder noch angewandtes Relativ von amba — ambia sagen, zuweilen auch ambaye kwamba. [9]) haijaisha. [10]) ar. Versammlung. [11]) pembe za mjombokelo; mjombokelo wohl Kissaramo. [12]) zinaanguka.

---

kima na chui.

akaondoka kima, akasema: „mimi sina nguvu, takwenda[1]) kwa mtu mwenyi nguvu hamtake[2]) urafiqi." akenenda kwa chui, akamfanya urafiqi.

[1]) nitakwenda. [2]) für nikamtake.

wakakaa; ḥatta siku moja wakaondoka, wakaenenda ḥatta wakafika shinani pa mti mkubwa wapumzike pale. na ule mti una miba mingi. yule chui akamwambia kima: „ēwe[1]) kima, waweza kukeleza[2]) mti? ukeleze, ukatazama upande unao vita na upande unao amani.“[3])

yule kima akakeleza mle mtini, akafika kattikatti, akapapura na miba, ikatoka damu, ikatona chini. yule chui, alipokuja ona damu ya rafiqiye[4]) imetona, akairamba. ile kima akitunza mbali shinani pa mti, akitazama damu yake yarambwa na rafiqiye — akafanya khofu.[5]) chui akamwuliza kima: „upande gani unao vita?“ kima akasema: „nimetazama kwa kulla upande, sikuona vita, walakini vita nimeviona hapa shinani pa mti, ndipo panapo vita.“ kima akafanya khofu, asishuke tenna juu ya mti, na urafiqi ukavunjika.

Mwenyi Hija bin Shomari.

1) wewe; als Anruf ist ewe gebräuchlich, z. B. ewe mwenyi madafu, ewe m'wenyi mikuki njoo hapa; eine andere Kürzung von wewe ist wēē, z. B. mwongo wēē. 2) keleza klettern. 3) ar. Sicherheit, Friede. 4) rafiqi yake. 5) ar. Angst.

Simba na kibana Wasi.[1])

aliondoka simba, akamtuma kibana Wasi, akamwambia: „enenda paḥali każa wa każa[2]), tenna upesi urudi.“

akenenda kibana Wasi, akafanyiza shughli[3]) zake, walla asijue „kambani[4]) nimetumwa na simba?“ akakaa sana huko, sababu anaogopa kurudi. ḥatta simba akaghaḍabika[5]), akatoa ʿaskari[6]), akenda akatwaliwa kibana Wasi, akaja. simba akamwambia: „kwani[7]) kutaakhkhari[8]) nilikokutuma?“ akamwambia: „nalikutana na mwenzio[9]), akanizuia, nayo[10]) yuko maḥali każa wa każa.“ simba akamwambia: „vema, tuenende“.

wakenenda ḥatta katika kisima kikubwa, na ndani mna maji mengi. akamwambia simba: „mwenzio yumo ndani ya kisima.“ simba akatazama akajiona mwenyewe, yaʿani[11]) lile jivuli[12]) lake, naye haijui ṣura[13]) yake. alipoiona ṣura yake mule[14]) ndani ya maji, aṯhanni[15]) ni mwenziwe, akaingia ndani ya kisima kwenda kupigana naye, akazama.

Mwenyi Hija bin Shomari.

1) kibana Wasi wird der sungura (Hase) genannt, der in der Thierfabel bei den Suaheli die Rolle unseres Fuchses spielt. (Wohl von Abu Nuwasi gebildet, siehe Geschichten des Abu Nuwasi weiter unten.) 2) ar. so und so. 3) ar. Geschäft, Arbeit. 4) Zusammengezogen aus ya kwamba nini. 5) ar. erzürnt sein. 6) ar. Heer, Soldat. 7) kwa nini. 8) ar. verspäten. 9) mwenzi wako. 10) naye. 11) nämlich. 12) gewöhnlich kivuli, jivuli grosser Schatten. 13) ar. Form, Gestalt, Gesicht. 14) mle und mule kommen nebeneinander vor. 15) ar. glauben, meinen.

Sungura na fissi.

Alitokea sungura akafanya urafiqi[1]) na fissi, wakikaa siku nyingi. ḥatta siku hiyo yakamwambia[2]): „nataka, twende kwetu.“ fissi yakamwambia: „twende“. yakamwambia: „fanyiza mikate sab'a“. yakamwambia: „vema“. fissi yakafanyiza mikate. akamwambia: „haya, twende zetu“. fissi yakamwambia: „tunakwenda wapi?“ yakimwambia[3]): „kwetu, kuwatezama[4]) wazee wetu; haya, twende“.

wakenda zao ḥatta wakaona njiani pana mto wa maji mengi. sungura akamwambia: „ningoje hapa, ukiniona nimekawilia, vuka mto, uende ukaningojee njiani; na hapo unapovuka, utaambiwa „tupa mkate“ — bassi utupe, ndio utaponya“. fissi akamwambia: „vema“. wakenenda, ḥatta wakafika mtoni. sungura akamwambia: „ningoje, nakwenda chooni; ukiniona nimekawilia, vuka. hapo utapopita ukaambiwa „tupa mkate“ — bassi utupe, upate kujiponya“. yakenda[5]) sungura, akazama mbalimbali, akikawilia, fissi akavuka.

alipokwenda, akaambiwa: „tupa mkate“. fissi akisema: „ndio aliyonambia rafiqi yangu sungura“; yakitupa fissi mkate majini. sungura huwapo chini, yakaudaka kwa kinywa, yakakawilia kuvuka. akamambiaje fissi? „huko nilikovukia mimi, nilitaka kuuawa, lakini ajali[6]) yangu bado. sasa njaa inauma, ninakula mikate yangu“. fissi akamwambia: „na mimi“. sungura akamwambia: „yako iko wapi, mikate yako?“ fissi akanena: „hukuniambia, ukivuka ukisikia „tupa“, bassi utupe? nikasikia, nami nikatupa mkate“. sungura yakimwambia: „una wazimu wewe, kuna mtu husema „tupa mkate?“ sungura yakila[7]) mkate wake, na rafiqi yake hakumpa.

alipokwisha kula, yakamwambia: „twende“. wakenda zao ḥatta wakafika shamba kubwa sana la miwa. yakimwambia: „rafiqi yangu fissi, miwa ya watu hiyo usikate, kata midete[8]), nami nakata midete· sungura yazunguka[9]), yakikata[10]) miwa juu ya ukubwa wake. ḥatta wakafika mahali, panapo kivuli, wakakaa kitako, yakanena: nishuke midete yangu“. yakatezama yakaona miwa, na fissi yakinena: „na mimi nishuke midete yangu, yakitezama — midete; yakamwambia: „yangu — midete, rafiqi yangu“. yakamwambia: „ujinga wako mwenyewe, kwa nini usikate miwa, ukenda ukakata midete?“

wakatoka, wakenda zao ḥatta maḥali panapo mti mkubwa, wakakaa kitako, yakamambia: „sasa tunakwenda huko nyumbani kwa

[1]) rafiqi, ar. Freund. [2]) akamwambia. [3]) akamwambia; Verwechselung von ki und ka ist sehr häufig. [4]) neben tazama. [5]) akaenda. [6]) ar. Ziel. [7]) akala. [8]) trockenes Zuckerrohr, das weniger schmackhaft ist. [9]) akazunguka. [10]) akakata.

wazee wetu, hii dawa nakuonyesha ya ḥoma, na hii ningine ya tumbo na hii ningine ya uvimbi".

wakatoka wakenda zao, ḥatta wakafika nyumbani kwa wazee. wakapikiwa chakula. sungura akajitia ugonywa, akasema: „rafiqi yangu, siwezi, tumbo linaniuma, nenda kanitwalie[1]) dawa ya tumbo kule nilikokwambia".

fissi akaondoka mbio, akaenenda[2]) akaichukua dawa, akaileta. akamfikia[3]), sungura amekwisha kula chakula pekeyake, na ugonywa umekwisha pona. akimambia[4]): „sasa iweke dawa".

wakakaa, ḥatta usiku wakatandikiwa maḥali pa kulala. sungura akatiwa chumba cha kuku, na fissi akatiwa chumba cha mbuzi. na fissi ana njaa ya siku kumi, akiona nyama ile ya mbuzi, roḥo[5]) ikamtoka, akamrukia mbuzi moja yakamwua.

Muḥemedi bin Madigani
aus Magogoni.

[1]) ukanitwalie, relative Form von twaa. [2]) neben akaenda und akenda. [3]) akimfikia oder besser alipomfikia. [4]) akamambia. [5]) ar. Seele.

Fissi.

walikuwa watu wawili, mtu na rafiqi yake. walikuwa na shindana. mmoja akasema — kama: „hapana mtu anayeweza kusilimisha[1]) fissi kuwa Islamu, kwani nyama wote husilimishwa, huwa welevu[2]), lakini fissi sikupata kumwona kusilimishwa". rafiqi yake akanena: „mimi ntaweza kumsilimisha". rafiqi yake kanena: „huwezi, ukiweza ntakupa reale mia u themanīn". akasema: „vema, na miye kama sikuweza, takupa[3]) reale mitēni".

wakenda wakakamata fissi, wakalichukua. rafiqi yake akamambia — kama: „sasa kalisilimishe."

akenda akawa nalo siku kaẓa wa kaẓa katika vifungo, halipi fissi chakula shurṭi[4]) kwa siku ya tatu ḥatta siku ya tatu. khalafu fissi ameshikwa na njaa, akanena: „miye ntakufa katika vifungo". yule bin Adamu akamambia: „mimi ntaweza fanya shauri usife; ukinifanzia shuruṭi ya kusilimu, ufuate dini[5]), ntakufungulia nikupe vyakula". akajibu: „vema, ntasilimu, lakini nambie namna ya kusilimu Usilamu, huwaje? vitu vya ḥarām[6]) na vitu vya ḥalali[7]) nataka unambie". yule bin Adam akanena: „kama unataka kusilimu, neno la kwanza — mtu huṣali[8]) na kusoma; ukiomba muungu, maẓambi[9]) uliyofanyiza yakipungua, na kulla kitu atakupa, lakini usile nyamafu[10]), kwani nyamafu

[1]) bekehren. [2]) werevu. [3]) nitakupa. [4]) ar. Bedingung. [5]) ar. Glaube, Religion. [6]) ar. verboten. [7]) ar. erlaubt. [8]) ar. beten. [9]) ar. Sünde. [10]) Aas.

ḥarām, na bin Adam ḥarām. ukila nyama ya kuchinshwa — ndio nyama ya ḥalali".

lile fissi akamjibu, akamambia: „vema, sili nyama bin Adam walla nyamafu, lakini kama nakwenda njiani, paḥali pasipo mtu, pasicho kitu chakula, na miye nimekuta nyamafu katika njiani, ntafanyaje? mtu hula, amma mtu hali?" akamambia: „mtu hali, sababu ḥarām, staḥamili[1]) ḥatta ufike penyi watu". „bassi, ntapitajē katika njia, nacho kipinda[2]) kiko katika njia?" akasema: pita upande mwingine mkono mshoto[3]) amma mkono mwume". akamambia: „lakini njia huku nyembamba na upande huu mwembamba, ntapitajē? na miye ntamguza?" asema: „bassi, mruke upite kattikatti". akasema: „nikianguka katika nyama, ḥokumu yake nini?" akamjibu: „hokumu yake — wewe fissi tenna, hukuwa Islam". akamambia: „bassi, nisameḥe, siwezi kuwa Islamu. ukipita upande huu — usikiguze kipinda, ukipita upande mwingine — usikiguze, ukiruka ukianguka — ḥarām, bassi neno gani la ḥalali? afaḍali nirejee katika ufissi.

Selim bin Abakari.

[1]) ar. geduldig abwarten. [2]) Aas. [3]) meist mkono wa kushoto und mkono wa kuume oder wa kulia.

Mtoto wa tajiri[1]) na mtoto wa maskini.

yalitokea[2]) mtoto wa tajiri, na mtoto wa maskini yakimfanyiza[3]) rafiqi yake. baba yake na mama yake marra nyingi wakimambia[4]): „wewe maskini, ya nini[5]) kufanyiza urafiqi na mtoto wa tajiri?" yule mtoto yakishitaddi[6]) kutaka uṣaḥibu[7]) na yule rafiqi yake, mtoto wa tajiri.

wakikaa siku nyingi na miezi mingi, ḥatta yule rafiqi yake yakimambia[8]): „twende tusafiri barra". yakimambia: „twende". wakifanya mikate mingi sana. wakilala ḥatta usiku ulivokuchwa[9]) aṣubuḥi, wakija kuḥimiza safari[10]) yao, wakipanda frasi[11]) zao, wakiomba muungu, wakitoa frasi wakenenda zao, ḥatta wakifika[12]) walipotaka.

wakafika maḥali mbali sana, wakikuta punda na farasi[13]) wengi. yakisema mtoto wa tajiri: „shauri gani ya hawa frasi wengi?" „tuwachukue kwetu, tukawauze, tupate feḍḍa, tuḥarriji[14]) kwa ḥaja yetu tutakayo". yule mtoto wa maskini yakimambia: „haifai, haya mali ya watu;

[1]) ar. Kaufmann, reich. [2]) alitokea. [3]) akamfanyiza. [4]) wakamambia. [5]) neben kwa nini. [6]) ar. sich anstrengen. [7]) ar. Freundschaft. [8]) akamambia. [9]) ulipokuchwa. [10]) ar. Reise, im suah. für Karawane gebräuchlicher als msafara. [11]) ar. Pferd. [12]) wakafika. [13]) neben frasi. [14]) ar. hinausführen, ausgeben.

sisi tumekuja kutarazzaqi[1]), tuwache tutarazzaqi; labda[2]) muungu[3]) mkubwa, hapana mwingine tenna, wa amma mimi na wewe sikilize[4]) mudda wa siku kumi, muungu atatufariji[5])." wakiwaacha wale punda na frasi wale, wakikaa pale.

yakitokea[6]) sungura, yakija[7]) na kuşalia[8]), yakinena: „maskini! ninaomba, sipewi kitu; watu hawa watu gani, makafiri[9]) nini[10]) hawa?" yule sungura amecheka kunena. yakitoka yule mtoto wa tajiri, yakimambia: „gissi gani, wewe hujui vibaya „maskini, maskini", yanaombea cha[11]) kupewa na wote? nayo ndio qa'ida[12]) ya watu, wanavofanyiza[13]), huruziqiwa[14]) na cho chote."

majibu hayo anamjibu yule mtoto wa tajiri, yanamambia, akasikia yule mtoto wa maskini. na yule mtoto wa maskini yakimambia: „hujui wewe, huyu sungura hataki kitu, yanataka hujaji[15]) yetu yaipate, tuliyokujia, kama huna khabari wewe."

yule mtoto wa tajiri yakimwambia: „kweli kama hivo, mkamate mfunge." yakikamatwa[16]), yakifungwa sungura. yakinena sungura: „hamna khabari? mimi ni mtoto mfalme[17]), na baba yangu yana mtoto mwanamke, tenna mzuri sana; tenna wawili hao[18]) watoto, wenyewe mnapo, nifungulie, kulla mtu nitampa mojamoja."

wale vijana wakipata ṭama'a[19]) ya yale maneno yake sungura, kwa ma'ana wemekaa[20]) siku nyingi, kulla moja yana hamu[21]) ya mke. wakimfungulia yule sungura, yakenda zake msituni.

yalipofika kule kwao, yakileta vita vikubwa kuja wapiga wale vijana. vikija vile vita, kuja wapiga wale watoto. na wale watoto wamesoma qorani sana wamesoma; wakiona vita vinakuja kutupiga. yule mtoto wa maskini yakinena: „shauri gani sasa? na wewe, ndio mwenyi mali, ujuaje kuyaşirifu[22]) haya mali yako? yaşirifu, tuyaone tusije uliwa[23]); na haya mali ni ya kuchuma, roḥo haichumi." yakimjibu: „sina neno jingine, illa ya kugawa mali hayo, tuwape wao wachukue, sisi tupate kupona roḥo zetu." yule mtoto wa maskini yakinena: „haina ḥaja kupotea mali yako, khalafu tukifika kwetu uje unambie — ya kuwa: „mali yangu yasingalipotea illa huyu", — na mimi siwezi naza'a[24])."

[1]) ar. Kleinhandel treiben. [2]) labuda, labda und vereinzelt auch lamda. [3]) zu ergänzen mali ya muungu. [4]) tusikilize. [5]) ar. freimachen, öffnen. [6]) akatokea. [7]) akaja. [8]) wohl fälschlich für ombea gebraucht. [9]) ar. Ungläubiger. [10]) besser gani. [11]) zu ergänzen kitu. [12]) ar. Grundlage, feststehende Sitte. [13]) wanavyofanyiza. [14]) ar. Lebensunterhalt geben. [15]) von kuja ist hujaji, das Kommen, gebildet. [16]) akakamatwa. [17]) mtoto wa mfalme. [18]) hawa. [19]) ar. Verlangen. [20]) wamekaa. [21]) ar. Absicht, Sorge. [22]) ar. wenden, beugen. [23]) oder uawa. [24]) ar. Zank, Streit.

walipokuja wale watu vita vile, yakiwazuia yule pekeyake, mtoto wa maskini. alimrukia frasi wake, yakijifunga upanga na jambia na mkuki na bunduqi zake, yule kijana pekeyake, yule mtoto wa tajiri amejificha msituni. yakipigana vita vile, yeye pekeyake, hana mwenzi, yakiwafukuza wote, wakikimbia wakenenda zao.

yakarudi yakamtafuta yule kijana. ḥatta yakamwona yakisema: „nimewafukuza, wemekwenda[1]) zao na wengi nimewaua; na sasa chukua mali yako, yataḥaribika, ni afaḍali[2]) twende zetu kwetu."

wakienenda, ḥatta njiani wakimwona sungura, sijui kama ndiondio yuleyule[3]) wanashindana; wakamkamata, wakitaka kumchinsha. sungura yakinena[4]): „nyama yangu mimi ngumu, hamwezi labda[5]); mnifunge na mirara[6]), mnifunge; nikipata jua, ile nyama yangu itarejea, mtakula kwa tartibu, walla hamioni[7]) kama ngumu." wakikhadaʿika[8]). ḥatta ile kamba ikayabisika[9]), yakiikata, yakenenda zake mwituni. watu wakimzomea, wakisema — kama: „sungura emetukhadaʿa[10]), na sisi tumekhadaʿika na kinyama kidogo hiki sungura."

wakaja zao ḥatta wakafika mjini kwao. wakifuraḥi baba zao na mama zao, wakiuliza khabari ya barra iliyowafika, wakieleza yote, na watu wakisikia.

ndio khabari yangu ya uḥadithi[11]) huu, wa maʾana sana.

Muḥemedi bin Madigani aus Magogoni.

[1]) wamekwenda. [2]) comp. es ist besser. [3]) Die Verdoppelung drückt den besonderen Hinweis aus „ob es grade der ist". [4]) akanena. [5]) zu ergänzen kula. [6]) Palmblattstreifen. [7]) hamwioni. [8]) khadaʿa, betrügen. [9]) ar. trocken. [10]) ametukhadaʿa. [11]) neben ḥadithi, ar. Erzählung.

ḥadithi ya Abu Nuwasi.[1])

Auwali yake huyu Abu Nuwasi jina lake Muḥamed. na baba yake ʿAbdallah, qaḍi[2]) wa Haruni Alrashid. akikaa[3]) babake ḥatta zamani alipokuwa hawezi, akimwita mwanawe, akamambia: „nakuuṣia[4]) mwanangu nikifa „usiwe qaḍi, walla usiwe waziri kwa mfalme — shika shughuli[5]) yako."

[1]) Abû Nuwâs war ein arabischer Dichter, geb. 762 n. Chr., gest. 815. Er zog durch seine Poesien die Gunst des Hofes in Bagdad auf sich und genoss die Freundschaft des Chalifen Harûn. Seine Liebeslieder gehören zu den besten der arabischen Poesie. Eine Menge heiterer Erzählungen laufen unter seinem Namen, die wie diese und die folgenden dem Arabischen entlehnt sind. [2]) ar. (geistliche) Richter. [3]) akakaa. [4]) ar. empfehlen, vermachen. [5]) ar. Geschäft, Arbeit.

yalipomshika maraḍi[1]) baba yake, qaḍi ʿAbdallah, analaghalagha[2]) mauti[3]). yule mwanawe Muḥamedi alipojua — ya kama „baba yangu atakufa sasa hivi", akakusanya watoto, akachimbia mchi chini, akatwaa guzi la mnazi[4]), akaweka juu ya mchi. akafanyiza ngamia, akitwaa[5]) makumbi ya minazi, yakiweka ndani ya guzi la mnazi, yakiweka juu ya ule mchi, akipanda juu yake, akiwambia watoto: „zungusheni hili guzi". wakazungusha, ikiwa mfano wa ngamia anayoshindika[6]) mafuta.

wakija watu, wakimpa khabari: „baba yako ʿAbdallah anataka kufa, yu katika laghalagha mauti". majibu yake aliyowajibu wale watu aliwambia: „Abu Nuwasi hushika shughli zake bassi, maʿana yake baba kaniuṣia, ʿAbdallah, qaḍi".

akifa babake, akiletewa khabari ya kama: „baba yako amekufa". majibu yake alinena: „Abu Nuwasi — shughuli yake!" katika ngamia wake wa mnazi wakamhujuru[7]) watu, wakanena: „huyu ana wazimu". wakisimama kuzika babake waqati[8]) wa aṯhuhuri[9]).

alipojua yule Abu Nuwasi, ya kama watu wamekwenda maqaburini[10]) kwenda zika, naye akenda meskitini. hamna[11]) mtu mle meskitini. akenda qibulani[12]) akakaa kitako. naye asitoke, akiwa mle ndani, ḥatta watu wakaja kuṣali[13]). wakaṣali watu, walakini Abu Nuwasi yeye hakuṣali, yeye hutazama shughli zake. ḥatta walipokwisha kuṣali watu, wakitoka watu meskitini.

każalika[14]) na Abu Nuwasi akitoka, akenda kwa sulṭani Harun Alrashidi, akamambia: „niozeshe mtoto wako nimbikiri[15])". sulṭani akaużika sana, akamambia: „huna ḥaja ya kunambia[16]) mimi hayo, ya kama wataka umwoe mwanangu? kwa sababu najua kama nikikuoza mtoto wangu, lazima utalala naye, na kama utalala naye, najua, kama utambikiri, bassi haiḥitaji[17]) kunambia, walla sikuozeshi mtoto wangu". akakataa kumoza mtoto wake.

akazipata khabari waziri wake Jaʿafari, ya kama Abu Nuwasi alitaka kuoa mtoto wa mfalme, lakini mfalme amekataa. akaja Jaʿafari kwa mfalme, akamnaṣiḥi[18]) mfalme akamambia: „mwozeshe mtoto wako Abu Nuwasi, na aliyonena Abu Nuwasi msameḥe[19])". akamwoza kwa maʿarifa[20]) aliyomwambia waziri wake Jaʿafari.

[1]) ar. Krankheit. [2]) ohne Besinnung, im Sterben liegen. [3]) ar. Tod. [4]) herabgefallener Kokosbaumast. [5]) akatwaa. [6]) neben sindika. [7]) ar. sich trennen von. [8]) ar. Zeit. [9]) ar. Mittag. [10]) ar. Begräbnissplatz, Friedhof. [11]) wie pana — hapana, kuna — hakuna, muna, mna — hamna. [12]) ar. Gebetsrichtung. [13]) ar. beten. [14]) ar. gleichfalls. [15]) bikra ar. Jungfrau. [16]) kuniambia. [17]) ar. nöthig haben. [18]) ar. Rath geben. [19]) ar. verzeihen. [20]) ar. Kenntniss, Wissen, Vermittlung.

alipomwoa yule mwanamke, Abu Nuwasi alikaa siku nyingi hakulala na mwanamke, kazi yake kula na kulala pekeyake. wakenda watu wakamsaili Abu Nuwasi: „kwa nini weye huyu mwanamke hulali naye, tukijua kijana ao mke mkubwa?" Abu Nuwasi akanena: „nastaḥi[1]) mtoto wa sultani kumbikiri".

na wale watu waliposikia maneno ya Abu Nuwasi, wakenda kwa mfalme, wakampa khabari — ya kama: „hii h'arusi[2]) imekawia kustawi[3]), ajili[4]) ya Abu Nuwasi anamogopa mtoto wako kumbikiri". mfalme akatoa amri, Abu Nuwasi akalala naye.

ḥatta akipata siku arba'in[5]), akiwa mtu, mke akaona tamu, akatarajji[6]) kumwaṭii[7]) pande mbili. mwanamke akapeleka khabari kwa babaye, sulṭani, akam'arifu khabari hizi za Abu Nuwasi. yule babaye akamwita Abu Nuwasi, akamsaili: „khabari ile unayotaka kumfanyiza mkeo[8]) ni kweli?" Abu Nuwasi khabari ile akaqubali. akimambia: „mwache mwanangu". akamwacha palepale na babaye palepale.

akamwita mtumwa wake yule Abu Nuwasi, akamambia: „lete punda". akaja punda. akamambia: „lete na sogi". akamtandika punda, akenda katika udongo, akautia udongo kumoja[9]). watu wakamambia: „Abu Nuwasi una wazimu? sogi kumoja?" akawambia: „kutia huko na huko namwogopa sulṭani, ma'ana akisikia atanipigia".

wale watu wakenda wakamambia sulṭani: „Abu Nuwasi anatuta udongo[10]) kuchukua, na sogi anamtia kumoja punda". yakamwita sulṭani Abu Nuwasi, yakamambia: Abu Nuwasi huna 'aqili[11]), ilikuwaje kutia udongo upande moja. desturi gani hiyo? umeona wapi ya kupakiwa kumoja?" Abu Nuwasi akamjibu sulṭani, akamambia: „umenikataza mwenyewe zamani, ukanambia „haifai", ukanisiza mke wangu. na sasa ilikuwaje kunambia nitie huku na huku, nawe unajua kama haya mambo ni uzani?" sulṭani akamambia: „chukua mkeo". akimrejesha mtoto wake kwa mumewe.

Mw'allim Mbaraka bin Shomari
aus Kondutschi.

[1]) sich fürchten. [2]) ar. Hochzeit; harusi neben 'arusi. [3]) sitawi grünen, blühen, hier feiern. [4]) ar. Grund. [5]) Die Zahl arba'in scheint eine beliebte Zahl der Suaheli zu sein. cf. Mittheilungen aus dem Seminar Bd. I Heft III p. 17. Note 2 und p. 44 Note 4; für letzteren Ausdruck ist auch arba'in mpumbuji gebräuchlich; cf. ferner die folgende Erzählung ḥadithi za Abu Nuwasi p. 11. [6]) ar. wünschen. [7]) ar. zufriedenstellen. [8]) mke wako. [9]) auf eine Seite. [10]) Lehm holen. [11]) ar. Verstand.

ḥadithi za Abu Nuwasi.

Abu Nuwasi alikuwa fāsiqi[1]) sana, ḥatta mkewe Jaʿafari, yule waziri wa sulṭani, alikuwa mwanamke wake. akazipata khabari yule Jaʿafari, waziri wa sulṭani, ya kama: „mkeo anazini na Abu Nuwasi."

akaenenda Jaʿafari kwa sulṭani, akamambia: „na tufanyize ḥikima[2]), maqṣudi[3]) tumwue Abu Nuwasi." sulṭani akajibu: „huyu Abu Nuwasi ana ʿaqili sana. tutafanyiza ḥikima gani, ḥatta imshinde Abu Nuwasi?" waziri akanena: „na tufanyize ḥikima, tuwatake watu qadiri[4]) ya watu arbaʿin[5]) waje hapa. na kulla mtu tumpe yayi mojamoja[6]) atie nguoni mwake, na khalafu tumwite Abu Nuwasi tumwambie: „sisi watu arbaʿini, tulio hapa, kulla mtu na ate[7]) yayi mojamoja, na Abu Nuwasi asipoweza kuata yayi yake — auawe." sulṭani akaqubali. bassi akaitwa yule Abu Nuwasi. aliposikia akanena: „vema, fanyizeni." ikiwa wale wamechutama[8]), kulla mtu akajikwina[9]). wakitoa yayi kulla mtu; akabaqi[10]) Abu Nuwasi. alipoona watu wale wametoa mayayi, Abu Nuwasi alitwaa mikono yake, akaipiga katika mbavu zake, akajifanyiza jogoo la kuku, akanena: „kokoïko."

akaenenda Abu Nuwasi kwa mfalme, akapiga mbavu zake, akanena vilevile kama jogoo „kokoïko". wale watu wakamambia: „lete yayi, kulla akiambiwa katoa[11]) yayi"; yeye hujigeuza jogoo, akawika. khalafu akaulizwa: „nini maʿana, sisi wote[12]) tumetoa mayayi, weye shughuli yako — kokoïko?" akawajibu: „ninyi kuku na mimi jogoo, si kazi yangu kuzaa, walakini mimi huwapa mimba ninyi, ndipo mlipopata kuzaa mayayi. hayamkini[13]) kuku kuzaa pasipo[14]) jogoo na ninyi ote[15]) kuku, mimi ndiyo jogoo wenu; amma nitajieni jogoo wenu, aliyewapanda ḥatta mkapata mimba, mkitoa mayayi haya!" wakishindwa wale kwa maneno ya Abu Nuwasi.

wakifanyiza[16]) ḥikima ya pili. yule waziri Jaʿafari akamambia mfalme: „tulitwae jiwe tulipasue, tumwite Abu Nuwasi alishone jiwe, na asipolishona — auawe." na pale waliponena maneno yale, yule mkewe waziri Jaʿafari yupo, akajua mwanamume wake, Abu Nuwasi, atauawa. akapeleka khabari kwenda mwambia khabari ile.

ḥatta aṣubuḥi akitwa[17]) Abu Nuwasi, akapawa[18]) jiwe limepasuka[19]), wakimambia: „lishone jiwe lile, na usipolishona — tutakuua." Abu Nuwasi akatoa ndogo katika nguo yake, alikuwa emelifutika[20]), akampa waziri wa mfalme lile jiwe kidogo[21]), akamambia: „piga uzi, nishone

[1]) ar. Wollüstling. [2]) ar. Weisheit, Verstand. [3]) ar. Absicht. [4]) ar. ungefähr. [5]) cf. vorige Erzählung Note 5. [6]) Je ein. [7]) ache. [8]) Sich hinhocken. [9]) drücken. [10]) ar. übrig bleiben. [11]) akatoa. [12]) Besser wäre sisi sote. [13]) es ist nicht möglich, yumkini oder yamkini es ist möglich. [14]) Ohne (wo nicht ist). [15]) ninyi nyote. [16]) wakafanyiza. [17]) Neben aketwa von akaitwa. [18]) Neben pewa. [19]) Statt lililopasuka; die Umgehung des Relativs ist häufig. [20]) amelifutika. [21]) Besser dogo.

jiwe hili kubwa." waziri wa mfalme asiweze kupiga uzi, kwa sababu lile jiwe litakuwaje uzi? akishindwa waziri tenna, ya'ani[1]) Abu Nuwasi akasema: „mimi sishoni, illa mpige uzi huu." wakamwachia, akenda zake.

na qiṣṣa[2]) cha tatu[3]): alifanyiza ḥikima tenna yule waziri pamoja na mfalme, wakanena: „tumwite Abu Nuwasi, tumwambie ajenge nyumba ya juu kwa juu, na asipoweza kujenga tumwue." wakimwita, wakanena kama hayo. Abu Nuwasi akanena: „vema, ntajenga nyumba juu kwa juu."

akenda nyumbani kwake, akafanyiza 'aqili yake, akatafuta miwale[4]), akafanyiza ṭiyyara[5]) kubwa sana. khalafu akaifunga uzi, akairusha; ulipovuma upepo, ikenda juu ṭiyyara. akenda nayo, akashika uzi, akenda ḥatta kwa mfalme na waziri wake. akiwafika akakaa kitako, akiwambia: „nimekwisha jenga nyumba ya juu kwa juu, itezameni[6]), nayo ni ile juu iko, walakini nyumba ile kazi yake haijesha[7]) yote, nataka chokaa kidogo na mawe myapeleke juu, wende[8]) watu wakaweke chokaa juu, na mimi takwenda[9]) maliza kazi."

akatazama mfalme na waziri wake, hapana mtu atakayoweza kupanda juu kunako ile ṭiyyara, kwa sababu hapana mti wa kushikia ḥatta mtu afike juu. bassi, wakishindwa mfalme na waziri, wasiweze kumwua.

akenda Abu Nuwasi kwa waziri Ja'afari, akamambia: „weye umefanyiza viṣṣa vitatu — maqṣudi niuawe mimi, na sasa mimi sikuuawa, na leo mimi tafanyiza[10]) qiṣṣa kimoja — weye utauawa." waziri akamambia: „mwongo, huwezi kabisa."

bassi, akatoka Abu Nuwasi katika mji ule mudda miezi minne, khalafu akarejea mjini. alipokuja akachukua mchezo, na ule mchezo jina lake desi; walipouona watu, wakiupenda sana mchezo ule. akajifundisha waziri Ja'afari, ḥatta akajua. akenda akimambia[11]) sulṭani — ya kama: „Abu Nuwasi amekuja na mchezo mzuri sana." akajifundisha sulṭani, ḥatta akajua.

na yule sulṭani anayo mtoto wake mwingine yumo nyumbani, bado hajaolewa; yule mtoto akajifundisha mchezo ule, ḥatta akaujua.

bassi yule waziri huenda akicheza na mfalme kulla siku, hufungwa[12]) mfalme na waziri. ḥatta siku moja akenda Abu Nuwasi akamambia mfalme: „mwache waziri acheze na binti[13]) wako, kwa sababu binti wako anajua sana kucheza mchezo huu." mfalme akamambia

[1]) nämlich. [2]) ar. Sache. [3]) Diese Erzählung ist ähnlich der in Dr. Büttners Anthologie p. 89 No. IV gegebenen. [4]) Leichte Palmstangen, die meist zu Thüren verwandt werden. [5]) ar. Papierdrache. [6]) tazama und tezama, beide gebräuchlich. [7]) haijaisha. [8]) waende. [9]) nitakwenda; ni der I pers. beim Futur wird häufig ausgelassen. [10]) nitafanyiza. [11]) akamambia. [12]) Hier in der Bedeutung von „im Spiele schlagen." [13]) ar. Tochter.

waziri wake: „nenda kacheze na mtoto wangu.“ akenda akacheza na mtoto wa mfalme, akafungwa yule kijana mabao[1]) sitta.

akenda Abu Nuwasi kwa yule kijana mwanamke, akamambia: „umemfunga waziri?“ yule kijana akanena: „sikumfunga, kanifunga yeye mabao sitta.“ Abu Nuwasi akamwambia yule kijana: „kesho akija kucheza nawe, usivae ukaya.“ akija[2]) waziri siku ya pili akicheza naye, na yule kijana hana ukaya, akifungwa vilevile mabao sitta.

akenda Abu Nuwasi akamwuliza yule kijana: „umemfunga waziri?“ yule kijana kanena: „sikumfunga, amenifunga mabao sitta.“ Abu Nuwasi akamambia yule kijana: „kesho ukicheza na waziri, vua baroqoa.[3])

akija[4]) waziri siku ya tatu, akacheza na yule kijana, akafungwa yule kijana mabao sitta. Abu Nuwasi akamwuliza yule kijana: „umemfunga waziri?“ akanena: sikumfunga, kanifunga yeye mabao sitta.“ akimambia:[5]) „kesho mkicheza, vaa nguo moja, mawasi[6]) ya kiswaḥeli.“

akija[4]) waziri, akicheza naye yule kijana.[7]) alipomwona nguo moja, akamṭamaʿani.[8]) akafungwa waziri mabao mawili, na yeye akimfunga[9]) yule kijana mwanamke mabao manne. na sababu ya kufungwa yule waziri, alikuwa macho yake hatazami ule mchezo, alikuwa akitazama kifua cha mwanamke, yule kijana, ndipo alipofungwa mabao mawili.

akija Abu Nuwasi, akamambia: „leo umemfunga waziri?“ yule kijana akanena: „nimemfunga mabao mawili, naye amenifunga mabao manne“. Abu Nuwasi akimambia: „kesho tafuta ushanga uvae kiunoni mwako, utafute na ukaya uvae, ndiyo nguo yako, walla usivae nguo ningine illa ukaya“.

alipokuja waziri kucheza na yule kijana, akamwona amevaa ukaya, na tunda[10]) zinaonekana. yule waziri alipomwona tunda yule kijana, hakuwa na ʿaqili yule waziri, akifungwa mabao sitta yule waziri. khalafu yule waziri akamṭamaʿani yule kijana kulala naye. akalala naye, akiwa mwanamke wake yule mtoto wa sulṭani.

na yule Abu Nuwasi akatazama khabari ile. ḥatta alipojua kama huyu waziri kesha[11]) lala naye huyu kijana, akenda akimambia baba yake mfalme — ya kama[12]): „waziri wako anazini na mtoto wako“. mfalme akamambia: „ḥaqiqa[13]) khabari hiyo?“ Abu Nuwasi akanena:

[1]) Der Erzähler hat hier wohl an das Bao-Spiel, ein bei den Suaheli sehr beliebtes Spiel, gedacht. [2]) akaja. [3]) ar. Gesichtsschleier. [4]) akaja. [5]) akamambia. [6]) Wohl aus dem ar. libasi gebildet; Kleid. [7]) Die Vorsetzung des pron. vor das subst. ist in dieser Erzählung auffallend häufig. [8]) Begehren. [9]) akamfunga. [10]) Perlschnur. [11]) Für amekwisha. [12]) In ähnlicher Weise wird die Rede auch oft durch kuwa oder ya kwamba eingeleitet. [13]) ar. Wahrheit.

„kweli". akamambia: „kama huṣadiqi[1]) — lete wanja;[2]) huu wanja tampa[3]) kijakazi, anayotandika kitanda nyumbani mwao, aenende akamwage kitandani. zama za sa'a sitta u nuṣṣu, akesha kula, hana buddi[4]) atataka kulala; na mimi na wewe mfalme tuenende maḥali tukajifiche qaribu ya njia, marra tupige ukelele wa moto, hana buddi atatoka; na ikiwa kweli amelala yeye katika nyumba ya mtoto wako, tutaona 'alama[5]) ya wanja katika nguo yake."

akachukua wanja Abu Nuwasi, akatafuta kijakazi cha nyumbani, akampa mapesa mangi. akenda akautia kitandani wanja yule kijakazi. alipokwisha kula waziri sa'a sitta u nuṣṣu alikwenda kitandani akalala, na kanzu yake vilevile, hakuvua.

marra ukapigwa ukelele wa moto wa kimbilia watu. na yule waziri akatoka kukimbilia moto, hana khabari kana kanzu yake ina wanja.

alipopita pale, walipojificha mfalme na Abu Nuwasi, wakimwona kanzu yake yote ina wanja. mfalme akajua, ḥaqiqa huyu waziri anazini na mtoto wangu. marra akaamrisha watu: „kamateni waziri." wakimkamata, akifungwa yeye na jama'a[6]) yake na watoto wake, wakiuawa wote.

Mw'allim Mbaraka bin Shomari aus Kondutschi.

[1]) ar. glauben. [2]) Schwarzes Schönfärbemittel. [3]) nitampa. [4]) ar. Ausweg. [5]) ar. Zeichen. [6]) Verwandtschaft.

ḥadithi zingine za Abu Nuwasi.

Siku moja Abu Nuwasi akafukuzwa mjini kwa mambo yake mabaya. sulṭani yakamambia[1]): „nenda zako, usikae mjini mwangu, tafuta inchi ningine, uende ukakae". nyumba yake wakaipiga moto.

bassi, Abu Nuwasi akangojea nyumba yake ikawaka yote, yakenda[2]) dukani[3]), yakanunua magunia, yakenda yakazoa maivu ya nyumba yake, yakaazima na baghala[4]), chombo kikubwa, yakapakiwa maivu katika baghala, ḥatta ikasheḥeni[5]), yakatweka yakasafiri.

yakapata baḥarini, yakakutana Wareno[6]) na merkebu sab'a za feḍḍa, wakamuliza: „unakwenda wapi?" yakawambia: „nakwenda kwa

[1]) akamambia. [2]) akaenda; in dieser Erzählung lautet die III pers. fast immer ya. [3]) Laden. [4]) grosses indisches Fahrzeug: der Suaheli liebt es, wenn er ein Fremdwort gebraucht, die Erklärung in suaheli, wie auch hier chombo kikubwa, beizufügen. [5]) ar. befrachten. [6]) Portugiesen; bezeichnend ist, dass im Folgenden gerade die Portugiesen als die Dummen hingestellt werden; die Suaheli nennen dieselben auch washenzi wa Ulaya.

sulṭani." wakamambia: „unachukua nini?" akawambia: „nimechukua zawadi kwa sulṭani, tunu kubwa sana." wakamambia: „tuulize[1])". akawambia: „siuzi, ma'ana nampelekea sulṭani zawadi[2])." wakambembeleza[3]) sana, wakampa merkeb[4]) moja na sheḥena[5]) ya feḍḍa, wenyewe wakashuka wote. na yule yakawapa jahazi,[6]) wakafungaza[7]) wakenda zao.

na yule Abu Nuwasi yakenda zake pwani ḥatta mjini kule alikotoka. yakenda kwa sulṭani, yakamambia: „hii merkebu yangu nataka watu wakatute feḍḍa yangu." yakamambia: „feḍḍa umepataje?" akamambia: „nimechukua maivu ya nyumba yangu kwenda kuuza, watu wanayataka sana." sulṭani yakachoma mji mzima, yakapakia maivu katika vyombo.

na wale Wareno wakenda kwao wakayafungua magunia, wakayaona maivu, wasema: „huyu emetughuli.[8]) wakafunga vita, ili kumtafuta baḥarini na wenzi wake. na sulṭani emechoma[9]) nyumba zake, mji mzima, emetia[10]) katika majunia[11]) maivu. emepakia[12]) jahazi sab'a, yakapakia na watu wajuao bi'ashara[13]).

wakenda wakakutana Wareno baḥarini, wakawauliza: „mnakwenda wapi?" wakawambia: „tunakwenda kuza maivu". wakawambiana: „ndio watu wetu hawa, tunaowatafuta, sasa wapigeni." wakapigwa kwa mizinga, wakauawa wengi; wengine wakogelea wakafika ḥatta pwani, wakenda wakamambia sulṭani: „siye[14]) watu wengi tuliokufa, ma'ana tulipigwa na mizinga tele, hatukutambuana." sulṭani yakasema: „ntafuteni Abu Nuwasi;" yakatafutwa, asipatikane.

feḍḍa yake yakamnyanganywa yote, yasimbaqie[15]) ḥatta pesa moja; yakawa kazi yake kuokota mafupa, na ngozi yakatafuta. yakapata sheḥena nzima ya jahazi, yakapakia yakenda zake kusafiri. yakenda yakakutana watu wengine, wakamuliza: „unachukua nini?" yakasema: „nimechukua zizo[16]); wakasema: „tuulize". akasema: „siuzi, ma'ana nampelekea sulṭani, hii tunu kubwa sana." wakamambia: „tunaitaka siye." asema: „labda mnipe feḍḍa nyingi na merkebu mbili, ndipo ntauza." wakampa merkebu mbili, yakafungaza mpaka pwani.

akenda kwa sulṭani akamambia: „nataka watu nikachukue feḍḍa

[1]) relative Form von uza. [2]) ar. zad Reiseproviant, Wegzehrung, suah. zawadi Geschenke. [3]) zureden, liebkosen. [4]) ar. Schiff. [5]) ar. Fracht. [6]) Fahrzeug. [7]) ins Schlepptau nehmen. [8]) ametughuli: ghuli betrügen. [9]) amechoma. [10]) ametia. [11]) neben gunia. [12]) amepakia. [13]) ar. Handel, aus be'i wa shara Kauf und Verkauf; suah. bi'ashara und bi'ushara. [14]) sisi; neben mimi, wewe, sisi, ninyi haben wir die Formen miye, weye, siye, nyie. [15]) ar. übrig bleiben. [16]) kostbare Felle.

yangu." yakamambia: „feḍḍa hii umeipataje weye?" yakamambia: „nimeokota mafupa na ngozi, nikachukua nikenda nikauza." akamambia sulṭani: „huko mali sana? sababu watu wangu wanaitaka sana;" yakamambia: „mali tele." yakachinsha ngombe wake sulṭani — wote, akasema: „nyama kuleni, nataka mafupa na ngozi."

wakachinsha ngombe wote wa sulṭani, na punda pia wakachinshwa. yakanunua magunia, yakatia mafupa; wakapakia katika vyombo sab'a. yakatoa mwanawe sulṭani, yakamambia: „nenda kauza mali haya, ma'ana weye si mjinga wa bi'ashara; na ukenda[1]) ukaulizwa, sema: „nimechukua mafupa na ngozi."

wale Wareno wakenda wakafungua magunia, wakatazama mafupa na ngozi. wakafunga vita, wakasema: „waliotunyanganya tukawatafute ḥatta tuwaone." wakenda wakakuta baḥarini hawa watu wa sulṭani wakauliza: „mmechukua nini?" wakawambia: „tumechukua ngozi;" wakasema: „hawa ndio watu wetu, sasa tuwapige." wakapigwa, jahazi wakazitupa, wakogelea, wakafa, wengi, wengine wakajipona, wakaja mjini. yule mtoto wa sulṭani yakameleza baba yake mambo yaliyowapata. wakamtafuta Abu Nuwasi, ḥatta wakamona,[2]) wakamfunga na mali wakamnyanganya, wakenda wakamtia shimoni.

na hilo shimo mna simba ndani, wakamtupa ndani quṣudi[3]) yende[4]) yakamle. alipofika chini, yakamambia simba: „nimetumwa na sulṭani, ili kuja kukukuna." simba akafuraḥi[5]) sana, asema: „sulṭani ananipenda sana, ma'ana kunileteа mtu kunikuna."

yakakaa siku tele ndani. ḥatta siku moja wakapita watu njiani wakasemana; Abu Nuwasi yakajibu ndani, yakasema: „ntoeni[6]), na mwenyi kunitoa ntampa[7]) feḍḍa nyingi." wale wakafanya ṭama'a[8]), lakini waliogopa sulṭani.

bassi, wakenda wakamambia sulṭani — kama: „Abu Nuwasi mzima". yule sulṭani akaleta watu, walikwenda kumtoa Abu Nuwasi. wakamtoa wakampeleka kwa sulṭani. akenda akapata mali tele, akawa mtu mkubwa.

„siku moja ikaja ishara[9]) ya vidole vitano katika mji huu. wakesha wa'allim kutazama, wasijue ishara — moja wapo, Abu Nuwasi akasema: „mimi najua." akashuka pwani Abu Nuwasi, yakenda akafanyiza vidole vitano kwa mkono wake, kikazama kile cha tano. ḥatta aṣubuḥi akafanza vidole vinne, kikazama kile cha nne. siku ya tatu akafanza vidole vitatu, kikazama kile cha tatu. siku ya nne akafanza vidole viwili, na siku ya tano akafanya kidole kimoja, kikazama cha mwisho.

[1]) ukienda. [2]) wakamwona. [3]) ar. Absicht. [4]) yaende = aende. [5]) ar. sich freuen. [6]) nitoeni. [7]) nitampa. [8]) ar. Verlangen, Sehnsucht. [9]) ar. Zeichen, Hinweis.

sulṭani akamambia: „nipe ma'ana.“ „ma'ana ntakuelezea, lakini shurṭi[1]) unipe mali.“ yakampa mali sulṭani. alipompa, yakamambia: „mwenyʿezimgu[2]) alikuja akauliza: „wale watu watano wanapendana wako?“ mimi nikamambia: „ḥatta wanne hakuna“. na siku ya tatu nikamambia: „hakuna ḥatta watatu“; na siku ya nne nikamambia: „hakuna ḥatta wawili“; na siku ya tano nikamambia: „kulla mtu kwa shauri lake.“

bassi akakaa siku tano tenna katika mji huu, pana ishara ya bawa[3]) mjini, na kulla mwenyi koga huchubuka mwenyi mwili mzima[4]). sulṭani akasema: „mtu mwenyi koga maji haya ntampa[5]) upande mzima wa mji“. akatoka maskini akaqubali, akasema: „mimi ntalala usiku kucha, walakini shurṭi unipe khaṭṭi[6]) ya mkono wako.“

ḥatta maghribi[7]) akaingia majini, na ʿaskari wanamngojea. na bibiye[8]) yakaja mpaka pwani, yakawesha[9]) moto juu. na mjukuu yuko katika maji, na mzee analia kumlilia mjukuwe[10]); yakalala siku kucha kule majini. aṣubuḥi yakatoka mzima, yakenda kwa sulṭani, yakamambia: nimeisha[11]) toka, nipe ḥaqqi[12]) yangu.“ sulṭani akamambia: „bibio[13]) aliwesha[14]) moto juu, weye katika maji ukaupata moto, hupati kitu.“

akenda zake huyu maskini, akenda kwa Abu Nuwasi, ili kwenda kushitaki[15]). akamambia: „sulṭani emenituma[16]) burre majini, na ijara[17]) yangu hakunipa.“ Abu Nuwasi akasema: „nimequbali.“

yakanunua michele mingi, akanunua na mbuzi, akamwita sulṭani akasema: „shamba mna karām[18]).“ yakawaita watu wakubwa wakubwa, wakafuatana shamba na sulṭani pamoja. akenda akachinsha mbuzi, na michele ikapimwa, wakatia katika vyungu; wakaweka hapa moto hapa chungu — mbalimbali.

mpaka saʿa sitta sulṭani anaḥimiza, akasema: „upesi upesi, njaa inauma.“ Abu Nuwasi yakamambia: „bwana[19]), watu wanapika.“ akamambia: „nimesikia chungu na moto mbalimbali, ni kweli?“ akamambia: „ni kweli bwana.“ akasema: jissi gani[20]) hivi, mwenyi ku-

[1]) ar. Bedingung. [2]) mwenyi ʿezi muungu. [3]) plötzlich auftretende Krankheit. [4]) der folgende Theil dieser Erzählung hat einige Aehnlichkeit mit der in Dr. Büttners Anthologie p. 90 No. V gegebenen. [5]) nitampa. [6]) ar. Schriftstück. [7]) ar. Sonnenuntergang, im suah. ist matueo ya jua oder machweo ya jua gebräuchlich. [8]) bibi yake. [9]) akawasha. [10]) mjukuu wake. [11]) neben nimekwisha. [12]) ar. Recht, Forderung. [13]) bibi yako. [14]) aliwasha. [15]) ar. klagen. [16]) amenituma. [17]) neben ujira ar. Lohn. [18]) ar. festliche Bewirthung. [19]) meist hört man bana sagen. [20]) neben gissi gani und ginsi gani — wie kommt das?

pika — moto chini chungu juu, leo umepika mbalimbali?“ sulṭani akakasirika sana, wakagombana.

khatima[1]) sulṭani akauliza: „kwa nini hivi?“ akasema: „mimi nna ma'ana, nikafanyiza hivo — huyu maskini umemnyanganya ḥaqqi yake; umeona wapi ya mtu aliyokuwa katika maji, ḥatta moto ulio juu pwani ukampata? kana[2]) umempata, mbona chungu hakiwia? sasa mpe ḥaqqi yake.“ sulṭani akaqubali, akasema: „inshallah, ntampa ḥaqqi yake.“

bassi wakenda mjini, yakenda yakampa ḥaqqi yake. bassi ndipo ilipokwishia ḥadithi ya Abu Nuwasi.

Muḥemedi bin Diwani Tambaza
aus Klein-Bagamoyo.

[1]) ar. schliesslich. [2]) neben kama.

ḥadithi ya Abu Nuwasi.

Abu Nuwasi alikuwa na njaa sana, sababu njaa tele katika inchi hii. akatoka akenda kwa rafiqi yake kumtazama. na yule rafiqi ana chakula. aliposikia, Abu Nuwasi anakuja, akaficha chakula katika kiti, akaweka na nguo juu.

wakamqaribisha ndani. Abu Nuwasi akenda kukaa katika kiti cha pili cha qaribu na chakula. akawambia ḥadithi za vita za kupijana[1]). akawambia: „siku moja tulikuwa tukapijana na watu, nikamkuta moja akatangulia kunipija, nikaanguka. nikaondoka kidogo, nikakimbia kidogo, nikarudi nikaja nikampijia na miye[2]); yule mtu naye akaanguka. khalafu nikampija marra ya pili, akaanguka. nikachukua mfuko wake, nikakimbia nao. nikaona njaa sana nilipokwenda, marra nikapija chini hivi — nikakuta chakula, ndio kama hiki hiki kitini vilevile.“

ba'ada ya haya wakala sawasawa.

'Abdallah bin Musa.

[1]) pigana. [2]) mimi.

ḥadithi ya Koodini.

Palikuwa mtu jina lake Koodini, wengine wakamwita Abu Nuwasi. kazi yote anajua, 'aqili nyingi sana. ikakokuwa[1]) sulutani[2]) — hamtaki; amefanyiza taratibu[3]) zote yamwue[4]), lakini hampati, sababu hana sababu.

siku moja sulutani akaweta[5]) watu, na yule Koodini na mtoto wake. wakachukua mti, wakautia katika chumba chenyi kiza[6]). sulutani

[1]) besser wäre ikawako. [2]) sulṭani. [3]) ar. Ordnung, hier im Sinne von List gebraucht. [4]) amwue. [5]) akawaita. [6]) neben giza.

akamambia Koodini: „nenda ndani uchukue rissi[1]), upije[2]) huu mti marra tatu, lakini paḥali pamoja; na kama umefanyiza ḍarba[3]) mbili — utakufa."

Koodini akenda ndani, akawambia: „mmesikia?" wakasema: „tumesikia". yakachukua rissi, akapija kwa nyuma, na marra ya pili akapija vilevile, marra ya tatu akapija kwa uso, akawacha akatoka. akawambia: „nendeni ndani mkatazame". wakenda ndani watazame; wakakuta ḍarba moja tu.

wakatoka. suluṭani akamambia: „sasa na aende mtoto wako". mtoto wake akenda, babake akamambia: „kwa ḥeri[4]), na nyuma yake ntakuifundisha". na yule mtoto akajua, yule babake[5]) amamfundisha.

yule mtoto naye akenda ndani, akapija kwa nyuma marra mbili, marra ya tatu akapija kwa uso, akatoka. suluṭani alipoona hii akasta'ajjabu[6]), na watu wote pia. wakamwacha yeye na babake.

'Abdallah bin Musa.

[1]) Axt. [2]) upige. [3]) ar. Schlag. [4]) seltener hört man kwa kheri, ar. kheir, das Gute, gut, während kheri, Glück, alleinstehend häufiger ist als ḥeri. [5]) baba yake; auch babaye. [6]) ar. sich wundern.

Sulṭani na Abu Nuwasi.

Paliondokea sulṭani, milki[1]) na inti[2]) zake nyingi sana, na 'askari[3]) wake wengi sana, kulla namna[4]) anazo. naye sulṭani amezaa watoto wake wawili, wote waanawake, mmoja ameolewa na mmoja bado.

akatoka Abu Nuwasi, akanena na watu, akasema: „takwenda[5]) mposa mtoto wa sulṭani". watu wakimkataza, akanena: „sisikii maneno yenu". wakimwuliza wale watu: „utakwenda nafsi[6]) yako ao utapeleka mtu ao barua?" akanena: „takwenda[7]) nafsi yangu".

akimngojea siku ya baraza. watu wamejaa tele. akamqabili[8]) sulṭani, akasema: „sulṭani, nimekuja kwako, nataka unioze mtoto wako, nilale naye". alipokwisha sema vile, sulṭani akafanya ghaḍabu[9]) sana, akiamru 'askari akauawe Abu Nuwasi. marra moja Abu Nuwasi aliruka, akianguka katika[10]) miguuni mwa waziri wa sulṭani, qaṣidi[11]) amwombee apate salaama. sulṭani akanena: „huyu amenitukana sana, walakini ba'ada mmetaka samaḥani[12]) nyingi, mawaziri zangu, nimemsameḥe,

[1]) ar. Macht, Herrschaft. [2]) für inchi. [3]) ar. Heer, Soldat. [4]) ar. Art. [5]) das Fürwort ni wird beim Futur häufig weggelassen. [6]) ar. Seele. [7]) nitakwenda. [8]) ar. sich nähern. [9]) ar. Zorn. [10]) katika wäre durch das angehängte ni in miguuni überflüssig. [11]) ar. Absicht, Vorhaben. [12]) Verzeihung.

lakini nataka yatoke[1]) katika milki yangu, asikae". akatolewa katika mji, akienenda[2]) nti[3]) nyingine.

ikitokea shani[4]) katika mji wa sulṭani. kwa ba'aḍi[5]) za baḥarini kiko kitu hutoa mikono miwili ndani ya maji, kikitoa[6]) vidole kumi, kikawaonyesha walio katika mji. wakata'ajjabu[7]) watu wote, wakapeleka khabari kwa sulṭani, wakamwambia: „pwani iko ishara[8]) ya kitu, kinatoa vidole kumi ndani ya baḥari". akienenda sulṭani, akitazama akiona kweli. wakitakwa wa'allimu, wanaotazamia kulla ishara, wasitoe fasili[9]) yake; ikiwashinda waganga wote.

akatokea 'askari mmoja, akanena kwa sulṭani, akamwambia: „kama angalikuwapo Abu Nuwasi katika inti[10]) yako, angaliitambua ishara ile". „marra", sulṭani akamwambia waziri wake, „pelekeni khabari, akaitwe Abu Nuwasi, arejee katika mji, aje atuambie mambo haya, atupe fasili yake". akapelekewa khabari Abu Nuwasi kuitwa. akaleta majibu, akanena: „siwezi kuja, sababu roḥo yangu ina khofu, labuda sulṭani anita[11]) kunikhada'a[12]) — ataniua". ikipelekwa majibu ya ṣaḥiḥi[13]) — ya kwamba „huna ḍara[14]), ni kuja[15])".

akaja Abu Nuwasi, ḥatta akifikia kwa sulṭani. sulṭani akimpa khabari. akinena: „nimesikia, lakini iwapo mimi nimetambua ishara yake kile kitu, tapewa[16]) nini aḥsante[17]) yangu?" sulṭani akanena: „takuoza yule mtoto wangu, uliyomtaka auwali". akanena: „vema, sulṭani, nimequbali, nipelekani[18]) pwani hatezame[19])".

wakampeleka pwani, akatazama, akiona kitu kimetoa vidole kumi. na yule Abu Nuwasi akatoa vidole tiss'a, kile kitu kikarejesha mikono yake, khalafu kikatoa vidole vinane. Abu Nuwasi akamtolea vidole sab'a — kikatoa vidole sitta. akatoa vitano — kikatoa vinne, akatoa vitatu — kikatoa viwili. Abu Nuwasi akatoa kimoja, khalafu kile kitu kikaondoka.

wakarejea katika mji. sulṭani akamwuliza: „Abu Nuwasi, nipe khabari, nini ishara yake[20])?" akanena: „ishara yake — amekuja uliza, anena: „iko siri[21]) ya watu kumi?" mimi hamjibu[22]): „haiko ḥatta ya watu tiss'a." akanena: „ḥatta wanane?" hamwambia: „ḥatta sab'a." akanena: „ḥatta sitta?" hamwambia: „ḥatta watano." akanena: „ḥatta wanne?" hamwambia: „ḥatta watatu." akanena: „ḥatta wawili?" hamambia: „ḥatta moja;" akenda zake. hio ndio ishara iliyokujia.

[1]) atoke. [2]) akenda. [3]) inchi. [4]) ar. Sache. [5]) ar. Theil. [6]) kikatoa. [7]) ar. V. Form, erstaunen. [8]) ar. Hinweis. [9]) ar. erklären, auslegen. [10]) inchi. [11]) für aniita. [12]) ar. betrügen, hintergehen. [13]) ar. wahr. [14]) ar. Schaden, Unglück. [15]) wörtlich „du bist zu kommen", gebräuchlicher wäre njoo. [16]) nitapewa. [17]) Dank. [18]) neben pelekeni. [19]) für nikatazame. [20]) zu ergänzen ist ma'ana. [21]) ar. Geheimniss. [22]) für nikamjibu.

akaṣadiqi[1]) sulṭani; akafanya ʿarusi[2]), iliyo kubwa sana, ya mtoto wake na Abu Nuwasi. akikaa katika nyumba Abu Nuwasi siku nyingi, asilale naye mwanamke, walla asikae naye maḥala pamoja. ikapelekwa khabari kwa sulṭani, akiambiwa: „yule mume, uliyomwoza mwanao, hawakai pamoja.“ sulṭani akanena: „mwiteni, aje.“

akaitwa, akenenda akamwambia: „sababu nini, mimi nimekuoza mke, sababu nini hulali naye, walla hamkai maḥala pamoja?“ akajibu Abu Nuwasi, akanena: „nataka amri kwako, sababu nnaogopa.“ akanena: „nimekuamru.“

akenenda Abu Nuwasi nyumbani kwake, akalala na mkewe, hʿarusi ikasitawi, akapawa na nuṣṣu ya mji na watu wake. akastareḥe na mke wake, akiwa mtu maʿarufu[3]) kwa sulṭani, sababu ya maʿana, aliyoitoa mbele ya sulṭani, fasili ya kile kitu kilichotoa vidole kumi.

Abu Nuwasi akawajibu maneno yaliyo sawasawa: „siri hakuna ya watu kumi, ḥatta mtu mmoja; ajapokuwa mtu pekeyake, akiona jawabu[4]) la siri, hapana buddi[5]) atapata rafiqi[6]) yake, atamwambia na rafiqi yake, naye anaye rafiqi yake mwingine, atamkhubiri[7]), ndipo linapotoka nje, watu wote wakijua khabari.

Mwenyi Hija bin Shomari aus Kondutschi.

[1]) ar. glauben. [2]) ʿarusi neben hʿarusi. [3]) ar. angesehen. [4]) ar. Antwort. [5]) ar. Ausweg. [6]) ar. Freund. [7]) benachrichtigen.

Muḥemedi na washitaki wake.

Alikuwako sulṭani tajiri[1]) sana, yakazaa waanawe[2]) wawili, mmoja manamke na mmoja manamme.[3]) baba yao yakifa[4]), yakibaqi[5]) yeye na ndugu yake. manamme yakaoa, yakazaa mtoto mmoja manamme, na manamke akaolewa, yakazaa mtoto mmoja manamme.

bassi — wakalewa watoto hao ḥatta wakakua. wakawambia wazee wao: „tuozeni wake, maʿana tumekuwa wakubwa.“ wakaoza wake, kulla mtu na mkewe.

ḥatta siku hiyo wakenda soqoni[6]), wakenda wakakutana mbuzi wawili, wanauzwa kwa rupia ʿasherini. wakanunua, sababu siku kuu qaribu. yakamambia: „mwenzangu[7]), tungoje siku kuu tuchinshe.“ huyu akamambia: „vema.“

ḥatta siku kuu ikafika, yule mmoja yakachinsha mbuzi wake, yakampelekea kichwa, yakamambia: „nnakupa kichwa cha mbuzi wangu, nawe unipe chako;“ yakaqubali. wakala nyama yao. ikesha naye

[1]) ar. reich, Kaufmann. [2]) waana wake. [3]) mwanamume. [4]) akafa. [5]) ar. übrigbleiben. [6]) soqo ar. Markt. [7]) mwenzi wangu.

mwingine yakachinsha mbuzi wake, yakampelekea mwenziwe kichwa. akamambia: „siqubali mimi, nilikupa kichwa cha mbuzi wangu na weye unipe chako; leo unanipaje[1] kichwa cha mbuzi, nasi[2] hatukuagana! shurṭi nataka kichwa chako!"

yule akafanza ḍiḥaka[3] ya maneno aliyosikia. yule mwingine emeshika[4], asema: „shurṭi unipe kichwa chako, maʿana ndipo tulivoagana[5]." wakenda kwa baba zao, wakaamua[6] maneno, wasiyaweze. wakawambia: „nendeni kwa sulṭani ʿEdiri[7]."

wakaondoka watu wengi mpaka njiani. yule enedʿawiwa[8], Muḥemedi, njaa inamuma sana. wote huwa mbele — watu. yeye akakaa nyuma kwa ḥuzuni[9] kumwingia, kwa oga[10] kufa.

ḥatta wakapata mji mwingine yakapita kuomba maji. akamkuta kizee[11] kimoja huanika. jua likampata sana, yakenda yakataka maji. yakaambiwa: „maji, kwetu taʿabu[12], waanawake wametōka tŏka aṣubuḥi, ili kwenda kutafuta maji, hawajarudi; walakini upo mnazi barazani. panda uende juu, ukaangue madafu, upate maji unywe." yakapanda Muḥemedi mpaka juu, akenda akaangua madafu. marra yakaanguka, yakamfikia kizee; yakafa yule kizee.

mwanawe, alipoona mamake amekufa, yakamshika: „umeniulia mama yangu, ntakwenda kwa sulṭani, ende[13] akatuḥokumu." wakafuata njia moja, ḥatta wakafika mji mwingine.

qaribu na mji Muḥemedi yakamkamata kanga yakamchinsha. yakenda katika nyumba ya ḥakīm[14], yakaomba moto. akaokota na kuni, akazunguka nyuma, yakachoma ndege wake; ḥʿarufu[15] ikanuka nyumbani. na yule mke wa ḥakīm ana mimba. aliposikia ḥʿarufu ya nyama ile — yakaḥaribu.

yakaja, yakaambiwa ḥakīm, kama alikuja Muḥemedi, yakapaa moto[16], akazunguka nyuma, yakenda yakachoma nyama yake, bibi akasikia ḥʿarufu, yakaḥaribu. hakīm akakasirika sana, yakamkamata Muḥemedi, akasema: „na twende kwa sulṭani, yaende yakaḥokumu, maʿana kanitolea[17] mimba ya mke wangu."

wakafuatana wengi, wakenda kwa sulṭani Ndozi, ili kwenda ḥokumiwa. walipokwenda njiani, wakasema wengine: „pataneni, huyo si amri yake, amri ya njaa." ḥakīm asiqubali. tenna Muḥemedi

[1]) angehängtes je = wie, was. [2]) na sisi. [3]) ar. Spott. [4]) ameshika. [5]) tulivyoagana. [6]) richten, Streit schlichten. [7]) Gerechtigkeit. [8]) anayedʿawiwa ar. dʿai beanspruchen. [9]) ar. Traurigkeit. [10]) neben ogopa. [11]) unter kizee ist eine alte Frau, Zauberin zu verstehen. [12]) ar. Ermüdung, Beschwerde. [13]) aende. [14]) Herrscher, Richter. [15]) ar. ʿarf Geruch. [16]) paa moto heisst sich in einem Hause brennende Kohlen holen, um Feuer machen zu können. [17]) ukanitolea.

asema: „nataka rukhṣa sasa kwenda kwa sulṭani ʿEdiri, sababu ya khabari ningine, maʿana ḥokum yake nzuri."

marra yakaja yule mwenyi mbuzi, yakashitaki: „billahi[1]) wa billahi, namshitaki Muḥemedi, tumeagana mimi naye, „nakupa kichwa cha mbuzi wangu na weye unipe chako;" leo anakataa, kwa sababu gani? na siye[2]) tumeisha[3]) agana, sasa nataka kichwa chake." sulṭani akamambia: „haifai kumua nduguyo[4]), pataneni." akakataa.

akaja yule mtu mwenyi mamie[5]), aliyokufa, yule mzee. yakaja yakashitaki. sulṭani Ndozi yakaamua yale maneno, yakamambia: „utapewa reale mia, maʿana hakumquṣudia[6]) kumua billa nguvu za muungu." yakakataa.

wakenda zao ḥatta kwa sulṭani ʿEdiri. akenda akashitaki mwenyi mbuzi: „billahi wa billahi, namshitaki Muḥemedi, nilimpa kichwa cha mbuzi wangu, nikamambia „unipe chako", yakaqubali. khalafu chake hataki kunipa. akachinsha mbuzi wake, akaniletea kichwa; na sisi ʿahadi[7]) yetu — kichwa chake."

sulṭani akamuliza: „maneno, anayosema mwenzio[8]), kweli?" akamambia: „kweli, bana." wakaitwa ʿaskari, sulṭani akawambia: „mshikeni Muḥemedi." wakamshika, wakatoka naye ugani[9]); yakatoa kisu yule mwenziwe. sulṭani akamambia: „mchinshe, uchukue kichwa chake — angalia umwachie roḥo[10]) yake." akamambia: „siwezi, nikimkata kichwa, atakufa." akamuliza Muḥemedi: „ulimpa roḥo, ao ulimpa kichwa?" akasema: „nilimpa kichwa." „bassi, chukua kichwa chake, umpe roḥo yake." akamambia: „siwezi." akamambia: „utaweza, maʿana sikunyanganyi ḥaqqi[11]) yako, mchukue kichwa chake, umwachie roḥo yake, tenna kwa upesi, walla usikawie, maʿana nasumbuka kusimama, nnakuṣaburisha[12]) weye, chukua upesi, uangalie roḥo yake." yule akalia, akamambia: „bwana, nimetubu[13]) maneno yangu, ḥatta siku ya pili nitakapo haya maneno — nichinshe." akamambia: „bassi, rukhṣa, ende[14]) zako."

yakaqabiri[15]) yule mwenyi mama yake, aliomua katika mnazi, yakaja yakashitaki: „huyu Muḥemedi kaniulia[16]) mama yangu." sulṭani yakamambia: „alimuaje?" akamambia: „alipita pangu ya kutaka maji, nikaambia „maji hapana, walakini uko mnazi, panda juu kaangua madafu." na mama yangu yakakaa chini ya mnazi. yakenda yakuangua

[1]) bei Gott. [2]) sisi. [3]) tumekwisha ist gebräuchlicher. [4]) ndugu yako. [5]) mama yake. [6]) ar. beabsichtigen. [7]) ar. Versprechen. [8]) mwenzi wako. [9]) offener Platz. [10]) ar Seele. [11]) ar. Recht, Forderung. [12]) ar. sich gedulden. Endung sha ist suah. causativ-Endung. [13]) ar. sich bessern, bekehren. [14]) nenda. [15]) ar. sich nähern. [16]) akaniulia.

dafu, marra yakaanguka mwenyewe, yakamfikia mamangu[1]) – yakafa; na sasa nataka uniamue."

yakamwuliza: „mnazi unapataje?" akasema: mnazi mkubwa sana." „uwongo, si mkubwa — mdogo." akamuliza tenna: „unapataje mnazi huu!" akamambia: „mnazi mrefu sana." yakamambia: „twende, ukanionyeshe mfano wake."

akenda akamwonyesha mnazi. yakapawa kisu mkononi, akamambia: „panda juu ya mnazi, uende ukaangue nazi, na huyu atalala hapa chini ya mnazi, uende ukaanguke juu, umfikie huyu; emekufa[2]) — bassi, la — umekufa weye — bassi." yakamambia: „siwezi, bana. ḥokumu hiyo." yakamuliza: „alimpiga fimbo?" yakasema: „hakumpiga;" „alimchinsha na kisu?" yakanena: „hakumchinsha"; alimpiga riṣaṣi?" yakasema: „hakumpiga." alipataje ḥatta yakamua?" asema: „alipanda juu ya mnazi, akamangukia, akafa;" „na weye panda juu ya mnazi, na mnazi huu ndio mfano aliopanda yeye." akamambia: „siwezi bana." akamambia: „utaweza, maʿana mwenyi kuua — naye huuliwa, na mwenyi kupiga — naye hupigwa, maʿana huyu kaua — nawe panda juu umwue."

na mnazi huu mrefu, kama alivosema[3]), yaogopa kupanda. yakitoka juu ḥatta chini — atakufa, yakampata — atakufa, na yakamkosa — atakufa! akamambia: „bwana, nimetubu maneno yangu, walla sina daʿawa[4]) naye, na unasikia ntamshitaki, nifunge utakapo mwenyewe, na mimi ni raḍi[5]), nimemsameḥe[6]) mambo aliyonifanyizia."

yakaqabili mwingine, huyu wa tatu, aliyotolewa mimba mkewe[7]). akashitaki, akimambia: „huyu kanitolea[8]) mimba mke wangu." akauliza: „kaitoaje[9]) mimba hiyo?" asema: „alikuja na ndege wake mpaka mjini, akataka moto nyumbani kwangu. yakapewa moto, yakazunguka nyuma, yakachoma ndege wake; na yule ndege emenona[10]). bassi akasikia ḥʿarufu mke wangu, mimba — ikatoka; sasa nataka mimba yangu." yakaulizwa yule Muḥemedi, yakaambiwa: „weye mbaya sana, kulla mtu anakushitaki weye kwa ubaya wako." sulṭani akasema: „mimi ntayaamua haya maneno."

akamwita mwenyi mkewe, akamambia: „tafuta nyumba kubwa, utie vyakula vingi, utie na kuni na vibiriti[11]) vingi, na nyama nyingi na samli nyingi, na huyu Muḥemedi pamoja na mkewe; ufunge mwango, ufunguo uchukue mwenyewe muhulla[12]) wa miezi sitta,

[1]) mama yangu. [2]) amekufa. [3]) alivyosema. [4]) ar. Klage, Prozess. [5]) ar. zufrieden. [6]) ar. verzeihen. [7]) mimba ya mkewe. [8]) akanitolea. [9]) akaitoaje. [10]) amenona. [11]) kibiriti ar. Schwefel: plur. sollte also auch kibiriti lauten; so bildet der Suaheli auch von ar. qiṣṣa den plur. viṣṣa. [12]) ar. Frist.

atatia mimba." yule asiqubali, akamambia: „siwezi, bana. akamambia: „bassi, pataneni weye naye." yakamsamehe; ndipo ilivopita[1]) hokumu.

wakaondoka wote pia, kulla mtu yakajuta. mwenyi mamaye yakajuta, „kheri ningalipokea fedda pale kwanza;" na yule mwenyi kutaka kichwa yakajuta, na yule mwenyi mkewe yakajuta.

sultani yakatoa 'askari, wakampeleka hatta kwao yule Muhemedi, wakamqabidi[2]) mama yake na baba yake, wakawambia: „mwanenu[3]) emewaşiri[4]). bassi ndipo ilipokwishia.

Muhemedi bin Diwani Tambaza aus Klein-Bagamoyo.

1) ilivyopita. 2) ar. in Empfang nehmen. 3) mwana wenu; seltene Zusammenziehung. 4) amewaşili.

Usishike shauri la mwanamke.

Alitokea mfalme, akanena: „shauri la mwanamke asishike mtu". akitokea mtu na mkewe, anakwenda tembea. wakapata mahala pana mitende mingi. akapanda juu manamme, juu ya mtende kungoa tende, apate kula yeye na mkewe.

alipopanda juu, akashika kuti kavu. yule mwanamke chini akamwambia mumewe: „uache kuti kavu, ushike kuti bichi, kwa sababu hilo kuti kavu halina nguvu". yule mwanamume akawaza akanena, sultani amesema „msisikilize mashauri ya waanawake." akashika kuti kavu, ili kukataa shauri ya mwanamke, akaanguka chini akazimia[1]).

khalafu yule mwanamke alipomwona yule mumewe amezimia, akalia mwanamke. marra wakija wenyewe wenyi mitende yao, wakimwuliza[2]) mwanamke: „unalilia nini?" akanena: „nalilia mume wangu, amekufa. alipanda juu ya mtende. akashika kuti kavu, hamwambia[3]) „shika kuti bichi," asiqubali, akaanguka, akifa[4]), na sasa nalilia mume wangu."

wale wakamwambia: „kama alishika kuti bichi mumeo[5]), naye akiwa mzima, tungalimpiga mikuki akafa, walakini sasa haiduru[6]). wakamchukua mwanamke.

hatta aşubuhi yule mumewe ikarejea roho[7]) yake, akatazama mkewe amechukuliwa, akanena; „kama ningalishika kuti bichi, hafuata[8]) maneno ya mke wangu, wangaliniua."

Mw'allim Mbaraka bin Shomari aus Kondutschi.

1) das Bewusstsein verlieren. 2) wakamwuliza. 3) nikamwambia. 4) akafa. 5) mume wako. 6) ar. schaden. 7) ar. Seele. 8) nikafuata.

Mtoto mtundu[1] lazima kumrudi[2].

Alikuwako mtu mmoja, ana mali mengi, lakini anataka mtoto, hajapata. akaweka nażiri[3]: „nipatapo mtoto, qadri[4] atakalofanyiza[5] — simrudi."

akapata mtoto, akamlea, ḥatta akiwa mkubwa. alipokuwa mkubwa, yule mtoto hufanyiza utundu, hana ḥeshima[6], haogopi watu; kulla mtu akamwona — humtekenya[7].

wakenda watu, wakimwambia babaye[8] — ya kama: „huyu mtoto mtundu, hana ḥeshima, kulla mtu anayemwona humtekenya." na yule baba yake hamrudi mtoto wake, kwa sababu ile nażiri, aliyoweka auwali.

siku moja akamtekenya mtu, akastuka[9] yule aliyotekenywa[10], ana kisu mkononi, akampiga nacho, akamwua akafa.

alipokufa, watu waliobaqi mjini, wakimwambia baba yake — ya kama: „mwanao amekufa kwa sababu ya utundu; nawe hukuweza kumrudi mtoto wako? kulla tukinena nawe husikii, na sasa mtoto wako amekufa, hapana da'awa[11]." akashukuru[12] muungu.

ḥadithi hii ḥadithi ya mtu mwenyi mtoto mdogo, akifanyiza utundu, wajibu[13] kumrudi.

Mw'allim Mbaraka bin Shomari
aus Kondutschi.

[1]) unartig. [2]) rudi hat die Bedeutung zurückkehren, dann zurechtweisen, bestrafen. [3]) ar. Gelübde. [4]) ar. ungefähr. [5]) lo auf neno bezüglich. [6]) ar. Respekt. [7]) kitzeln. [8]) baba yake. [9]) auffahren, erschreckt werden. [10]) das relat. yo für ye der I. Klasse ist sehr häufig. [11]) ar. Prozess, Klage. [12]) ar. danken. [13]) ar. Pflicht.

— —

Mw'allimu[1] mwenyi 'aqili[2].

Alitokea mw'allim mmoja wa kizungu, aliyejua kusoma sana; yamekuja[3] kutoka Ulaya[4]. akauliza mw'allim: „nani anayojua kusoma?" akaambiwa: „watu wengi wanajua." akasema: „toka niliposoma mimi, sikuona mw'allim ajuaye kusoma kama mimi." wakamwambia: „tele hapa, wapo hao wa'allim." „twendeni mnipeleke;" wakimpeleka.

kulla mw'allim humwuliza: „kitamu nini?" wale wa'allim humjibu, wakasema: „tamu roḥo[5] na 'afya[6] na bakhati[7] na mali na uzima na kesho kuingia peponi." yule mw'allim wa kizungu akawambia: „bado hamjanambia kweli." wakasema: „kwa nini?" „hamkijui kitu kilicho kitamu nyie[8]."

[1]) ar. Lehrer. [2]) ar. Verstand. [3]) amekuja. [4]) ar. Bezirk, Provinz. Der Suaheli versteht unter Ulaya Europa resp. Deutschland und in zweiter Linie „Heimath" überhaupt. [5]) ar. Seele. [6]) ar. Gesundheit. [7]) ar. Glück. [8]) ninyi.

akamwona mw'allim mmoja, emekaa[1]) kitako barazani pake, emeshika[2]) kitabu anasoma. yule mw'allim wa kizungu akamjongelea qaribu yake, na yule mw'allim yasimtazame, yameshika kitabu chake, emejinamia[3]), anasoma. akamwambia mw'allim: „kitamu nini?" yule mw'allim wa kiswaḥeli akamjibu, akamwambia: „kitamu — wali."

akatoka akenda zake ḥatta kwao Ulaya; akakaa miaka 'asherin, akiwa mtu mzima. khalafu alipokuja zake kwa yeye[4]), yule mw'allim wa kiswaḥeli, akamwambia: „mw'allim, kwa nini?" akamwambia: „kwa nyama." akampa mkono, akamwambia: „weye mw'allim mkubwa, hapana mwingine tenna."

Muḥemedi bin Madigani
aus Magogoni.

1) amekaa. 2) ameshika. 3) amejiinamia. 4) besser kwake.

Mashindana[1]).

walishindana watu wawili kwa shuruṭi[2]). yule mtu mmoja akanena: „hapana mtu anaweza mtezo[3]) wa watoto." yule mwenzi wake akanena: „mimi naweza." wakafanya mashindana, akamwambia: „uwezapo mtezo wa watoto, ntakupa reale mia." naye akanena: „kama sikuweza takupa[4]) reale mia.

akenenda katika mtezo wa watoto, akateza[5]) nao kulla namna. khalafu alipoona watoto wakavua nguo zao — wote. wakenenda tupu, yeye asiweze kuvua nguo, ajili[6]) yeye mtu mzima. akashindwa, akatoa reale mia.

Muḥemedi bin Madigani
aus Magogoni.

1) Wette. 2) ar. Bedingung. 3) mchezo, 4) nitakupa. 5) akacheza. 6) ar. Grund; gebräuchlicher ist sababu, kwa sababu als ajili, kwa ajili.

Dijoni na Tarafu.

Palikuwa mjini watu wawili, wana 'aqili sana. mmoja jina lake Dijoni, na mwingine Tarafu. ikakuwa[1]) pale suluṭani[2]) moja; yule Tarafu akakuwa[3]) katika rafiqi[4]) zake.

yule suluṭani alifanyiza shauri kumkamata yule Dijoni. akenda akafanyiza karamu kubwa sana. na yule rafiqi yake Tarafu, alipopata khabari, ya kama suluṭani alitaka kumfukuza Dijoni, akachukua mchele kidogo na nyama kidogo, chakula chote chilikuwa[5]) katika karamu

1) besser ikawa. 2) sulṭani. 3) akawa. 4) ar. Freund. 5) kilikuwa.

amechukua kidogo kidogo kwa yule rafiqi yake. akafanyiza paketi ¹) kidogo²), akampa mtu kupeleka kwa Dijoni.

na yule Dijoni khalafu akaja nyumbani kwake usiku, akakuta ile paketi kidogo, akafungua. alipoona vitu vidogo hivi vyote, akatambua maʿana³) yake, yaʿani⁴) — suluṭani alitaka kumkamata.

akaʿazimu⁵) kuondoka usiku na vitu vyake na mke wake na mama yake. akachukua tenna mbuzi wawili na ngombe wawili, akawafunga mlangoni kwake nje. walikuwa wanalia sana, yule Dijoni akaṯhanni⁶), „sasa wanakuja kunikamata", yakakimbia, na vitu vyake na mke wake na mama zake na mbuzi na ngombe vyote⁷) akawacha palepale nyuma.

siku ya pili watu wa suluṭani wakenda nyumbani pake kumkamata, wakamkuta hayupo, amekimbia.

ikapata mwaka mwingine, yule suluṭani akafanyiza shauri, alitaka kufanyiza ṣuluḫu⁸) na yule Dijoni. akatuma watu — ya kuwa; „sitaki ugomvi na wewe sasa, urejee papa hapa mjini." na yeye akasema: „ndio, ntakuja;" lakini yeye hakuja.

yule suluṭani akafanyiza watu kwenda mchukua, yakamambia yule Tarafu: „nenda, ukamlete Dijoni." yule Tarafu akasema: „mimi sitaki kwenda, kwa sababu nikenda ntasema, labda nimesema na yeye." khalafu yule suluṭani kamambia: „nenda, kwa sababu weye rafiqi yake. ukenda weye — atakuja."

Tarafu akafanyiza safari⁹), akafika kwake. walipokutana, Tarafu akashika upanga wake, akamambia rafiqi yake: „nimetumwa na suluṭani kuja kukuchukua." Tarafu aliposema maneno haya, akafanya ʿalama ¹⁰) na upanga wake, Dijoni akajua — akamambia: „ngoja kidogo, nakuja, navaa nguo zangu kwanza." marra akakimbia, sababu ametambua katika ʿalama — suluṭani alitaka kumchinsha.

ʿAbdallah bin Musa.

¹) das deutsche Wort Packet. ²) besser ndogo. ³) ar. Bedeutung. ⁴) nämlich. ⁵) ar. sich entschliessen. ⁶) ar. glauben, meinen. ⁷) zu ergänzen vitu. ⁸) ar. Frieden. ⁹) ar. Reise. ¹⁰) ar. Zeichen.

Mfalme na waziri wake.

Alitokea mfalme katika inchi yake; na waziri wake mmoja humpenda sana. na katika inti¹) za mfalme yule zimo nyumba mbili za mawe tu, moja ya mfalme na moja ya waziri wake; bassi hapana nyumba ningine ya mawe katika mji.

¹) inchi; inti und nti (Lamu Dial.) sind neben inchi gebräuchlich.

ḥatta siku moja akibarizi mfalme katika barza[1]), na watu wakakutana sana. akaletwa mtu mmoja mbele ya yule mfalme, na jamiʿei ya watu wakubwa katika barza. mtu yule ameshitakiwa, sababu amezini na mke wa mtu mkubwa. mfalme akafanya ghaḍabu[2]) sana. akaondoka waziri wa mfalme, akawaamru ʿaskari kumkamata, kumfunga yule; akiamriwa kuuawa.

khalafu akanena yule mtu, akanena: „msiniue, nna[3]) neno nataka kusema.“ yule mfalme akasema: „mmwacheni, msimfunge.“ wakimwacha[4]), wakimwambia: „sema maneno yako.“ khalafu yule mtu akasema, akamwambia mfalme: „iko mbegu kwangu, nataka kupanda.“ mfalme akamwuliza: „unayo mbegu gani?“ akamjibu akamwambia: „mbegu ya lulu, ndio niliyo nayo.“ mfalme akamwambia: „kalete[5]), nipande.“ akanena: „ina shuruṭi[6]) mbegu hiyo, kupanda kwake shurṭi ipatikane maḥala panapo nyumba ya mawe — ivunjwe, ipatikane kiwanja cha nyumba ya mawe paṣafidiwe[7]), ndipo panapofaa kupanda mbegu hiyo.“

mfalme akamwambia waziri wake: „amru[8]) nyumba yako ivunjwe.“ ikavunjwa nyumba ya waziri wake, pakitengezwa kiwanja. wakimwambia: „sasa lete mbegu, upande.“ akanena: „ipo shuruṭi ya pili.“ akamwambia mfalme: „taka mtu, asiyopenda waanawake, huyo ndio afaaye kupanda mbegu hiyo.“ akidabbiriwa[9]) mtu, asiyopenda waanawake, katika buldani[10]) zote, asipatikane.

khalafu akija[11]) sulṭani wa inchi ningine kutembea katika milki[12]) ya yule mfalme. akampa khabari zote yule mfalme, akamwuliza mfalme mwenzi wake, naye akamwambia: „ḥatta katika inchi yangu hutapata mtu asiyopenda waanawake.“ akasameḥewa yule mtu akapata salaama kwa yule mfalme asiuawe, walla asifungwe, akapata amani, akenda zake.

Mwenyi Hija bin Shomari
aus Kondutschi.

1) baraza. 2) ar. Aerger. 3) nina. 4) wakamwacha. 5) ukalete; besser lete. 6) ar. Bedingung. 7) ar. reinigen. 8) amuru. 9) ar. anordnen, disponiren. 10) ar. beled pl. buldan Ort, Stadt. 11) akaja. 12) Reich, Herrschaft.

Mwʿallim[1]) mtaowa na sheṭani[2]) zake.

Kuwa mwʿallim, ana rafiqi zake sheṭani wawili. na yule mwʿallim kazi yake ya kuṣali[3]). killa siku, ḥatta kutembea njiani, anataka kuṣali tu. ḥatta mwanamke kuoa hataki, alitaka kuṣali, ndio kazi yake.

1) ar. Lehrer. 2) ar. Teufel, Verführer hier. 3) ar. beten.

siku moja yule rafiqi yake, sheṭani mdogo, akafanyiza shauri na huyu sheṭani mwingine, akasema: „nataka kumḥadaya[1]) mw'allimu. yawache[2]) kazi ya kuṣali" yule mwingine akashindana[3]); akamambia: „huwezi kumḥadaya." na yule mdogo wa sheṭani akamambia: „ntaweza."

yakenda, yakamtafuta mwanamke mzuri sana, mtoto bado, 'omri[4]) wake miaka sitta'ashara. akamchukua akamfanyiza nymba qaribu na yule mw'allim wa kuṣali, akamambia: kaa wēē[5]); kesho kapiga kelele kuwa huwezi."

siku ya pili yule sheṭani yakafika kwa yule rafiqi yake mw'allim. kamambia[6]): „yuko mwanamke kijana hawezi sana, usiku halali, njoo umtazame." na yule sheṭani amechukua ulewi[7]), amemwekea yule kijana. yule mw'allim akafika kwa yule kijana kumtazama; ikakuwa[8]) siku zote anafika kumtazama. na yule manamke kijana, alipomfika[9]). akimqaribisha yakimpa mvinyo[10]) kidogo, akanywa mwenyewe, ḥatta khalafu wakilewa wote mawili. na munda[11]) wa miezi minne yule mw'allim amefanyiza mtoto kwa yule mwanamke.

khalafu yule mw'allim ameogopa kwa sababu ya kulewa, amejua kama sheṭani amemḥadaya, akamchinsha yule mwanamke na yule mtoto wake.

mwisho wake akakuwa[12]) sheṭani vilevile.

'Abdallah bin Musa.

[1]) verführen. [2]) aache. [3]) wetten. [4]) ar. Alter. [5]) wewe. [6]) akamambia. [7]) berauschende Getränke. [8]) ikawa. [9]) besser alipomfikia. [10]) jedes starke berauschende Getränk. [11]) mudda. [12]) akawa.

Maḥomedi.

Alikuwako mtu mmoja, jina lake Maḥomedi; akawa na mali sana. akawa tenna manamke, binti sulṭani, naye mzuri sana. naye Maḥomedi anamtaka; bassi mali yake yote anampa manamke. na yule manamke alitaka kumnyanganya mali yake, walakini hamtaki. bassi feḍḍa nyingi anawapa tenna watumwa wake, walakini hampati bibi.

ḥatta siku hiyo akamwita bibi, akasema — kama: „leo njoo kwangu." alipokwenda akapewa kileo, akalewa sana. khalafu bibi akamuliza: „una mali yako qiasi[1]) gani?" akamambia: „nna laki[2]) ya feḍḍa." akamambia: „vema, mali yako yote unipe mimi, nawe utanipata, ntaqubali kuolewa." yakampa mali yote Maḥomedi. alipokwisha kumpa, akamfukuza Maḥomedi.

[1]) ar. Maass. [2]) hindust. lākh = 100000, pers. lāk 50000.

akawa maskini sana, akaomba mjini. khalafu siku moja akamambia mamake[1]): „mimi ntatokomea[2]) mjini." bassi yakaondoka mjini, akenda zake. akenda siku sab'a, hapati chakula, walla hapati maji. akenda kutana matango maḥali yamewiva sana; akenda akatafuna tango moja, akaota pembe mbili za kichwa. akenda zake, yakasema: „nnasimama — ntaanguka, hapa sipati jengine nitafune, ma'ana njaa inaniuma sana."

yakenda mbele, yakapata tango bichi, yakatafuna; pembe zikaanguka chini. khalafu yakachuma matango mabichi na mabivu, akachukua mpaka mjini alikotoka. yakamona yaya wake[3]) binti sulṭani, yakampa matanga mabivu, akamambia: „kampe bibi." yakachukua tango, akenda akampa. alipotafuna, zikaota pembe. wakesha kufanza dawa, zile pembe zikakaa vilevile kichwani. sulṭani akasema: „mwenyi kufanya dawa zikaanguke, ntamoza huyu mwanangu[4]), ewe[5]) mkewe."

akatokea Moḥamedi, akamwambia sulṭani: „nikafanza[6]) dawa, zianguke pembe, mke nioe mimi, lakini nipe khaṭṭi[7]) ya mkono wako." akafanza dawa Moḥamedi siku sitta; siku ya sab'a zikaanguka pembe. zilipoanguka pembe, ikapigwa mizinga mingi; khalafu akamwoza mke.

alipokwisha oa, akamambia: „nipe mali yangu, ma'ana ulinitoa khada'a[8]), mali yangu ukanidanganya, na sasa nikatafuta uganga kupata mali yangu; na sasa nipe mali yangu." manamke akamambia: „haya, mali yako na mimi sawasawa, sasa ntakupa nini?" Moḥamedi akasema: „shurṭi[9]) unipe mali yangu, kama nilivyokupa."

sulṭani akasikia khabari, akampa usulṭani mkwewe, aliyomolea mwanawe. naye akakaa mjini hana ḥokumu[10]), ḥokumu yote kwa mkwewe.

Muḥemedi bin Diwani Tambaza
aus Klein-Bagamoyo.

[1]) neben mamaye von mama yake. [2]) verschwinden. [3]) Auslassung des gen. praef. häufig; binti sulṭani könnte als Apposition gedacht werden. [4]) mwana wangu. [5]) awe. [6]) nikifanza. [7]) ar. Schreiben, Schriftstück. [8]) ar. betrügen. [9]) ar. Bedingung. [10]) ar. Urtheil, Gesetz, Herrschaft.

Mtoto mwenyi kigongo.

Palikuwa mtu, akazaa watoto wanne; wale watatu wakimchukia[1]) yule mtoto wa mwisho, kwa sababu mwenyi kigongo. na yule baba na mama walimpenda sana yule mwenyi kigongo.

[1]) wakamchukia.

khalafu baba yao na mama yao wakafa. wakarithi[1]) wote mali, kulla mtu akachukua sehemu[2]) yake. yule mtoto mgonywa akafanya karamu[3]), akaweta[4]) rafiqi zake na ndugu zake, wakaja katika karamu. akawambia: „nasafiri kuondoka hapa, ninyi na mkae hapa, na miye[5]) ntaleta barua huko." akanunua punda moja, na vitu vingine vya safari, akaondoka, akafika njiani katika inchi haina mtu.

khatima siku moja akakuta mama moja mzee. yule mama akamambia: „unakwenda wapi?" akamambia: sijui huko naokwenda, na naotoka[6]) sijui." yule mama akamweka pale katika nyumba yake, kamambia: „njoo, tukae hapo wote wawili."

khalafu pana paḥali pengine, si mbali sana, iko nyoka kubwa nyumbani mwake. ile nyoka siku moja hujigeuza mtu, kwa sababu ni sheṭani, na siku moja — ni nyoka, hukamata watu njiani.

akamkamata yule mtoto mgonywa. yule mama akamtafuta siku mbili, asimwone. na yule nyoka akamambia yule mtoto: „njoo hapa ukae kitako, kanipikie[7]) chakula." na ile nyumba viko vitu vingi sana; ile nyoka huchukua vyote nyumbani humo.

kulla siku nyoka hutoka kutafuta vitu, hurudi jioni; akaja, akala, akalala. na yule mtoto kazi yake kufanyiza chakula.

siku moja akafanyiza maji ya moto sana. alipolala nyoka, akammimina maji yote katika kichwa; akafa nyoka.

akarudi kwa mzee, akamambia khabari zote. khalafu akarudi akachukua vitu vyote, kachukua[8]) frasi na punda na kulla kitu akachukua; akenda akajenga mji mkubwa, akawa sulṭani[9]) mkubwa.

'Abdallah bin Musa.

[1]) ar. erben. [2]) ar. Antheil. [3]) ar. festliche Bewirthung. [4]) akawaita. [5]) mimi. [6]) besser nakokwenda und nakotoka. [7]) ukanipikie. [8]) akachukua. [9]) sulṭani.

Maneno matatu.

Palikuwa sulṭani, kakaa[1]) katika mji. akawaita watu wote walio katika mji, akawambia — kuwa: „nataka mnambie maneno matatu." nao watu wakauliza: „maneno gani unataka?" kasema[2]) — nauliza: „ikiwa[3]) imekuja njaya[4]), khalafu njaya ikatoka — nyumba gani huwa njaya killa siku?"

na jingine[5]): „ukawa ugonywa popote, na ugonywa ukatoka — nyumba gani huwa ugonywa?"

[1]) akakaa. [2]) akasema. [3]) für ikawa. [4]) njaa. [5]) auf neno bezüglich.

na la[1]) tatu: „ikawa vita, na vita zikisha toka — nyumba gani huwa vita?"

na watu mjini hawajui; akawauliza watu wote, hapana mtu akajua. ḥatta siku ya pili mtu moja akasema: „yuko mtu ambayo[2]) mzee, hayuko hapa, naye atajua, tukamwite; wakenda wakamwita.

alipokuja, wakamwuliza. akasema: „ikiwa njaya, na njaya ikaondoka; nyumba enyi[3]) njaya — nyumba ya mtu mvivu."

„ukawa ugonywa popote, na ugonywa ukatoka; nyumba ya ugonywa — nyumba ya mtu mzee, hautoki ugonywa."

„mjini ikiwa vita, vita zikatoka; na nyumba enyi vita — mananmme mwenyi wake wawili."

aliposikia maneno haya, sulṭani akasema: „ndio, maneno yako kweli.

'Abdallah bin Musa.

1) neno. 2) veraltetes Relativ. 3) yenyi.

Bibi mungwana na bibi mtumwa.

yuko mtu alikuwa na mananmke na mjakazi wake. na yule mkewe akizaa naye, akazaa watoto; mjakazi wake akazaa naye, akapata watoto. na ṣura[1]) zao ote[2]) sawasawa. tenna yule mjakazi na yule mwanamke nuru[3]) zao sawasawa.

khalafu yule mwanamme akafa, wale warithi[4]) wake walitaka kurithi[5]). wakawakamata yule mama, mjakazi, wakasema: „wewe bado[6]) — uko katika utumwa; umezaya[7]) na baba yetu, lakini bado hakufanyiza mungwana." na yule mjakazi akasema: „mimi ni bibi yenu, mimi si mtumwa, mtumwa ni huyu mwingine."

kakuwa[8]) da'awa[9]) kubwa sana; wakachukuliwa wote mbele ya maqaḍi[10]). wakifika, hawajui nani mjakazi nani bibi, sababu nuru zao sawasawa.

mwisho ikakuwa[11]) mtu moja mzee wa katika wao kafanyiza[12]) shauri. wakachukuliwa yule mjakazi na watoto wake, wakatiwa katika chumba chenyi kiza[13]), na yule bibi na watoto wake wakatiwa kaẓalika[14]) katika chumba chenyi kiza; na katika kulla chumba kina chakula.

1) ar. Form, hier Gesicht. 2) ote gebräuchlich neben wote. 3) ar. Licht, hier helle Hautfarbe. 4) ar. Erbe. 5) ar. erben. 6) zu ergänzen ḥuru. 7) zaa. 8) ikawa. 9) ar. Klage, Prozess. 10) ar. Richter. 11) ikawa. 12) akafanyiza. 13) neben giza, Dunkelheit. 14) ar. gleichfalls.

khalafu yule mjakazi na watoto wake wakashikwa na njaya[1], wakala katika kiza. na wale wangwana kažalika wakashikwa na njaya. lakini wao wakapiga mlango[2]) kutaka taa, wapate kula.

khalafu vyumba vyote viwili vikafunguliwa. wakakuta yule mjakazi na watoto wake wamekwisha kula chakula, na yule mungwana na watoto wake hawakula bado. yule mzee akasema: „kweli, hawa ndio watumwa."

'Abdallah bin Musa.

[1]) njaa. [2]) mlangoni.

Kibwana na kibibi.[1])

yakitokea maskini ya muungu, amekaa katika inchi ile. yule maskini ana mkewe, amezaa mtoto mwanamume. yuko sulṭani katika inchi ile amezaa mtoto mwanamke.

wakikaa siku nyingi na miezi mingi na miaka mingi, ḥatta mtoto mwanamume yakibaleghi[2]), yakiwa mtu mzima. na yule mtoto wa mfalme amekwisha vunja ungo; yakikaa mwaka moja[3]) yakibaleghi. vijakazi wake wote wakiṣifu[4]), kama mtoto wa bwana mzuri sana, walla hapana mwingine tenna.

na yule mtoto wa maskini jina lake Kibwana. bassi, wale wajakazi kulla siku hunena: „kama kibibi yangalimpata mardadi[5]) kama huyu Kibwana, mtoto wa maskini! kuwa mwana mardadi sana."

ḥatta siku hiyo wale wajakazi wakimwambia bibi yao — kama: „bibi, yuko kijana kizuri sana." akiwambia: „anakaa wapi?" wakisema: „bibi, yanakaa hapa mjini, ni mtoto wa maskini."

na yule Kibwana, tangu amemwona huyu kibibi, akikataa chakula. mama yake na baba yake humwuliza: „Kibwana, una nini? una kichwa? una ḥoma?" Kibwana jibu lake huwajibu: „sina ḥoma walla kichwa, lakini yuko mwanamke moja mzuri sana, nampenda sana." yule Kibwana, mtoto wa maskini, kulla siku hunena vilevile. na babaye humwambia: „ĕĕ, mwanangu, utasikia? watakuchukua wakakuchinsha; mtoto huyu wa sulṭani, usifanze zarau[6]) yako."

na yule mtoto wa sulṭani amesikia, kama yule mtoto wa maskini yananitaka mimi, yanioe yeye. roḥo yake anampenda. walakini atampataje kumwoa?

[1]) Diese Erzählung hat einige Aehnlichkeit mit mtoto wa sultani na mtoto wa mfalme. [2]) ar. mannbar. [3]) mmoja. [4]) ar. Inf. ṣifa, gute Eigenschaft (beschreiben). [5]) schmuck, eitel. [6]) ar. zara, verachten, hier: mach dich nicht zum Spott anderer.

na yule kibibi akapewa riziqi[1]) yake vyakula vya siku settīn, na vitoweo vya siku settīn, na kuni, na maji, kulla zana[2]) za matumizi[3]) wafanyiza pamoja na mchele wake. yakijifungia mlango mudda wa mwezi mmoja; baba yake hakumuliza.

siku hizi yakitoka, yakamamkia baba yake, yakitaka zana zake zilezile za miezi miwili, siku settīni. yakapewa yote, yakenda zake, yakajifungia ghorfani kwake.

ḥatta siku moja wakimteremsha wajakazi wale katika kikapo, yakishuka kibibi yule, yakenda nyumbani kwa yule kijana, yakipiga ḥodi; yakimwitikia, yakifungua mlango, yakipita ḥatta ndani, yakimqaribisha, akikaa kitako.

kijana amefuraḥi sana kama amemwona. wakizumgumza mwezi u nuṣṣu. ḥatta siku moja kibibi yakimwambia — kama: „mimi si mwenzio[4]). nimekuja kukutezama[5]); na wewe usinitie roḥoni mwako, kwa maʿana mimi mtoto wa sulṭani, akikusikia atakuchinsha."

yakitoka, yakenda zake; ḥatta wajakazi wakimwona bibi anakuja wakateremsha kikapo. kilipoteremshwa, yakiingia kikaponi, wakamvuta, yakifika ḥatta juu.

na yule Kibwana yakikaa siku nyingi, ḥatta siku hiyo yakifikiri[6]), yakimambia mama yake: „nifanyizie mikate; kesho, nikijaʿaliwa[7]), sina buddi[8]) kuondoka." yakitoka yakenda zake nyumbani kwake. na yule kijana mwanamke ametoka yapata siku sitta.

na yule Kibwana yakenda ḥatta yakafika njiani; pana mti mkubwa, yakikaa chini ya mti, yakapumzika. khalafu yakipanda juu ya mti, yakiona mwanamke maḥali mbali sana, na qaribu yake pana ziwa la maji; mwanamke huyu kizee[9]), amekaa kitako, amechoka.

Kibwana yakenda ḥatta yakifika kwake. alipomwona yakimwambia: „umekuja taka nini?" yakimwambia: „mama wēē, unajua mṣiba[10]) wangu! unaniulizaje?" yakimambia: „utapona, inshallah."

bassi, wakenda zao wote wawili maḥali mbali, wakiona mji. wakenda ḥatta wakifika, wakikaa kule mjini siku nyingi. ḥatta siku hiyo kizee yakimambia: „tarudi[11])." yakimambia: „wewe bibi, ukirudi, sitakupata tenna, nipe shauri lako wewe mwanamke." yakimambia: nitakupa dawa ya kugeuka njiwa, uingie ukajifiche katika mapango ya nyumba ya mawe. na ukitaka kumgeukia mwingine useme „nataka",

[1]) ar. Lebensunterhalt, Nahrung. [2]) Vorrath. [3]) Verbrauchsgegenstände. [4]) mwenzi wako. [5]) tazama. [6]) ar. nachdenken. [7]) ar. bestimmen; hier: wenn ich von Gott dazu bestimmt werde. [8]) ar. Ausweg. [9]) unter kizee versteht man für gewöhnlich eine alte Zauberin. [10]) ar. Unglück. [11]) nitarudi.

marra yakigeuka; ya pili useme „nataka“, utapinduka paka; na ikiwa yuko mtu mwingine useme „nataka“, yatageuka chui, nawe umegeuka mtu. kiisha shika bunduqi umwende umwue. ndio dawa yangu nakupa, nami nakwenda zangu sasa.“

naye Kibwana yakenenda ḥatta yakifika nyumbani kwa baba yake. na baba yake hakupata khabari, ya kama mtoto wake amekwenda kutembea maḥali mbali. yalipokwisha mtezama, wakikaa kitako nyumbani mwao.

ḥatta siku moja yakipita yule kibibi, ḥawara[1]) yake ya zamani, yakenda kutembea. marra yakigeuka njiwa, yakimrukia yakimgeukia njiwa, yakicheza naye. yule mtu anayomlinda huyu kibibi, alipoona njiwa hawa — yakasta'ajjabu[2]). marra akaona paka, naye mwenyewe yakigeuka chui; naye Kibwana yakipinduka kuja mtu, yakashika bunduqi, yakimpiga chui yakifa. na huyu njiwa mwingine yakipinduka kibibi.

yule mfalme, baba yake, zamani ameweka nażiri[3]) — „sitamwoza mtoto wangu mume illa mtu ḥodari[4])“. alipopata khabari ya vitendo vya yule Kibwana, akapeleka mtu kumwita. alipokuja, akampa yule Kibwana mtoto wake, awe mkewe; yakimwoza mwenyewe. na yule kibibi hakusema tenna — ya kama: „huyu maskini“, maneno haya yamekwisha.

yakioa Kibwana, yakitumia ufalme; yeye na baba yake na mama yake na jama'a[5]) wake walio mjini wakikaa kitako raḥa mustareḥe.

Muḥemedi bin Madigani
aus Magogoni.

[1]) Geliebte, die man nicht zu heirathen beabsichtigt, auch Liebhaber einer Frau; Geliebte, die man zu heirathen gedenkt, heisst mchumba oder mposi (Braut). [2]) ar. sich wundern. [3]) ar. Gelübde. [4]) tapfer, tüchtig, fleissig. [5]) Familie, Verwandtschaft.

Binti Maṭar'i[1]) Shemshi.[2])

Aliondoka sulṭani, yakawa na mwanawe mwanamme. yakamlea ḥatta akawa mkubwa. bassi akasema: „nataka binti Maṭar'i Shemshi“. babaye yakamjibu: „mke huyu simpati miye[3]), ma'ana ana 'askari wengi, tenna tajiri sana, na kwake ukuta wa shaba.“ mtoto yakalia sana, akamambia: „baba, hunipendi!“ yakamambia: „mwanangu, huko siwezi kwenda, ma'ana nikienda ntakufa.“

yakamambia mama yake: „nifanyizie mikate, na maji unitirie[4])

[1]) ar. maṭla'i Sonnenaufgang. [2]) ar. shems Sonne. [3]) mimi. [4]) unitilie.

katika guduria."[1]) wakamfanyizia vitu vyote vile, wakampa. yakapanda frasi wake, yakaondoka yakenda zake. yakafika njiani, yakakutana na sheṭani, yakakutana na nyoka ana vichwa sab'a, anataka[2]) kummeza sheṭani. mtoto yakenda yakatoa salaamu, yakamuliza; akamambia: „nifae, ma'ana huyu nyoka ataka kunila." akafuta upanga yule kijana, yakampiga nyoka, ataka kumua; nyoka akafa.

akamambia yule sheṭani: „twende kwetu!" yule kijana yakamjibu: „kwenu hakwendi[3]) mtu, kulla enaokwenda[4]) — hufa." akamambia: „kwetu hafi mtu; ukafa[5]) — juu yangu mimi!" wakafuatana, wakenda ḥatta qaribu ya kwao. yakamambia: „ukija kwetu — usicheke, ma'ana kuna watu uso upande, kuna watu wa mguu mmoja, na wengine mkono mmoja, na wengine jicho moja." akamambia: „sicheki."

wakenda ḥatta mjini kwao. wakafika kwa baba yake, akauliza: „mtu huyu umempata wapi?" asema: „emeniponya[6]) njiani; kama si huyu — ningalikufa. ma'ana tulikutana na nyoka, yakataka kunimeza, huyu yakamua nyoka; nikamambia „twende kwetu"; yakakataa sana, khatima nikambembeleza[7]) kwa nguvu." ikafanyizwa karamu nzuri na ngoma kupigwa. akakaa miezi minne, akawambia: „nataka kuondoka, ma'ana nimekaa siku nyingi."

sheṭani akamambia: „somo[8]), tunakwenda kwa baba, atakupa mali mengi, kataa, illa taka kitwana, jina lake Kibeleị." wakafuatana wote, wakenda baba yao kumwaga safari. yakapewa ngamia sab'a na kulla ngamia sheḥena[9]) feḍḍa kwa żahabu; yakapewa na wachunga sab'a na kulla mchunga ana nguo zapata reale mia. mtoto yakakataa yote, akawambia: „nataka Kibelei"; alivyosema — yakaanguka.

wakamchukua nyumbani, hana 'aqili, yakaugua siku nne. siku ya tano yakapata 'aqili, yakamuliza: „mwanangu, unataka nini?" akamambia: „nataka Kibelei." wakapelekwa watu kutafuta Kibelei, yakapatikana, yakapewa. alipopewa, yule kijana yakakasirika sana, yakamambia: „weye, mwenzangu, mbaya, hukuwacha mali kunipa, unanipa kitwana huyu, hapati ḥatta rupia kumi." yule akasema: „mimi nakupa, mchukue."

„twende sasa kwa mama, twende tukaage; kwa baba tumekwisha aga, ndio twende kwa mama. na kwa mama utapewa mali mengi — kataa, utake upatu."[10]) akamambia: „nimesikia." wakenda ḥatta kwa mama yao, akamambia: „mama, kwa ḥeri, nakwenda zangu." yakampa

[1]) Thonkrug. [2]) statt aliyotaka. [3]) haendi gebräuchlich. [4]) anayokwenda. [5]) ukifa. [6]) ameniponya. [7]) liebkosen, jd. zureden. [8]) Freund, wenig gebräuchlich. [9]) ar. Last. [10]) Messingteller, der als Musikinstrument dient.

ngamia kumi, na kulla ngamia ana twike[1]) ya feḍḍa na wachunga kumi. yakakataa yote, akamambia: „nataka upatu.“ alipokwisha kusema, yakaanguka. wakamchukua nyumbani, yakakaa siku tatu; siku ya nne yakapata ʿaqili. yakapewa upatu, akaondoka akenda zake.

moyo wake ukakasirika sana, yakasema: „mwenzangu mbaya sana, amenipa vitu havipati ḥatta rupia tano.“ akaondoka na uchungu wa moyo wake, akenda zake na mtumwa wake na upatu wake. ḥatta njiani akakaza mwendo sana, ili quṣudi[2]) kumtupa yule mtumwa, hamtaki. kulla akenda, yule mtumwa yuko nyuma. ḥatta saʿa sitta wakafika mti mkubwa, wakapumzika.

mtumwa yakamambia bana wake: „kwa nini bana hatuzumgumzi?“ bana wake akamjibu: „ntazumgumza na nani?“ yakimambia: „khaṣṣa[3]) mali uliyopewa ungaliyafanyaje?“ akamambia: „ningalijenga nyumba ya mawe, ghorfa tatu, nikanunua na vitwana na vijakazi na masuria mazuri, ningalikuwa tajiri.“ yakamuliza: „ungalijenga maḥala gani?“ akamambia: „ningalijenga juu ya mrima.“[4]) akamambia: „kaa kitako upatu, piga bismillahi ondoke!“ upatu ukaondoka, ukampeleka ḥatta palepale alipotaka.

marra ikaota nyumba ya mawe kubwa, na vijakazi wengi na vitwana wengi na feḍḍa nyingi na masuria mengi. kule watu wakasema: „hii ʿibura[5]) gani? sasa hivi pakawa mwitu, sasa pana nyumba, sasa kumekuwa 'nyumba ya masheṭani“; wakakimbia watu wote.

akakaa pekeyake mjini. mtumwa wake yakasema: „ntafanya ḥila za kuwaita watu.“ hununua vitu vyote kwa themani[6]) kubwa. watu wakafanya ṭamaʿa[7]), huja watu wengi sana wakauza vitu, naye hununua vyote. bassi, wakaja watu mjini tenna, wakakaa kitako tenna mjini, lakini kule kwake wanafanza oga kuenenda. mtumwa wake akenda mjini, yule Kibelei, akasema: „nimetumwa na bwana, anaweta[8]) watu wote mjini, kwa saʿa tatu mwende kwake.“ watu wakasema: „inshallah, tutakuja.“

akenda akapika wali mwingi yule Kibelei kwa ṣaḥani[9]) za feḍḍa; kulla ṣaḥani nina kitwana moja kusimama. yakafagia sebleni[10]), yakaweka ṣaḥani, yakafunika na shuka. wakaja watu wakala, waliofanza oga wakajuta; lakini bana wake Kibelei[11]) hashuki chini. walipokwisha kula wakenda zao.

Kibelei yakenda yakamambia bana wake: „ulitaka kwenda kuoa binti Maṭarʿi Shemshi, mbona huendi?“ akamambia: „fanza ḥila,

1) Last. 2) ar. Absicht. 3) ar. besonders. 4) mlima. 5) ar. Beispiel. Zeichen. 6) ar. Preis, Werth. 7) ar. Verlangen. 8) anawaita. 9) ar. Teller. 10) sebule Empfangshalle. 11) gen. praef. ausgelassen.

twende!" akamambia: „ingia katika upatu." akaingia ndani, upatu ukapaa, ukenda[1]) ḥatta binti Maṭarʿi Shemshi, ukenda mpaka mwangoni.[2]) wakakuta ʿaskari thelatha mia; akamambià bana wake: „unaona ʿaskari hawa?" wakapanda ghorfa mbili[3]), wakenda wakakuta ʿaskari mia. wakapanda ghorfa ya tatu, wakakuta wajakazi mia; wakapanda ghorfa ya nne, wakamkuta bibi kalala. alipomtazama — yalianguka. yakamuliza: „bwana, unaangukia nini?" yakamambia: „tokea ndipo zaliwa, sijamwona mzuri kama huyu." Kibelei akamambia: „jifunge[4]) vitambaa vya macho, tumshike tumweke katika upatu." wakamshika wakamweka katika upatu. upatu ukaondoka ḥatta nyumbani kwao; wakenda wakakaa kitako.

mwanamke alipoamka, yakauliza: „miye[5]) niko wapi?" akaambiwa: „tulikuja kwenu, tukakuchukua." mwanamke akakaa kitako na bwana wake. naye mtumwa hamkumbuki, huko juu alikopanda hashuki chini, walla hamwiti, walla hampi chakula. yule mtumwa akasema: „bwana wangu mbaya, haya[6]) asingalipata kama si miye, leo wanawambiwa[7]): „huyu msimpe chakula, walla msimpe maji; na neno ndio kosa[8]) — silijui? watumwa wake kulla suku[9]) hunipiga."

bwana wake akalala, yakaota yuko kwao, emekaa[10]) barazani anangojea muhogo wa kutafuna. alipoamka — yuko kwao, nguo hana, walla kofia hana, ḥatta pesa moja hana. yakashukuru muungu, yakasema: „muungu kanipa[11]), yakannyanganya."[12]) ndipo ulipokwishia.

ʿAli bin Rajabu aus Kilossa.

[1]) ukaenda. [2]) mwango neben mlango gebräuchlich. [3]) ya pili. [4]) mfunge. [5]) mimi. [6]) mambo zu ergänzen. [7]) zu ergänzen watu. [8]) nimelikosa. [9]) siku. [10]) amekaa. [11]) akanipa. [12]) akaninyarganya.

ḥokumu[1]) ngumu.

kuna waanawake wawili, wamezaa katika nyumba usiku kitanda kimoja na kiza tenna.

ḥatta aṣubuḥi walipoamka, wakatazama watoto wawili, mmoja mwanamke na mmoja manamme[2]), hawatambui kulla mtu mtoto wake. khalafu wakaondoka wakagombana.

tenna watu wakáuliza: „jee[3]), khabari gani kugombana nyie[4]) wawili?" moja akasema: „tunagombana sababu ya watoto, mwenzangu[5])

[1]) ar. Urtheil. [2]) mwanamume. [3]) Ausruf des Erstaunens, etwa „was ist denn das?" [4]) ninyi. [5]) mwenzi wangu.

anataka kuchukua mtoto mwanamme, kuniwachia[1]) mtoto mwanamke, ndio khabari yetu tunagombania[2]). wale watu wakawambia: „twendeni kwa qaḍi[3]), atazame khabari yenu."

wakenda zao kwa qaḍi. qaḍi akawauliza: „jēē, khabari gani?" waanawake wote wawili wakasema: „tumezaa wote wawili pamoja. sasa kulla mtu hamjui mtoto wake; mwenzangu anataka kuchukua mtoto manamme kuniwachia mtoto mwanamke, na mimi nataka kuchukua manamme kumwachia manamke.

bassi qaḍi akashangaa[4]), hakuweza kuwaḥokumu, akasema: „mtu mwenyi kuja hapa akaḥokumu waanawake wawili hawa, ndiye atakuwa qaḍi paḥali pangu."

akatokea mtu akasema: „ḥokumu yao khafifu[5]); chukueni kulla mwanamke maziwa yake yapimeni, mwenyi kutokea maziwa yake mazito, ndiye mtoto wake manamke, na mwenyi kutokea maziwa yake mapesi, ndiye mtoto wake manamme[6])."

bassi, qaḍi akasema: „emejuaje[7]) khabari hii? ninakuona ʿaqili[8]) yako barrāba[9])." yule mtu akamambia qaḍi: „ʿomri[10]) wangu sikula samaki, illa marra moja, na tenna imekaangwa na samli, ndio ʿaqili zangu zikaja barrābarra kichwani[11])."

'Omar ben Rufa'i aus Barawa.

[1]) wacha neben acha. [2]) die relative Form ist hier wohl gebraucht, da der Erzähler ninamgombania meinte. [3]) ar. Richter. [4]) rathlos, in Sorge sein. [5]) ar. leicht. [6]) allgemein verbreitete Ansicht unter den Suaheli. [7]) amejuaje. [8]) ar. Verstand. [9]) barrāba oder barrābarra pers. gerade, eben. [10]) ar. Alter. [11]) wer nach Ansicht der Araber und auch der Suaheli viel Fisch isst, dessen Verstand nimmt ab.

Vipofu watatu.[1])

Alikuwako mtu mmoja maskini, yakaweka nażiri[2]): „mwaka nipatao mali, nitapiga mafungu mawili, fungu moja ntampa maskini, fungu moja ntwae[3]) miye[4])."

yakapata kazi, yakapata rupia nane, yakenda kumpa maskini rupia nne, yakasema: „niliweka nażiri — mwaka nipatao feḍḍa, ntapiga mafungu mawili, fungu moja kumpa maskini." maskini akasema: „nipe ḥaqqi[5]) yangu."

[1]) Diese Erzählung ist zur Hälfte dieselbe wie kijana aliyeweka nażiri na vipofu vitatu in den Swahili stories „Kibaraka" von der englischen Mission in Zanzibar herausgegeben. Diese hier gegebene ist jedoch ausführlicher. [2]) ar. Gelübde. [3]) nitwae. [4]) mimi. [5]) ar. Recht. rechtliche Forderung.

alipompa, yakamkamata mkono, yakalia sana maskini, yakasema: „mji huu hamna ḥakīm? huyu ananyanganya feḍḍa yangu!“ wakaja watu, ʿaskari, wakamkamata yule kijana, wakamambia: „kunyanganya kwako hakuna ḥaya? unanyanganya maskini ya muungu?“ yakasema: „mimi sikunyanganya.“ maskini yakasema: „uwongo, kaninyanganya[1]) feḍḍa yangu rupia nane.“ wakamfunga kamba yule kijana, wakampiga fimbo nyingi. yakasema: „mtaniua burre, miye sikumnyanganya.“ yakesha yakafunguliwa, akenda zake.

tenna maskini akenda zake. yakamvizia bassi — ḥatta nyumba eneokaa[2]). yakasimama maskini, yakafungua mwango[3]), yakaingia ndani. na yule kijana akaingia ndani. yakesha yakafunga mwango maskini, akaingia chumbani; na yule kijana yakaingia naye pamoja. yakachimba chini maskini, yakatoa chungu chake cha feḍḍa[4]), na yule kijana anamwona, yakaḥasibu[5]) reale mia. yakesha yakachimba palepale, yakafukia feḍḍa yake.

ḥatta khalafu yule kijana yakachimbua, yakaifungua miango yote miwili, yakamambia: „feḍḍa yangu nimechukua mwenyewe;“ na chungu akamvunjia cha uso. yakalia maskini sana, yakapiga makelele sana mjini. watu wakenda wakamsikiliza, wakamambia: „una nini maskini?“ asema: „nimenyanganywa feḍḍa yangu reale mia.“ wakamambia: „mwongo, kama ungalikuwa na feḍḍa, usingaliomba.“ wakamfanyiza ana wazimu. yakalia siku kucha.

ḥatta aṣubuḥi yakaondoka yakenda kule wanapoomba maskini, yakakaa kitako. na yule kijana yuko nyuma amemfuata, yakenda yakakaa naye pamoja. yakawambia wenziwe[6]) — kama: „mimi nimenyanganywa feḍḍa yangu.“ wakamambia: „tueleze khabari, ilivokuwa[7]) ḥatta ukanyanganywa feḍḍa yako.“ akawambia: „alikuwako mtu moja yakaweka naẓiri, asema: „mwaka nipatao feḍḍa, nitampa maskini.“ yakapata rupia nane, yakaja yakanipa rupia nne. mimi nikamkamata mkono, nikapiga kelele; wakaja ʿaskari wakamkamata wakampiga, bassi ndio khabari iliyonipata.“

wakamambia: „weye mjinga weye, huna macho, feḍḍa yako unachimbia chini? ikawa ikawaka moto ile nyumba, feḍḍa yako utaipata wapi? na weye huna macho, huoni!“ akamambia mwenziwe: „mimi feḍḍa yangu ntatia katika fimbo yangu.“ yule kijana anasikia, akakaa kumvizia yule mwingine.

ḥatta majila[8]) wa jioni yakamfuata mpaka nyumbani kwake. wa-

[1]) akaninyanganya. [2]) anapokaa. [3]) neben mlango. [4]) Es ist dies die herkömmliche Art und Weise bei den Suaheli grössere Summen aufzubewahren. [5]) neben ḥesabu gebräuchlich. [6]) wenzi wake. [7]) ilivyokuwa. [8]) majira die Zeit, wenig gebräuchlich.

kenda wakaingia nyumbani wote wawili, maskini na yule kijana. yakakaa kitako yule maskini, yakatoa fimbo yake yakaipakata[1]). bassi ikesha[2]) yakalala na fimbo yake pamoja. yule kijana yakafungua miango yote, yakaivuta fimbo yakaitoa, yakatoka nayo mbio.

alipoamka maskini, yakapiga kelele, asema: „mwizi[3]) emekuja[4]) nibia[5]).“ watu wakaja wengi kumuliza khabari: „una nini maskini weye, unapiga kelele burre, walla hapana sababu?“ yakasema: „nimeibiwa feḍḍa yangu reale mitēn.“ wakamambia: „mwongo wee, kama ungalikuwa na feḍḍa, hungaliomba.“ wakamambia: „ninyi mmezoea kupiga kelele burre, na kule amepiga makelele sana maskini moja kwa hii khabari ya uwongo.“ yakalia sana maskini.

ḥatta aṣubuḥi wakenda wanapoomba, wakamkuta mkubwa wao, wakameleza khabari iliyowapata. mkubwa wao yakacheka, akawambia: „nyie wajinga sana.“ na yule kijana emewafuata[6]), emekaa[7]) kitako, kulla neno wanalosema anasikia. akamwambia: „weye mjinga, weye huna macho ukatwae feḍḍa yako ukatie katika fimbo, ukaja ukanyanganywa ukapigwa nayo mwenyewe; miye feḍḍa yangu natia katika mifuko, nikavaa na fulana tenna, nikavaa na kanzu quṣudi[8]) mtu asipate kunyanganya. tenna nalala meskitini, watu wote wakiondoka ukawa usiku sana ndipo nipovua[9]) kanzu yangu.“ yule mtoto anasikia.

yakaondoka mtoto yakenda kwao, yakamambia mama yake: „nifanzie mkate, utie pilipili nyingi, unipe.“ akakaa mpaka usiku. akajitia upofu naye, yakavaa nguo za maskini, yakenda meskitini yakamambia: „miye maskini, nataka maḥala pa kulala.“ huyu kipofu yakamambia: „lala huko.“ yakampa mkate akala; alipokula mkate unao pilipili nyingi, yakafanza jasho, kulala na nguo nyingi hawezi, yakanena: „ntastamirri[10]) mpaka yalale huyu, niende nikoge.“

yule kijana yakajitia usingizi. yakamwita marra tatu — asimjibu; yakasema „yamelala.“ yakaondoka polepole ḥatta katika biriqa[11]), yakenda yakavua kanzu ya kwanza, yakavua na fulana, yakavua na nguo ya chini, aliyovaa, yakavua na mfuko unao feḍḍa, yakaweka yakatoa maji koga. na yule kijana yakamfuata nyuma yake. yakachukua mfuko wa feḍḍa, yakatoka nje, akenda nacho.

alipopapasa maskini — hapana feḍḍa, yakalia sana, yakapiga kelele. wakaja watu wakamuliza wakamambia: „nyie maskini mnengiriwa[12]) na wazimu, mnapiga makelele burre, walla pasipo neno.“

[1]) in den Arm, Schoss nehmen. [2]) ikiisha. [3]) neben mwevi. [4]) amekuja. [5]) kuniibia. [6]) amewafuata. [7]) amekaa. [8]) ar. Absicht. [9]) ninapovua. [10]) ar. X. Form von marr beharren. [11]) ar. Wassergefäss, in arabischen Häusern gewöhnlich ein Wasserbehälter aus Stein. [12]) für mnaingiliwa.

asema: „nimechukuliwa fedḍa yangu yote." wakamambia: „uwongo wako, ungalikuwa na fedḍa ungaliomba?"

yakalala ḥatta aṣubuḥi, yakawambia wenziwe mambo yaliyompata usiku, akawambia: „sasa hivi twende tukebe[1]) kwa sulṭani." na yule kijana anasikia, akawavizia mpaka usiku. wakenda wakeba mifuko mitatu[2]), wakachukua mpaka maqaburini mwituni. wakakaa watu watatu wakaweka mifuko mitatu; na yule kijana emewafuata[3]) nyuma. akawambia wa kwanza: „gawa weye." yule akasema: „la, gawa weye." wakashindana sana. yule kijana yakaondoka, akenda yakaichukua mifuko yote, akenda akaificha.

wale wanashindana, wakapapasa — hapana kitu. wakajishuku[4]) wenyewe kwa wenyewe, wakamfanyiza mwevi yule maskini wa kwanza, wakamambia: „weye mbaya sana, fedḍa yetu isingalipotea illa kwa ajiri[5]) yako weye." wakampiga sana kwa migongo[6]), naye akawapiga; wakafukuzana mpaka mjini, wakampingia kumua, naye akakimbia.

yakapotea, yakenda katika mto, yakakaa kitako; na maji mengi mtoni. yakapita mw'arabu moja na mkewe na mtumwa wake na frasi watatu, wakamkuta maskini analia, wakamuliza: „unalia nini?" akawambia: „nalia njaa, ya siku sab'a[7]) sijala kitu." wakampa mkate, wakampa na maji, yakala. yakesha yakawauliza: „mnakwenda wapi? nami mnichukue." wakamambia: „tunakwenda kwetu." akawambia: „nami chukueni." mkewe akamambia mumewe: „usimchukue, ma'ana maskini mbaya — hana imani[8])." mumewe akamambia: „weye mbaya sana, huyu maskini yuko mtoni, hajui enekokwenda[9]) walla enekorudi[10])." mumewe yakampakia katika frasi, wakenda mpaka mjini kwa sulṭani, mji mkubwa sana.

wakafikia nyumbani, wakakaa kitako. maskini yakauliza: „nyumba ya sulṭani qaribu?" wakamambia: „qaribu." „nipelekeni kwa sulṭani!" wakaja watoto wakampeleka mpaka nyumbani kwa sulṭani, alipopata nje, yakaanguka maskini, yakalia sana. sulṭani akatoka yakamuliza: „unalia nini?" akamambia: „nimenyanganywa mke wangu, nafsi zangu, na mtumwa wangu na fedḍa zangu nimenyanganywa, na hivi[11]) nataka 'askari waende wakawakamate." wakaondoka 'askari, wakenda wakawakamata, wakawaleta mpaka kwa sulṭani. akawauliza: „kwa nini mnamnyanganya mke wake?" yule mw'arabu akakana,

---

[1]) tukaibe. [2]) ya fedḍa. [3]) amewafuata. [4]) ar. beargwohnen, verdächtig halten. [5]) ar. Grund (ajili). [6]) gongo, mag. Knüttel, oder mgongo — mig. [7]) siku ya sab'a, es ist der siebte Tag. [8]) ar. Vertrauen. [9]) anakokwenda. [10]) anakorudi. [11]) sasa hivi.

akasema: „sikumnyanganya mke wake; nikamkuta yule mtoni nikamchukua.“ yule akasema: „uwongo, bana, wameninyanganya mke wangu.“

wakenda wakafungwa wote watu wanne. moja[1]) maskini akafungwa chumba cha punda, na manamme yule mw'arabu yakafungwa chumba cha ngombe, na manamke yakafungwa chumba cha mbuzi, na yule mtumwa wao yakafungwa chumba cha kondoo. ḥatta usiku sulṭani yakapeleka kulla chumba 'askari watu watatu kwa sikiliza maneno yao wasemayo.

ḥatta usiku mwanamke akasema: „mume wangu nilimambia, kana[2]) maskini mbaya, usimchukue, akanikaidi[3]), na sasa tumefungwa bilashi[4]).“ na mtumwa yakasema: „bana wangu mkaidi sana, bibi amemambia usimchukue maskini, yakakaidi yakamchukua, na sasa tumefungwa burre.“ maskini akasema: „punda na wanyie mavi, na wanipige mateke, aṣubuḥi ntapata mke.“ 'askari wakasikia killa maneno wasemayo.

ḥatta zama za baraza waketwa[5]) 'askari wote: „kulla maneno mliyosikia nelezeni[6]).“ 'askari wakamjibu maneno yote, waliyoyasema hawa watu watatu. wakafunguliwa wakasailiwa. mwanamke akaulizwa, yakaambiwa: „yule maskini mumeo[7])?“ akakana akasema: „tulimwona mtoni huyu maskini.“ maskini alikamatwa yakafungwa, yakapigwa ḥatta yakasema: „si mke wangu.“

na yule akapewa rukhṣa na mkewe, na mali yakampa sulṭani, yakamambia: „niwie raḍi kwa maneno ndio kutendea, usiuẕike sana. huyu maskini mwongo.“ akasema: „mimi ni raḍi.“ bassi wakashika njia wakenda zao. na maskini akakaa kitako pale mjini yakaomba kama kwanza.

Muḥemedi bin Diwani Tambaza
aus Klein-Bagamoyo.

1) mmoja. 2) neben kama. 3) widerstreben. 4) ar. ohne eine Sache. 5) wakaitwa. 6) niełezeni. 7) mume wako.

Mchumba[1]) wa ndugu watatu.

yalitokea mtu moja[2]) yakizaa watoto watatu; na yule mkubwa wao yameposa mchumba.

wale watoto wakitaka kusafiri kwenda kuchuma mali, yakiwapa feḍḍa baba yao kwenda fanya bi'ashara[3]); yakiwapa kulla mtu reale mitėni. wakiondoka kwenda chuma, wakikaa miaka mitatu.

1) Geliebte, Braut (auch mposi genannt). 2) mmoja. 3) ar. Handel.

mmoja, yule mkubwa wao, yakinunua kichupa cha mafuta mazuri, yakiuliza[1]): „dawa yake nini?“ yakiambiwa: „yakifa mtu ukimtia[2]) — hufufuka, yakiwa mzima.

na yule wa katti yakinunua kioo, yakipewa. kioo hicho dawa yake kwenda kukitazama — marra kuwa yuko kwenu, na kule kwenu maḥali mbali, hana buddi[3]) kuona yote; ndio khabari ya kioo hicho[4]).

na wa tatu yakinunua kitanga[5]). yakiambia: „shughuli yake nini?“ wakimambia: „kwenu hapo kuwa mwendo wa siku kumi ḥatta miaka kumi, utafika kwa siku moja, kwa sa'a mbili hufika; ndio khabari ya kitanga hiki.

kama hiyo wakikaa siku nyingi. ḥatta siku hiyo yule wa katti yakatezama[6]) kioo chake, yakiona mchumba wa kakaye[7]) amefariqi[8]) dunya[9]), yakimambia: „kaka yangu, mchumbao[10]) amefaliqi[11]) dunya, tenna leo ḥatta kilio kikija amrishwa.“ yule kakaye yakimambia: „twende zetuni[12]), tukawaḥi tuzike.“ yakiwambia: „haya twendeni.“

wakiingia katika kitanga, kikaruka, marra kikafika. wakiwaḥi ḥatta kilio kikija amrishwa, yakinena kaka yao: „niwacheni nikamwage mchumba wangu.“ yakiingia ndani, yakimnukiza mafuta puani, marra yakiwa mzima. watu wakista'ajjabu[13]), mtu yule yu kufa — khalafu hufufuka.

tenna wale ndugu wakigombana. „mchumba huyu wangu mimi mdogo.“ na yule wa katti yakinena: „mchumba wangu mimi.“ na yule mwenyewe, mkubwa, yakinena: „mchumba wangu mwenyewe tokea zamani, na sasa nimempa dawa mimi mwenyewe.“ na yule wa katti yakinena — kama: „siku hiyo wangu, kumwona mngalipataje kumpa mafuta yenu hayo?“ na yule mwenziwe akanena: „kama si mimi kuwaleta — mngalimpataje?“

wakigombea mchumba yule, ḥatta khalafu wakimambia[14]): „sasa mchague mwenyewe wa[15]) kumwoa.“ sasa wote wanaacha kugombana. shauri gani? watu yakawashinda kumtafuta mumewe, illa hapana mwingine — illa baba yao, ndio wa kumwoa, wote wamwite „mama“; mwisho ndio wakiqubali. ndipo ulipokwishia.

Muḥemedi bin Madigani
aus Magogoni.

[1]) besser alipouliza. [2]) zu ergänzen puani. [3]) ar. Ausweg. [4]) oder hiki. [5]) kleine runde Matte. [6]) akatazama. [7]) kaka yake; kaka, der ältere Bruder. [8]) ar. sich trennen. [9]) ar. Welt. [10]) mchumba wako. [11]) fariqi. [12]) neben twende zetu, auch twendeni zetuni. [13]) ar. sich wundern. [14]) wakamambia. [15]) zu ergänzen mume.

Mtu bakhili[1]).

yalitokea mtu mmoja bakhili, yamekufiwa[2]) na baba yake na mama yake, yanataka kufanyiza khitima[3]). kwa karamu hii yakinunua michele na mbuzi na bizari[4]) na vitunguu, kulla kitu zana[5]) yakinunua, illa nazi hajanunua.

yakiona ghali[6]) zile nazi. na mwenyewe yanajua kupanda mnazi, yakenenda soqoni[7]) kuuliza: „nazi qiasi[8]) gani?" yakiambiwa[9]): „mbili — pesa, walakini ukenenda hapo mbele utakuta tatu — pesa." yakipata ṭamaʿa[10]), yakenda yakiuliza: „qiasi gani nazi?" yakiambiwa: „tatu — pesa, walakini ukenda hapo mbele utakuta nazi nne kwa pesa."

yakenda ḥatta mbele, yakiuliza: „nazi qiasi gani?" yakiambiwa: „hizi nne kwa pesa, walakini nenda Kiungani[11]) wanatafuta mkwezi[12]), kama unajua kupanda, utapata nazi sawasawa[13])."

na mwenyewe yakenenda ḥatta Kiungani, yakiziona yakiziuliza. „qiasi gani?" yakiambiwa: kumi kwa pesa, walakini nenda hapo qaribu wanatafuta mkwezi wa kupanda minazi, wewe kama unajua nenda ukapanda." yakisema: „ninajua." wakimwambia: „haya, nenda ukapande, utapewa nazi tele." yakipata ṭamaʿa yakenenda; yakiwaona, wakimpandisha minazini, yakipanda.

na huku kawacha[14]) mudda wa siku kumi kusoma khitima ya baba yake na mama yake, wanamngojea wasome khitima.

na yule kisha panda juu ya mnazi, yakipindukia juu ya katti[15]) lile kule la nazi, na mikono yake kazuia kuti lake; miguuye[16]) kapasuka[17]), yakizuia mikono na miguuye.

yakapita mtu moja, yakamambia: „tafaḍḍali, ukija ukiniondosha, nitakupa reale thelatha mia." yakipata ṭamaʿa, yakipanda kumzuia miguu yake, ikanasa mikono yake ndani ya miguu ya yule anayomtoa, wakaninginia[18]) wote.

yakipita[19]) mtu mwingine, wakimwambia: „ukija tutoa, tutakupa feḍḍa." yakiuliza: „wewe ulio juu utanipa qiasi gani?" yakimambia: „ambapo nikitoka salaama, nitakupa reale arbʿa mia." yakimambia: „na wewe ulio chini yake, utanipa qiasi gani?" yakimambia: „nitakupa arbʿa mia."

[1]) ar. geizig. [2]) amefiwa. [3]) ar. Koranlesung. [4]) ar. Gewürz. [5]) Vorrath. [6]) ar. theuer. [7]) ar. Markt. [8]) ar. Preis, Werth. [9]) akaambiwa. [10]) ar. Verlangen. [11]) Vorort von Zanzibar, kiunga Obstgarten. [12]) Kokosbaumkletterer, von kukwea klettern. [13]) wörtl. das Gleiche d. h. zur Hälfte. [14]) akaacha. [15]) Mitte, d. h. in der Krone, wo die vielen Aeste zusammenlaufen. [16]) miguu yake. [17]) akapasuka. [18]) da hingen sie beide (als wenn sie aufgehängt wären). [19]) akapita.

yakipata ṭama'a, yakiwaza — „reale themanie mia hizi nitatwaa reale mia ninunue punda, na reale mitēni nitanunua nyumba ya mawe, kidogo chanitosha; na reale mia nitanunua joḥo na kilemba na jambia, na feḍḍa ningine nitaweka nikenda shamba nitumie nikiludi[1]).“ yakiwaza yakiwaza, ḥatta yamekwisha kuwaza na kutengeneza yalivopanda[2]) juu ya mnazi — marra wakiporomoka[3]) wote na kuti lao, wakianguka wakifa. yule na matengenezo yake hakupata, ikiwa wamekufa wote wawili.

Jumbe Waziri bin Diwani Tambaza
aus Klein-Bagamoyo.

[1]) rudi. [2]) alivyopanda. [3]) herunterstürzen.

Usijifiche kusikiliza maneno ya watu wengine.

waqati[1]) wa kulima na qabla[2]) ya kuvuna watu hufanya siku kuu. yuko mtu moja siku hii anakwenda pekeyake katika minda[3]), anapima anasema — kuwa: „huyu atapata mizigo khamsini, na mwenziwe[4]) atapata mizigo 'asherin, na huyu atapata labda mizigo mitatu ao minne.“

ḥatta munda wa mwaka mwingine ikakuwa[5]) mtu mwingine, jirani yake, akasema: „leo mimi ntakwenda ntajificha, nisikilize maneno yambayo[6]) yatasema huyu katika shamba langu.“ khalafu akenda akajificha katika shamba lake. na yule mtu akatokea; alipoona shamba lake la jirani yake, akasema: „huyu atapata mzigo mmoja.“ na yeye mwenyi shamba yuko hapa, akasikia maneno yale. khalafu akenda zake.

na yule mtu akenda akafanyiza muaba[7]), lakini mkubwa sana sana, upata mizigo mia. siku ya kuvuna katika shamba lake ule muaba ukajaa tele; wakauchukua watu wengi sana. kutaka kufika nyumbani kwake, yule mwenyi muaba akafa, na ule muaba ukapotea njiani, hawajui umekwenda wapi.

na tenna tokea hapo ḥatta sasa hamna mtu hathubutu[8]) kufanyiza kama hii, ma'ana kujificha kusikiliza maneno ya watu wengine.

'Abdallah bin Musa.

[1]) ar. Zeit. [2]) ar. vor. [3]) munda (kiangazija) = shamba. [4]) mwenzi wake. [5]) ikawa. [6]) veraltete, nur selten gebrauchte Relativform. [7]) kiangaz. Sack. [8]) ar. fest, muthig sein.

Wajinga watatu.

Alikuwako maskini, ana mwanawe mzuri sana; kulla mwanamume anakuja kuposa — hataki. „atakaye mwanangu[1], atoe reale thelatha mia.“ kulla watu[2]) wanakwisha, hapana awezaye kutoa.

khatima yakawa mtu mmoja akasema: „naweza kutoa.“ yakauza vitu vyake vyote, ḥatta watumwa wake akauza, yakapata reale thelatha mia. yakapeleka kwa mkwewe[3]), yakamambia: „tezamia[4]) siku njema, nije nikuoze.“ akatazamia, yakapata siku njema, yakenda yakaoa; asipate ḥeshima, yakaoa kana mtumwa. yakakasirika sana, yakasema: „fedḍa yangu nimepotea burre.“

akakaa siku nyingi pale, khalafu akachukua mkewe; babaye asimpe nguo ḥatta moja, asimpe mtumwa ḥatta mmoja. yakatoka yakenda na mkewe, yakakaa nje ya mji, yakawa maskini sana. na kazi yake kupiga ndege. hupata ndege wawili, moja akauza chakula na moja kitoweo; sikuzote kazi yake.

yakatoka manamme mgine[5]) kijana, akuja taka mkewe. mwanamke akafanya kama akaqubali. yakampa reale ya sham[6]); killa siku humzungusha, humambia: „kaningoje mwituni“; naye haendi.

siku moja yakaja baba yake, mwenyi kumzaa yule manamke, yakamkuta njiani yule mtu, aliyotongoza mwanawe, akamambia: „nataka nyumba ya ʿAli, iko wapi?“ akamambia: „mimi najua sana, twende nikupeleke.“ yakamkuta mumewe hayuko, yakapiga ḥodi, akamambia: „lete mkeka, baba emekuja[7]).“ yakatoa mkeka yakampa, wakatandika barazani[8]). akauliza: „mumeo[9]) emekwenda[10]) wapi?“ akamambia: „emekwenda tembea.“

wakakaa barazani kuzumgumza, yakaja mumewe. yakaona watu barazani, naye akachukua ndege wawili, yakafanya ḥaya[11]) ya kupita, yakapita kwa nyuma. yakampa ndege moja. yakauliza: „nani emekuja barazani?“ akamambia: „baba emekuja.“

akenda soqoni[12]) kuuza ndege wake. yakapata mchele yakanunua, na nazi yakanunua, na pilipili yakanunua, yakapita kwa nyuma, yakampa mkewe. khalafu akarudi kwa njia ningine, yakaja barazani,

[1]) mwana wangu. [2]) besser kulla mtu oder watu wote. [3]) mkwe wake. [4]) tazamia. [5]) mwingine. [6]) ein Maria-Theresien-Thaler. [7]) amekuja. [8]) baraza ist zunächst die vor dem Hause noch unter dem Schutz des weit vorstehenden Daches befindliche meist etwas erhöhte Terasse, die gewissermassen als Empfangsraum für Gäste dient; ferner werden die von den Bezirksmännern abgehaltenen öffentlichen Gerichtssitzungen sowohl, wie die Gerichtshallen selbst baraza genannt. [9]) mume wako. [10]) amekwenda. [11]) ar. Scham. [12]) ar. Markt.

yakampa mkwewe mkono, yakamuliza: „khabari ya huko utokako? kina mama ote[1]) hawajambo?“ akamambia: „ote hawajambo.“ wakazumgumza sana, khalafu wote wakalala.

manamke akapika. chakula kimekwisha, yakasima[2]) mwangoni[3]), yakaweta[4]): „ĕnye[5]), wajinga watatu!“ kwanza yakaamka baba yake. yakaweta: „enye, wajinga watatu“ tenna, yakaamka mumewe. yakaweta: „wajinga watatu“ tenna, yakaamka yule kijana aliyetongoza mke.

baba yake akakasirika sana, yakamambia: „mwanangu, nimekuja kukutazama, nawe unanambia mjinga?“ akamambia: „nipe mkoba wangu, niondoke!“ mwanawe akamuliza: „unaondokea lini?“ akamambia: „umenitukana, ntaondoka sasa hivi, umenambia mjinga na mimi mwerevu.“ akamambia: „kaa kitako, ule chakula kwanza, khalafu ntakwambia ma'ana yake.“

na yule mumewe alikasirika sana, akamambia: „mke wangu, umenitukana.“ akamambia: „usikasirike, kula chakula kwanza, ntakuambia ma'ana yake.

na yule mwingine akakasirika naye, yakawaga[6]), yakasema: „kwa ḥerini[7]), ntakwenda zangu, ma'ana nimetukanwa burre.“ akawambia wote: „kaeni kitako, mle chakula, ma'ana zake ntawambia khalafu.“ wakakaa, wakala chakula.

walipokula, wakesha[8]), wakamambia: „tupe ma'ana yake.“ „kwanza, akasema, mjinga baba wangu ya kunioza mimi mwanawe kwa reale thelatha mia, walla asinipe mtumwa ḥatta moja, walla asinipe nguo na mali, walla asinipe chombo cha feḍḍa, walla asinifanyizie 'arusi[9]) nzuri! umenioza ao umeniuza kwa mume? baba yangu — mjinga.“

„wa pili mjinga mume wangu. ukatoa reale thelatha mia, ukanioa miye[10]), sina shamba walla sina kitu; ungalioa mwana wa sulṭani, ungalipata mali mengi, ungalitumia kwa wasa'a[11]), ukapata shamba nzuri la kwenda[12]), na vitwana nyuma vitakufuata[13]) — ukanioa miye maskini wa muungu, sina kitu cho chote. ya pili: ukiwa na kazi ya kupatia pesa, tukatumia kwa nafasi[14]), ikawa kunitazama nikifuraḥi miye kulla suku[15]) — weye, mume wangu, mjinga.“

„wa tatu mjinga — huyu. mume wangu alinioa kwa gharama[16]) nyingi, feḍḍa zake zote, zisiwe mali, ikawa mari[17]) reale yako moja;

[1]) wote. [2]) simama. [3]) mlangoni. [4]) akawaita. [5]) ninyi. [6]) akawaaga. [7]) kwa ḥeri ninyi. [8]) wakaisha. [9]) meist hört man harusi sagen. [10]) mimi. [11]) Musse. [12]) kwendea. [13]) der bessere Suaheli liebt es, nach dem Vorbild des Arabers, einen möglichst grossen Tross von Leuten hinter sich zu haben, wenn er ausgeht. [14]) ar. Gelegenheit. [15]) neben siku gebräuchlich, jedoch seltener. [16]) ar. Unkosten, Gebühren. [17]) mali.

akiwa kanitongoza siku zote kwenda laza mwituni — umetokea huna adabu."

aliposikia mume, akakasirika sana, akamambia: „huyu ndio ememtongozea[18]) mke wangu?" yakashika fimbo, yakampiga sana yule, yakamfukuza mbio, na matusi yakamtukana, akamambia: „nataka nikuone hapa, ukapita[19]) pangu tu, ntakuua." akarejea barazani akakaa kitako.

mkwewe akaaga safari, asema: „nimekuja kuwatazama, na sasa nakwenda zangu nyumbani." wakamambia: „ kwa ḥeri baba, salaam mama na watoto wote pia mjini salaam." yakaondoka yakenda kwa mkewe, yakamweleza khabari, iliyompata huko alikotoka.

yakatoa feḍḍa, yakapiga mafungu mawili; fungu moja yakatwaa yeye, na fungu moja yakanunua vitu. yakanunua nyumba nzuri sana, yakanunua na vijakazi vizuri, yakanunua na matandiko mazuri, yakanunua na mapambo mazuri, yakanunua na mbuzi, yakanunua na mchele mwingi, yakanunua na pilipili na bizari. yakaandika barua, yakawaita mkwewe na mwanawe; wakaja. wakatia h'arusi kwa mali mengi wakafanyiza, yakatoa watumwa yakampa mwanawe, na vitwana yakampa mkwewe.

mwanamme akafunga mali kwenda kuchuma barra. yakapata mali, yakapata pembe na watumwa wengi; yakarudi pwani, yakakaa kwa kheri na mkewe, wakazaa watoto.

ndipo ilipokwishia ḥadithi ya wajinga watatu.

Muḥemedi bin Diwani Tambaza
aus Klein-Bagamoyo.

[1]) amemtongozea. [2]) ukipita.

Sulṭani 'Ediri[1]) na sulṭani Ndozi[2]).

Alitokea mfaume[3]) 'Ediri na mfaume Ndozi. kulla mtu anakaa kwa inchi yake. na ile inchi ya sulṭani 'Ediri haina mvua. kulla mwaka jua. hukaa wale katika inchi yao. na yule sulṭani 'Ediri ana watoto wake na yule sulṭani Ndozi ana watoto wake.

hutoka mtu mmoja mvuvi wa samaki, akenda baḥarini kuvua. aliporudi akimwamkia mama yake kizee, lakini yule kizee si mama yake aliyomzaa, kamzaa[4]) mtu mwingine. yule kizee humpikia chakula chake; akiona hana mama, afaḍali awe mama yangu huyu. akenda

[1]) ar. Gerechtigkeit. [2]) der Deuter, Traumdeuter. [3]) mfalme. [4]) akamzaa.

baḥarini kuvua, ndio kazi yake kulla siku; kurejea kule baḥarini yakija[1]) zake nyumbani.

na yule kizee kulla siku kamwambia mfalme Ndozi: „kulla siku ukiota, njoo unambie.“ yule kizee akamwambia: „vyema.“ na yule kizee kulla siku huota, huenda yakimwambia sulṭani: „leo nimeota hivi ao nimeota hivi.“ na yule kijana hulala, naye akiota, humwambia yule mama yake kizee, na yule kizee hupeleka kwa sulṭani Ndozi ndoto zake, kulla siku ndio 'amali[2]) yake.

ḥatta siku hiyo yule kijana, mvuvi wa samaki, akiota „mwezi unakuchwea huku matokea jua[3]), na jua linatokea machweo jua.“ yule kijana akamwambia yule kizee, mama yake, na yule kizee akaenda mwambia sulṭani, kama „leo nimeota mwezi unatokea machweo jua, na jua limekuchwea matokea jua.“ yule kijana akimwambia: „mama, usiende mwambia sulṭani, ma'ana maneno haya mabaya sana; tutakufa wote, atatufunga, atatupiga.“

yule mama yake asisikie maneno ya yule kijana, akiondoka yule kizee akenda kumwambia sulṭani. na sulṭani alivomwambia[4]) vile, yakamkamata, yakamfunga, akataka kumchinsha. naye akamwambia: „sivo mimi niliyoota!“ sulṭani akamwambia: „nani aliyoota?“ akimwambia: „mtoto wangu.“ akafunguliwa yule kizee. akapewa na 'askari kwenda mkamata yule mtoto, aliyoota ndozi[5]) hiyo. hutoka wakenenda, wakamkamata, wakamleta kwa sulṭani. sulṭani akiwambia: „sitaki kumwona, mtie ndani ya fumba, mshone kamtose baḥarini.“

wakamtia ndani ya fumba, wakimchukua ḥatta nyumba ya pili ya sulṭani, anayokaa mtoto wake; na yule mtoto — mwanamke. akiwambia: „nini mmechukua?“ wakimwambia: „mtoto moja maskini, baba yako amesema mchukueni, mkamtose baḥarini.“ akasema: „mleteni kwanza nimtezame. akapeleka kurabu[6]) yake chini yule mtoto, ikinaswa ile fumba, ikavutwa juu. na wale 'askari wapo chini, wanangojea; huwambia: „huyu mtu namchukua mimi, na nyie[7]) twaeni mawe, yatieni ndani ya fumba, kayatoseni baḥarini.“ wakitia mawe, wakenda tosa baḥarini, wakirudi wakimwambia sulṭani: „tumekwisha tosa.“ akiwambia: „bassi.“

na yule kijana yuko juu kwa mtoto wa sulṭani, ndio aliyemchu-

[1]) akaja. [2]) ar. Arbeit. [3]) Für N. S. O. W. haben wir folgende Bezeichnungen im suah.: N. qibla (Gebetsrichtung) oder kaskazini (N. O. Monsun); S.: suḥeli oder kusini (S. O. Monsun); O.: kunapotokea jua, kunapokucha jua, matokea jua, ma'a wa jua, maṭla'i, mashriq; W.: kunapokuchwa jua, machweo jua, mateo jua, maghribi oder maghribu. [4]) alivyomwambia. [5]) Traum, sonst ndoto gebräuchlich. [6]) ar. Haken (kulabu). [7]) ninyi.

kua. siku moja yule kijana humwambia: „mimi sina kazi yangu.“ akimwambia: „kazi gani?“ akasema: „nnavua baḥarini na mshipi.“ akimwambia: „nikununulie mshipi utavua?“ akimwambia: „nunua.“ akimnunulia[1]) akimpa, akimnunulia na mtumbwi, akimpa, akenda pwani kuvua.

anaporudi kuvua, hutumbua samaki, matumbo yao hutupa, samaki yakatunga. huja ndege, wakalia: „nipe utumbo, nipe utumbo ao samaki.“ na ndege wale huja wengi — samaki[2]). wanavosema[3]) vile, mama yao huwapo pale. akiwambia: „nyie[4]) watoto, kuna kuja kipande kinatoka kwa mfalme ʿEdiri, mje mkatambue ncha na shina, kinaletewa sulṭani Ndozi.“ wale ndege husema wadogo wadogo: „na wewe mama kazi gani hiyo, itayomshinda mtu? kinapokuja kipande hicho[5]) hukitia majini, kunakozama ndio shina, na kunakoelea ndio ncha.“

hutoka yule kijana, akenda zake, humwambia yule mtoto wa sulṭani, aliyemponya yeye, humwambia: „baba yako ataletewa kipande, akitambue shina na ncha.“ akimwambia: „na akitwae kipande hicho, akitie majini, kunakoelea — ndio ncha, na kunakozama — ndio shina.“ akiletewa barua yule sulṭani na sulṭani ʿEdiri, na kipande pia kikaletwa. akasoma barua sulṭani Ndozi, akaona khabari yake ya kutambua shina na ncha kipande, naye hajui. akatoka mtoto wake, yule mwanamke, yakimwambia: „baba, lete sufuria kubwa, ujaze maji tele, ukitie kipande ndani, ukaona[6]) kunakoelea ndio ncha, na kunakozama ndio shina.“ akakitia majini, akaona kipande ncha na shina. shina akaweka ʿalama[7]), akampelekea mwenyewe sulṭani ʿEdiri, yakimwambia: „kipande chako hicho kinakuja, na ncha nimetambua, na shina nimelitambua, na huko kunako ʿalama nyekundu ndio shina, na kunako ʿalama nyeusi ndio ncha.“ yakapelekewa; akatazama sulṭani ʿEdiri, akasema: „huyu kweli sulṭani Ndozi.“

na yule kijana huenda akivua. kulla siku wakaja ndege tenna, wakimwambia: „tupe samaki, amma utumbo.“ mama yao husema: „mwataka nyie, yeye atakulani[8])?“ kuna kuja mbuzi watatu kwa sulṭani ʿEdiri, aje awatambue sulṭani Ndozi watoto na mama yao.“ wale ndege wadogo wakimjibu mama yao: „ēe, mama, ni rakhiṣi[9]).“ wakija mbuzi watatu hao, huwafungia majani vichungu[10]) vitatu, na wale mbuzi wakaletwa kwa yule sulṭani Ndozi. akiletwa na barua ya kutambua mbuzi hao[11]).

1) akamnunulia. 2) zu ergänzen kutaka. 3) wanavyosema. 4) ninyi. 5) neben hiki. 6) ukiona. 7) ar. Zeichen. 8) atakula nini. 9) ar. rakhiṣ, billig, leicht; suah. wird es meist rakhisi geschrieben. 10) kichungu kleine Last Gras, Heu, Holz etc. 11) hawa.

akitoka yule kijana mvuvi, akenda mwambia yule mtoto, aliyomponya, wa sulṭani — kama: „baba yako sulṭani ameletewa mbuzi awatambue mama ya mtu na watoto, mwambie na wafunge mbalimbali, aṣubuḥi anapowafungua watakimbia kumkimbiria[1]) mama yao, bassi ndiye[2]) watoto wale."

sulṭani akafanyiza vilevile, akawatambua mbuzi watoto na mamie[3]) mtu[4]). mamaye mtu[4]) akamkata shikio, akimwambia: „huyu ndio mama yao." alipoona hii sulṭani ʿEdiri, akasema: „yatanishinda huyu."

akapeleka watu watatu. na yule kijana huvua, wakimwambia ndege: „tupe samaki, ao tupe utumbo." akawapa; mama yao akiwajibu akiwambia: „kuna kuja watu watatu, uwatambue mtumwa na mungwana na khadimu[5])." wale ndege wakanena: „kama sisi tungaliwapikia chakula, túkawatandikia ukumbini[6]). akiweka taa ya bati ya pesa tatu, wakaqaribishwa ndani, wakapita, wakakaa kitako ndani wanakula chakula. akapita mtoto akiizima taa, ukamwona anayosangaa[8]) na tonge[9]) ya wali mkononi — ndiye khadimu, na aliyoweka mkono mtupu, asiyoweza kushika chakula gizani — ndiye mungwana."

na yule kijana mvuvi akitoka, akenda zake nyumbani, akamwambia mtoto wa sulṭani: „kuna kuja watu watatu kwa baba yako, awatambue mtumwa na khadimu na mungwana." kusema vile — marra wakitokea. sulṭani tenna roḥo yake ikafanya kuṭumaʿi, kulla siku inaletewa aina[10]) ya kutambua na muungu yamweke mtoto wangu, husema: „sizijui ndozi hizi mimi, walakini mwanangu ndio anayonipa maʿarifa[11]) haya."

akatumwa mtu upesi kwenda kwa mwanawe: „wamekuja watu tenna wameletwa, watu watatu, wataka watambuliwe mtumwa na khadimu na mungwana." akimwambia: „pika chakula, baba, uwatandikie ndani; wanapokula yapite mtoto mmoja aizime taa kwa ujanja."

wakitandikiwa ndani, kikapikwa chakula, wakapita ndani kwenda

[1]) kimbilia. [2]) besser ndio = ndio wao. [3]) mama yake — mamaye und mamiye. [4]) das gen. praef. wird häufig ausgelassen. [5]) ar. Diener; suah. freigelassener Sklave; Aussprache ist ḥadimu und khadimu; Muhadimu, Wah. werden die Urbewohner Zanzibars genannt (ihr Chef Munyi mkuu), von denen noch ein geringer Theil sehr zurückgezogen im Innern der Insel lebt. [6]) der an der Vorder- und Hinterthüre gelegene lange, schmale Raum in den Suahelihäusern. [7]) giza und kiza. [8]) rathlos sein, nicht wissen was zu thun. [9]) kleines Klümpchen. [10]) pers. Sorte, Art. [11]) ar. Kenntniss.

kula. mtoto mmoja akazima taa kwa ghafla[1], wakaona — moja amesangaa na wali mkononi, na moja anakula, na moja hali, anangojea taa. sulṭani akawakamata, akawambia: „huyu mungwana, akamweka ʿalama, na huyu khadimu na huyu mtumwa, akiwaweka ʿalama, kulla mtu na ʿalama yake.

wakenda zao ḥatta kwa sulṭani ʿEdiri, wakamwambia: „tumekwisha tambuliwa.“ sulṭani ʿEdiri akasema: „lōō[2]), amenishinda, walakini sasa nitataka kitu kingine, anileteе mvua.

na yule kijana akenda zake pwani kuvua samaki, wakija ndege vilevile, wakinena: „tupe samaki, tule, ao utumbo.“ akinena mama yao — kama: mwacheni, mnataka niye[3]) — yeye atakulani[4])?“ kuna kuja amri moja huko ya kutaka mvua sulṭani ʿEdiri kwa sulṭani Ndozi.“ wale ndege wadogo wakinena: „kama mimi ningalitwaa mjusi, nikamkata mkia, nikatwae nikachome, unga wake nikarushe kwa upepo, marra mvua itakuja.

ikija barua ile ya kutaka mvua, yakiletewa sulṭani Ndozi, yakinena: „emenishinda[5]) huyu sasa, khabari ya kuleta mvua nitajuaje mimi sasa? khabari hii anajua muungu mwenyewe.“ akitoka mwenyewe, akenda mwambia mtoto wake: „imekuja barua ya sulṭani ʿEdiri ya kutaka mvua.“ akimwambia: „kamata mjusi, umkate mkia, mkia wake uchome, unga wake urushe kwa upepo. bassi mvua itakuja marra. ukitaka jua, twaa kichwa cha mjusi ukichome, ufanye sawasawa, marra itakuja jua.“

yakitoka[6]), yakenenda sulṭani Ndozi ḥatta kwa yule sulṭani ʿEdiri, aliyotaka mvua, akimwambia: „kama nimekwisha kuja, nini unataka sema?“ akimwambia: „nataka mvua.“ akamwambia: „ungoje, saʿa sitta usiku itakuja mvua.“

yule sulṭani Ndozi akakata mjusi wake mkia, akachoma ḥatta usiku akarusha kwa upepo, marra likatanda uwingu, ikija mvua nyingi sana, ikajaa ndani ya majumba, nyumba za udongo zinaelea juu kwa juu.

yakipiga makelele yule sulṭani ʿEdiri — kama: „sulṭani Ndozi, kama nimetubu[7]) maneno yangu, tenna sitaki mvua, walla kitu kingine sitaki kufanyiza juu yako; nikifanyiza nyumba zangu na mji wangu raʿia[8]) zako, na mji uchukue wewe.“ yakimwambia: „sasa unataka jua.“ sulṭani Ndozi yakachoma kichwa cha mjusi, akarusha unga wake, likatoka jua.

[1]) ar. Nachlässigkeit. [2]) Ausruf des grossen, bewundernden Erstaunens. [3]) ninyi. [4]) atakula nini. [5]) amenishinda. [6]) akatoka. [7]) ar. sich bessern, bekehren. [8]) ar. Unterthan.

yakafirisika[1]) yule sulṭani ʿEdiri, sulṭani Ndozi akaja zake mjini kwake. khalafu yule mwanawe mwanamke akawambia — kama: „baba, aliyo[2]) akakuponya — huyu mtoto uliyotaka kumtosa, mimi nikamtwaa, ikenda[3]) toswa mawe maḥali pake; na maneno yote ananambia yeye."

sulṭani akamfanyiza ndio mwanawe mwanamme, tenna akamwoza na mwanawe, akamfanya mkwewe tenna. ndio khabari[4]) ya sulṭani Ndozi na sulṭani ʿEdiri.

Muḥemedi bin Madigani
aus Magogoni.

[1]) für Bankerott erklären; d. i. er erklärte sich für geschlagen. [2]) aliye. [3]) es gingen. [4]) khabari und ḥabari.

Mtoto wa sulṭani na mtoto wa tajiri.[1])

alikuwa mtoto wa sulṭani na mtoto wa tajiri, walikuwa ṣaḥibu[2]) sana. mtoto wa sulṭani na mtoto wa tajiri walikuwa wakitoka pamoja na kucheza pamoja.

ilikuwa siku moja wamepata fikira[3]) ya kujenga uwalio.[4]) walipokwisha jenga uwalio huenda zao, ḥatta aṣubuḥi hurudi huja hutazama samaki. wakipata samaki, yule mtoto wa sulṭani huchukua samaki wazuri, walio wadogo humwacha mtoto wa tajiri. yule mtoto wa tajiri hakuriḍiwa[5]) na khabari hii. kwa sababu wamefanya gharama[6]) sawasawa, kulla mtu ametoa feḍḍa nuṣṣ kwa nuṣṣ. mtoto wa tajiri akasema nafsi yake: „tumekamata samaki kwa mchezo tu, hatutaki kuziuzi, kwani siye[7]) tuna feḍḍa, hatutaki feḍḍa ya biʿashara ya samaki! tafanza[8]) ʿaqili gani ḥatta tugawe huu uwalio?" akamambia mtoto wa sulṭani: „tugawe uwalio nuṣṣ kwa nuṣṣ, kulla mtu awe na wake; uwalio wangu wakiingia samaki zaidi — bakhti[9]) yangu, wakiingia kwako zaidi — bakhti yako." mtoto wa sulṭani amequbali[10]), wakagawa[11]) uwalio.

mtoto wa tajiri uwalio wake ulikuwa na bakhti, zikaingia samaki

[1]) reich, Kaufmann; die Aussprache ist entweder tájiri oder tajíri. [2]) ar. Freund. [3]) ar. Gedanke. [4]) Zaun, der am Meeresstrande im Wasser angelegt wird, um Fische zu fangen. Wenn die Fluth die Fische darüber hinwegtreibt, können dieselben bei ablaufendem Wasser nicht wieder zurück und sind bei eintretender Ebbe leicht zu fangen. [5]) ar. zufrieden sein. [6]) ar. Unkosten. [7]) sisi. [8]) nitafanza. [9]) ar. Glück. [10]) ar. annehmen. [11]) neben gawanya.

sana; na mtoto wa sulṭani huingia kidogo. yule mtoto wa sulṭani akaona vile uwalio wa mtoto wa tajiri unavoingia[1]) samaki wengi, akafanza ḥosuda[2]), akiondoka aṣubuḥi mapema kuliko mtoto wa tajiri, huenda kule huchukua samaki wa mtoto wa tajiri, hutia kwake. mtoto wa tajiri akija — hukuta samaki kidogo, na kule kwa mtoto wa sulṭani wengi.

akatokea mtu, akamambia — kama: „wewe uwalio wako hukamata samaki zaidi, lakini mtoto wa sulṭani huondoka na mapema, akaja akaweba."[3]) akasikia mtoto wa tajiri, akanena: „haina ḥaja[4]) kugombana na rafiqi yangu kwa ajili[5]) ya samaki; kwanza nikinena haitapendeza mimi kuda'i[6]) samaki mbele ya rafiqi yangu, mtoto wa sulṭani." akawacha uwalio, akenda zake, akampa mtu mwingine. akamambia rafiqi yake: „sasa sitaki uwalio." billa yeye kutoa fikira mtoto wa sulṭani akawacha naye uwalio wake.

wakakaa siku każa wa każa — hawana mchezo. ḥatta siku moja wakanena — kama: „tukacheze karata[7]) mqahawani."[8]) wakenda mqahawani, wamepata watu wanne, wakacheza karata, nao wakaingia katika shirika[9]) ya karata. walikuwa wakacheza zile karata, mtoto wa sulṭani akafikiri[10]): „neno gani tamwambia[11]) ṣaḥibu yangu ḥatta aużike?"[12]) huchukua mzungu wa nne[13]) hupija[14]) juu ya bao[15]), husema: „sulṭani aula."[16]) mtoto wa tajiri amesikia marra każa wa każa katika mchezo, qauli[17]) ile imemużi. kwani huyu ananena „sulṭani aula?" akaondoka na mṣiba[18]) moyoni mwake, akenda zake.

alipokwenda zake nyumbani mwake, baba yake amemtazama, marra ile alimjuilia, kama huyu amepatikana na 'izara[19]). „mtoto wangu umefanya nini? mbona umekasirika?" akanena: „sikufanya kitu." akamambia: „mtoto wangu, usikasirike! kwa nini unakasirika? kitu gani unachokitaka? mtoto wangu una feḍḍa, kulla kitu unachokitaka utakipata! kwa nini unaużika?" akasema: „la, sikuużika kwa hivo, rafiqi yangu kanikasiri. tumekwenda kucheza karata, na kulla tukicheza huchukua mzungu wa nne, hupija juu ya bao, husema: „sulṭani aula." babake akanena: hayo ndio maneno yaliyokukasiri? akisema marra ya pili, nawe chukua äsi[20]), mwambie: „mali ngazi[21])."

wakenda kucheza karata. mtoto wa sulṭani akacheza, akasema: „sulṭani aula;" naye akapija äsi yuu ya bao, akanena: „mali ngazi."

[1]) unavyoingia. [2]) ar. Neid. [3]) akawaiba. [4]) ar. Verlangen. [5]) ar. Grund. [6]) ar. beanspruchen. [7]) Karten. [8]) im Kaffeehaus. [9]) ar. Gesellschaft. [10]) ar. nachdenken. [11]) nitamwambia. [12]) sich gekränkt fühlen. [13]) König im Kartspiel. [14]) hupiga. [15]) Spielbrett, Tisch. [16]) der Sultan ist mehr. [17]) ar. Rede. [18]) ar. Unglück. [19]) ar. Erniedrigung, Beleidigung. [20]) Ass. [21]) Vermögen ist die Leiter, der Weg, auf dem man alles erreichen kann.

mtoto wa sulṭani akashtuka[1]): „vilikwendaje kunambia mali ngazi?“ naye akamjibu mtoto wa sulṭani: kwani[2]) ukanambia „sulṭani aula?“ akanena: „ndiyo mimi sulṭani, ntaweza kufanya nnavotaka[3]).“ wale watu walikuwapo wameshtuka, wakasema: „ngojeni tuwafanzie ṣuluhu[4]).“ wale watoto wamesikia, na wale watu wamewafanzia ṣuluhu; wakapatana.

wakacheza marra ingine. mtoto wa sulṭani akacheza mzungu wa nne, akanena: „sultani aula.“. mtoto wa tajiri akacheza, akamcheza āsi, akajinasabu[5]): „mali ngazi.“ akanena mtoto wa sulṭani: „kwani unanena mali ngazi?“ naye akamrudishia mtoto wa sulṭani kamambia[6]): „kwani unanena sulṭani aula?“ akasema: „mimi naweza kuḥokumu katika inchi hii na katika inchi ningine.“ akanena: „nami naweza kufanza kulla kitu nnachokitaka, kwani nna[7]) mali.“ akamambia mtoto wa sulṭani: „mimi naweza kumwoa dada yako.“ mtoto wa sulṭani akamambia mtoto wa tajiri: „na wewe huwezi kumwoa ndugu yangu.“ akamjibu: „mimi naweza kumwoa dada yako.“ mtoto wa sulṭani amemcheka, akamambia: „tajiri hawezi kumwoa mtoto wa sulṭani.“

wakagombana sana, ḥatta khalafu wakafanya shuruṭi[8]). mtoto wa sulṭani akamambia mtoto wa tajiri: „ukiweza kumwoa dada yangu — inchi yangu na usulṭani wangu ḥalali[9]) yako.“ akanena mtoto wa tajiri: „kama ukiweza kumwoa ndugu yangu — mali yangu yote chukua ḥalali yako.“ wakaweka na mashahidi[10]), kulla mtu akatia ṣaḥiḥi[11]) ya ushahidi, na kulla mtu akachukua khaṭṭi[12]) yake. wamepatana tenna, na khalafu wakenda zao.

mtoto wa sulṭani akajenga merkebu, alitaka kusafiri kwenda matembezi. na yeye hakumwambia rafiqi yake, amekaa siku każa wa każa ḥatta merkebu imekwisha, imebaqi[13]) siku tatu alitaka kusafiri. akaja mtu moja akamambia mtoto wa tajiri: „umepata khabari ya rafiqi yako? siku gani atasafiri?“ mtoto wa tajiri akashtuka, akamwuliza: „rafiqi yangu gani?“ akanena: „mtoto wa sulṭani.“ kanena[14]): „sina khabari kama anasafiri, umesikia na nani?“ asema: „najua zamani amejenga merkebu, ataka kwenda matembezi, kesho anashua[15]), na kesho kutwa anasafiri.“

mtoto wa tajiri ameużika; ameondoka katika baraza, akenda zake kwa baba yake. babake alivomwona[16]) macho yake yamegeuka, marra alimjuilia kama ameużika. akenda zake katika chumba chake, akenda

[1]) stuka, erschreckt werden. [2]) kwa nini. [3]) ninavyotaka. [4]) ar. Friede, Versöhnung. [5]) ar. sich brüsten. [6]) akamambia. [7]) nina. [8]) ar. Bedingung. [9]) ar. erlaubt. [10]) ar. Zeuge. [11]) ar. richtig. [12]) ar. Schriftstück. [13]) ar. übrig bleiben. [14]) akanena. [15]) vom Stapel lassen. [16]) alivyomwona.

akajilalia. amekaa ḥatta waqati[1]) wa chakula, babake ameuliza: „mtoto wangu yuko wapi?" wakanena: „mtoto wako yuko chumbani kwake." akaondoka, akenda chumbani kwake, akamkuta ametia tumbuu[2]) kwa ndani. akamwita: „mtoto wangu, fungua mlango." akaondoka akafungua. akamambia: „una nini? huwezi?" akamambia: „la, mzima." akamambia: „nambie kweli." yule mtoto akamambia: „baba, mzima, lakini ntakwambia neno moja, kama kweli unanipenda — usikasirike." kanena: „unataka nini, mtoto wangu?" akanena: „mtoto wa sulṭani amejenga merkebu, anataka kusafiri, na miye hakunambia; bassi, baba, kama unanipenda, nataka leo ḥatta kesho nataka merkebu, na kesho kutwa aṣubuḥi nataka kusafiri." kanena: „hivo tu? ndiyo maneno yaliyokukasiri?" akasema: „bassi — usikasirike, ondoka ukale chakula, merkebu iko tayyari[3]) ḥatta ukitaka kesho.

alipoondoka baba yake, akenda zake mashamba, akakusanya jamiʿei ya watu, akawambia: „nataka merkebu, hapa ḥatta kesho iishe, mtoto wangu asafiri." akamambia yule fundi: „ukiweza kwisha ḥatta kesho, takupa[4]) beʿi unaitaka[5]). wakenda wakajenga merkebu. siku ya pili imekwisha. mtoto wa sulṭani hana khabari. wakapakia rufaʿa[6]), kulla kitu cha dunyani na aina[7]) vyakula, wakaishua merkebu. mtoto wa tajiri akasafiri.

mtoto wa sulṭani amesikia, kama mtoto wa tajiri amejenga merkebu kwa siku moja, siku ya pili amesafiri. marra ile mtoto wa sulṭani akaamru watu, wakashua merkebu yake, wakasheheni[8]) na vyakula, wakapakia na makaa[9]), akamfuata rafiqi yake.

alipomfuata, akamkuta katika baḥari. alipomkuta, akampandia akamambia: „tafaḍḍali twende shanjari[10]), na tule pamoja." yule mtoto wa tajiri akamambia: „ndio, lakini siku moja tule kwangu na siku moja tule kwako." siku anayokula kwa mtoto wa sulṭani — hapati vyakula vizuri, siku wanayokula kwa mtoto wa tajiri hupika kulla aina ya vyakula vizuri.

ḥatta wamekaa siku kaža wa kaža baḥarini, mtoto wa tajiri vyakula vyake vimekwisha. akamambia mtoto wa sulṭani: „tafaḍḍali, niḥesabie[11]) nuṣṣ ya vyakula vyako katika merkebu yangu, kwani vyakula vyangu vimekwisha." mtoto wa sulṭani amekataa kumpa mtoto wa tajiri. mtoto wa tajiri akastaḥamili[12]), akila vyakula vya mabaḥaria[13]).

[1]) ar. Zeit. [2]) Riegel. [3]) pers. fertig. [4]) nitakupa. [5]) unayoitaka. [6]) ar. rufʿa, aufheben, tragen; hier Ladung. [7]) pers. Art. [8]) ar. befrachten. [9]) Kohlen. [10]) neben einander fahren. [11]) auf Rechnung ablassen. [12]) ar. mit Geduld ertragen. [13]) Matrosen.

ḥatta siku ya tatu alivomambia vyakula vimekwisha — ikeshiwa[1]) na makaa, kamambia[2]) mtoto wa sulṭani: „nipe makaa kidogo, makaa yangu yamekwisha.“ kamambia: „sikupi.“ mtoto wa sultani akenda zake. mtoto wa tajiri akatweka.

mtoto wa sulṭani akarudi, akenda zake kwao. katika fikira[3]) yake akat͟hanni[4]) „mtoto wa tajiri amekufa kwa njaa.“ alipowaṣili akasema: „mtoto wa tajiri amekufa, kaniuṣia[5]) nimwoe dada yake, alipokuwa akifa.“ dada yake akasema: „la, miye siolewi na mtoto wa sulṭani.“ akamjibu: „miye takuoa[6]), kwani ndugu yako ameniuṣia.“ dadake akakataa, akanena: „hunioi, mimi naolewa na mtoto wa tajiri kama mimi.“ mtoto wa sulṭani akamambia: „kama kesho hukufanza shauri nikakuoe — bassi kesho kutwa utaondoka katika inchi yangu, na mali yako takunyanganya[7]).“

siku ya pili akawaṣili[8]) mtoto wa tajiri. alipowaṣili bendarini, watu wakamwuliza: „umemambia mtoto wa sulṭani amwoe ndugu yako?“ kawambia: „la, sikumambia.“ watu wakasema: „mtoto wa sulṭani amekuja, amesema umekufa; amenena: „ulipokuwa ukifa umemuṣia kama amwoe dada yako.“ akawambia: „uwongo.“

qaḍi[9]) akenda kamchukua mtoto wa sulṭani, akamambia: „kwani[10]) umesema uwongo mbele ya shera'a[11])? umenena kama mtoto wa tajiri amekufa, naye amekuuṣia kama umwoe dada yake!“ akajibu: „hakuniambia, lakini nataka kumwoa dada yake.“ mtoto wa tajiri akamambia qaḍi: „sema sasa nimemsameḥe[12]) mtoto wa sulṭani, kwani najua 'aqili[13]) anaitaka kufanza;“ akamsameḥe.

akenda zake nyumbani mtoto wa tajiri, akenda akaandika barua akampelekea dada yake, mtoto wa sulṭani, akataka kumposa. na ile dada yake, mtoto wa sulṭani, alikuwa anampenda mtoto wa tajiri. akamjibisha majibu, akamambia: „nimeriḍia[14]), lakini sitaki mtu ajue mpaka tufunge khuṭuba[15]), waqati ule wakijua — bassi hapana shakka[16]).

siku ya pili akamjibu barua dada yake mtoto wa sulṭani, akamambia: „kesho kutwa nakwenda shamba, nakwenda kutembea, bassi tafaḍḍali njoo katika shamba langu ufuatane na qaḍi, aje atukhuṭubishe.

siku ya pili akatengeneza magari na frasi na watu wa kufuatana, wakenda shamba. na mtoto wa tajiri akenda shamba. wakenda wa-

1) ikishwa. 2) akamambia. 3) ar. Gedanke. 4) ar. denken. 5) ar. vermachen. 6) nitakuoa. 7) nitakunyanganya. 8) ar. Ankommen. 9) ar. Richter. 10) kwa nini. 11) ar. Gesetz. 12) ar. verzeihen. 13) ar. Verstand. 14) ar. zufrieden sein, einwilligen. 15) ar. Predigt. 16) ar. Zweifel.

kifanza karamu wakala. mtoto wa tajiri akaonana na dada yake mtoto wa sulṭani, akamwita qaḍi, akenda akawafungisha nikaḥi[1]).

mtoto wa tajiri amerudi amekuja zake, akaja akamwita mtoto wa sulṭani, akamambia: „nimemwoa ndugu yako." mtoto wa sulṭani akamambia: mwongo, ndugu yangu humjui." akamambia: „mimi namjua." kamambia[2]): nani jina lake?" akasema: „jina lake Faṭuma." marra ile alishtuka mtoto wa sulṭani, akaingia khofu[3]), akamambia: „bado sikuṣadiqi[4]); nioneshe[5]) mashahidi, walipokuwa ulipokuwa ukikhuṭubisha nikaḥi."

akamwita qaḍi na mashahidi watatu. akaja akauliza. qaḍi akamambia: „ndugu yako ameolewa na mtoto wa tajiri." na mashahidi wakatoa ushahidi waliposhuhudia. akaondosha barua yake ya mashuruṭi kamambia: ondoka katika inchi yangu, usulṭani wako nimenfuta."

Selim bin Abakari.

[1]) ar. Ehe. [2]) akamambia. [3]) ar. Furcht. [4]) ar. glauben. [5]) nionyeshe.

njia ya mbali na njia ya qaribu.

walikuwa watu wawili, wakafanya urafiqi. walikuwa wakilima mashamba pamoja. yule moja njia anayopita mbali, naye shurṭi afuatane na rafiqi yake, wapite kule njia ningine. na qaribu ya ule mji wanaokaa pana njia ya qaribu; ukikaa mjini huona mashamba yao.

siku moja wakatoka aṣubuḥi, wakafika pale penyi njia ya qaribu, akamambia: „tupite hii njia ya qaribu, twende upesi." yule rafiqi yake akamambia: „napita hii ya mbali, nende zangu, ma'ana hiyo qaribu siijui." yule akanena: „bassi miye napita hiyo qaribu, ma'ana nataka kwenda upesi, nawe pita hiyo mbali nende zako."

yule akapita njia ya qaribu, alitaka kwenda upesi; akenda — akaanguka katika shimo; na yule aliyopita mbali — akawaṣili salaama.

njia ya qaribu si njia[1]), afaḍali ya mbali unaijua[2]).

Selim bin Abakari.

[1]) Ein guter Weg um, ist nicht krumm. [2]) unayoijua.

mtu mvivu na mtu wa kazi[1].

alikuwa mtu mmoja mvivu, naye alikuwa mzima na nguvu zake. kulla siku, akiona watu wakienda mashamba kulima, yeye husema: «nangoja muungu.“

ḥatta siku moja akaja rafiqi moja, akamambia: „kwani[2] weye huendi kulima?“ asema: „siwezi kulima.“ rafiqi yake akamambia: „miye nnalima, mweny'ezi[3]) muungu anisaidie[4].“

ḥatta walipovuna mpunga wao na mtama wao, yule mtu mvivu akawaona wamekwisha vuna, wamekuja zao mjini, yeye kulla siku hulala na njaa, huondoka na njaa, akasema: „mweny'ezimgu[5] anipe.“ yule rafiqi yake akamambia: „nenda ukalime, amma ufanye kazi, upate pesa utumie.“ yeye hataki kufanya kazi kwa ajili[6] ya uvivu mwingi.

ḥatta siku moja akenda kwa rafiqi yake, akamambia: „nipatie chochote[7], ninunue chakula, ma'ana sina chakula sina nguo.“ akamwuliza: „kwani huna chakula huna nguo, weye mgonywa? akanena: „la, miye mzima.“ asema: „kwani weye hulimi?“ akamambia: „mimi namngojea muungu, mweny'ezi muungu atanipa.“ akamambia: „ḥatta sisi tunamngojea mweny'ezi muungu atupe. lakini mtu hufanya kazi, akaomba muungu — mweny'ezi muungu humsaidia, lakini ukikaa kitako, ukisema „nnamngojea mweny'ezi muungu“, na wewe hufanyi kazi, hakupi kitu, atakupa donda[8].

Selim bin Abakari.

[1]) fleissig; hodari. [2]) kwa nini. [3]) mwenyi 'ezi; 'ezi ar. Macht. [4]) ar. helfen. [5]) mwenyi 'ezi muungu. [6]) ar. Grund. [7]) kitu. [8]) Wunde, d. h. Krankheit.

Mfalme tajiri na mfalme maskini.

alikuwa mfalme tajiri na mfalme maskini. mfalme tajiri alimambia mfalme maskini: „tukizaa watoto waanaume[1]) — tuwaue.“ yule mfalme maskini akasema: „haifai, watoto waanaume zaidi kuliko waanawake.“ mfalme tajiri akasema: „la, tutawaua.“ mwenzake[2] akafikiri[3]: „shauri gani ntafanyiza watoto wangu wasiuawe?“ alipofikiri 'aqili, akanena: „vema — tutawaua, lakini kulla mtu ataua wake mwenyewe katika nyumba yake.“ mfalme tajiri akasema: „vema;“ akaqubali lile shauri.

[1]) neben waanawaume. [2]) mwenzi wake. [3]) ar. nachdenken.

mfalme tajiri amezaa mtoto kwanza, akamambia mfalme maskini — kama: „mtoto wangu namwua.“ akamambia: „vema, fanya unavotaka[1]).“

mwaka wa pili mfalme maskini amepata mtoto manamme, akafikiri: „mtoto wangu nnampenda, shauri gani ntafanyiza mtoto wangu asiuawe?“

akenda kwa mtu moja maskini, akamambia: „nifanzie shauri, kwani nimezaa mtoto, na miye sitaki kumwua, na ndugu yangu sitaki yajue, ya kama mtoto wangu yu ḥai[2]).“ yule maskini akamambia: „lete mtoto wako ntamficha, walakini usimambie mtu, kama mtoto wako yu ḥai. mtu akikuuliza, mambie: „mtoto nimemwua.“

akenda kwa mfalme tajiri, akamambia: „nimepata mtoto, nami nimemwua.“ akanena: „vema.“ kulla mwaka kulla sulṭani hupata mtoto. mfalme tajiri huua wake, na mfalme maskini huwaficha wake, ḥatta wamekuwa sab'a.

wale watoto wamekua, wametiwa chuoni, wamesoma ḥatta wamekhitimu qorani[3]). mfalme maskini akanena: „sasa watoto wangu wamekua, wamekhitimu qorani, wanajua killa kitu, 'aqili[4]) gani ntafanyiza watoto wangu wasiuawe, na miye[5]) nisiuawe?

akatokea mtu moja fitina[6]), akawaona wale watoto katika ua wanacheza, akaingia katika nyumba ya yule mtu maskini, akamuliza: „watoto wa nani?“ akamjibu: „watoto wangu.“ akauliza: „umezaa watoto ḥatta upate watoto wazuri namna hii? neno hilo sitaqubali, hawa ni watoto wa watu wakubwa, ṣura[7]) zao naziona.“ akamambia: „hawa watoto wa sulṭani maskini, amekuja kuwaweka amana[8]) nyumbani kwangu, mfalme tajiri asiwaue, lakini usimambie mtu.“ akamambia: „la, sitamambia mtu.“

akaondoka, akenda zake, akenda kwa mfalme tajiri, akamambia: „nipe kitu, nami nikwambie neno usilolijua.“ akauliza: „neno gani?“ akamambia: „shurṭi unipe kitu nikwambie.“ akamuliza: „unataka kitu gani?“ akajibu: „nataka kitu kitontosha[9]).“ akamambia: „takupa[10]) mali itakutosha uḥai[11]) wako na uḥai wa watoto wako.

akamandikia barua, akampa mashamba na feḍḍa zambazo[12]) zitamtosha. akanena sasa: „ndugu yako watoto wake hakuwaua.“ kamambia: „weye mwongo, ndugu yangu amezaa watoto sab'a, nami nimezaa watoto sab'a, na sote[13]) tumewaua.“ akanena: „la, watoto wa

[1]) unavyotaka. [2]) ar. lebend. [3]) den Koran beendigen, lesen können. [4]) ar. Verstand. [5]) mimi. [6]) ar. Zwist, Zwietracht, Intrigue. [7]) ar. Form, Gesicht. [8]) ar. Sicherheit. [9]) kitanitosha. [10]) nitakupa. [11]) ar. Leben. [12]) selten gebrauchte Relativform von amba sagen. [13]) wote.

ndugu yako wa ḥai, na kama huṣadiqi[1], takuonesha[2]; na kama sivo[3]) — kichwa changu ḥalali yako.“ akamambia: „twende ukanioneshe.“ yule mtu fitna akamambia: „jigeuze namna ningine, uwe kimaskini, tukingie[4]) katika nyumba, usije kutambulikana, kama wewe mfalme tajiri.“ akajigeuza kama maskini, akenda katika ile nyumba.

walipoqurubia[5]) ua, wakawakuta wanacheza uani. akamwuliza yule mtu mwenyi nyumba: „watoto wa nani?“ akamjibu: „watoto wangu.“ akamambia: „usinene uwongo, nambie neno la kweli, kwani nauliza kwa ḥaqqi[6]).“ yule mtu akashtuka. „kwani anauliza namna hii?“ akamambia: „nataka nijue, kwani watoto hawa si wako, hawa watoto wa ndugu yangu, na wewe ukisema uwongo — kichwa chako ḥalali yangu, maʿana mimi mfalme katika inchi hii.“ marra ile akajigeuza na nguo ningine kwa ḥali yake, na yeye akamtambua, akasema: „kweli, mfalme tajiri.“ akanena tenna: „hawa watoto wa ndugu yako, lakini akanambia „usimambie mtu,“ kwani anawapenda watoto wake. na yeye anataka kusikia ḥokumu[7]) yako, ndio maʿana aliowaficha, akakwambia kama amewaua.

akaondoka mfalme tajiri, akenda zake nyumbani, akamwita ndugu yake kwa uchungu na mauźiko, akamambia: „neno gani tulilosemezana, ḥatta ukaja ukanighilibu[8]), ukanambia watoto wako umewaua, nawe hukuwaua.“ akanena: „ndio, watoto wangu sikuwaua, kwani miye napenda damu[9]) yangu, weye hupendi damu yako; kwani[10]) weye usiweke wako?“ akamambia: „la, siye tumekwisha maneno kama tuue watoto, weye umequbali kama tuwaue. sasa nimewaua wangu, kwani usiue wako?“ „nimetaka kusikia ḥokumu yako, ndio maʿana niliyokwambia nimewaua, kwani wewe umenishika kwa nguvu, kama tuue watoto, na miye sikuriḍia[11]). ukaja ukanishuruṭiza kwa nguvu, khalafu nikaitika — kama „fanyiza unavotaka[12]).“ akanena: „na sasa twende katika sheriʿa[13]), twende tukaḥokumiane, huyu atakayeshindwa — sheraʿa itamlazimu.“ akanena: „vema, twende.“

qaḍi[14]) akawauliza: „kuna maneno gani?“ mfalme tajiri akanena: „tuna mashitaka yangu na ndugu yangu. nilimambia ndugu yangu shauri — kama „tukiwazaa watoto waanaume tukiwaue,“ naye amequbali. tuliwazaa watoto. miye nimewaua wangu na yeye kaficha[15]) wake; kwani[16]) hakuwaua? sasa tunataka sheraʿa ituḥokumu.“ qaḍi akatazama katika kitabu, akamwuliza mfalme maskini: „maneno haya

[1]) ar. glauben. [2]) nitakuonyesha. [3]) sivyo. [4]) tukaingie. [5]) ar. sich nähern. [6]) ar. Recht. [7]) hier Befehl. [8]) ar. bezwingen. [9]) ar. Blut. [10]) kwa nini. [11]) ar. zufrieden sein, einwilligen. [12]) unavyotaka. [13]) ar. Gesetz. [14]) ar. Richter. [15]) akaficha. [16]) kwa nini.

yalikwendaje weye usiue wako?" akanena: watoto wangu nawapenda, ndio ma'ana sikuwaua. kama siwapendi. haifai kuwaua, kwani ni bin Adām kama mimi, ni watoto wangu. tenna mtu mwenyi 'aqili hatoi shauri kama hii — ya kuwa „ukipata mtoto umwue." miye nilimambia mfalme tajiri — kama „shauri hili si zuri," naye hakusikia, amesema „anataka," ndio ma'ana sikutaka kumkasiri. na miye nikaitika, nikamambia „vema, fanyiza unavotaka." akafanza alivotaka mfalme tajiri, kaua watoto wake, nami nimeweka wangu. killa mtu ana khiyari[1]) katika nyumba yake."

mfalme maskini amepata shera'a, shera'a imemlazimu mfalme tajiri. qaḍi amefikiri: „tafanza ṣuluḥu[2])." akamambia mfalme maskini: „gaweni watoto, chukua watatu, mpe mfalme tajiri, nawe chukua wanne." mfalme tajiri amekataa, amesema: „na tuwaue." mfalme maskini akasema: „siwaui watoto wangu!" lete shauri jingine, kulla neno unalotaka[3]) ntafanyiza, lakini watoto wangu siwaui." mfalme tajiri akasema: „kama huwaui, niletee ngoma ya milio sab'a, na miye takusameḥe[4]) watoto wako. kama hukuniletea ngoma ya milio sab'a, ntakuua weye na watoto wako." kamambia[5]): „vema, takwenda[6]) kufanza shauri miye na watoto wangu."

akenda kwa watoto wake akaweta[7]), akawambia: „watoto wangu, nimeshikwa kwa[8]) sulṭani, nami ntauawa, nanyi[9]) mtauawa, kama hamkuweza kufanza neno analotaka[10]), bassi — sote[11]) tutakufa." wakatoka wale watoto, wakamambia: „baba, neno gani unalotaka[12])? kulla kitu unachotaka[13]), inshallah tutafanyiza." akawambia: „pana ngoma ya milio sab'a, nayo iko ḥilani[14]), iko kwa sulṭani wa masheṭani." wakasema: „bassi, baba, tuundie jahazi, twataka kusafiri." baba akawaundia jahazi, watoto wakatengeneza safari, wanataka kusafiri. sulṭani tajiri akasema kwa sulṭani maskini: „kama watoto wako hawakurudi na ngoma ya milio sab'a 'umūri[15]) wako ḥalali yangu, ntakuua." akenda akaweta watoto wake: „msende[16]) mkapumbazike[17]); kama hamkurudi — miye ntauawa." watoto wakasikia maneno ya baba yao. wakasafiri, wakenda zao mudda[18]) wa miaka miwili.

wakenda katika baḥari[19]) mwendo wa miezi miwili, wakenda wakapata inchi. watoto sitta wakashuka pwani, yule Msiwanda[20]) amebaqi jahazini. wale walioshuka, hawakurudi jahazini illa kwa siku

[1]) ar. Wahl. [2]) ar. Friede, Versöhnung. [3]) unalolitaka. [4]) nitakusameḥe. [5]) akamambia. [6]) nitakwenda. [7]) akawaita. [8]) na. [9]) na ninyi. [10]) analolitaka. [11]) sisi sote. [12]) unalolitaka. [13]) unachokitaka. [14]) sie ist nur auf listige Weise zu bekommen. [15]) 'omri, ar. Alter, Leben. [16]) msiende. [17]) sich dumm anstellen. [18]) ar. Zeitraum. [19]) ar. Meer. [20]) der jüngste Sohn wird immer Msiwanda (Benjamin) genannt.

ya pili. Msiwanda akakasirika, kawambia[1]): „ndugu zangu, huku hatukuja kucheza, tumekuja kutafuta kitu kwenda kumḥui[2]) baba yetu.“ ndugu zake wamekasirika, wameanza kumpiga na kumtukana Msiwanda, kwa ajili[3]) kawambia kweli. wakasema: „na tusafiri“. wakatweka chombo chao, wakenda inchi ningine.

walipofika bendarini, ndugu zake wote wakashuka, wakamwacha yeye na Uledi[4]) katika jahazi. wamekwenda wamepata machezo katika mji, wakakaa qadiri[5]) ya siku tatu, wasipande jahazini. ndugu yao Msiwanda akakasirika, akamtuma Uledi: „nenda katafute ndugu zangu, wambie waje zao tupate kusafiri, maʿana huku hatukuja kucheza, tumekuja kwa shughuli[6]).

Uledi akashuka pwani, akenda akawakuta katika ngoma wanacheza. akaweta wote pamoja, akawambia: „ndugu yenu anawiteni[7]); tafaḍḍali[8]) nendeni jahazini.“ wakenda jahazini, wakamuliza: „unatuitia nini?“ kawambia: „nataka kutweka, nataka kwenda zangu, kutazama kazi; niliyoijia.“ wakamkamata, wakamfunga na mlingote, wakampiga, wakamambia: „wewe una wazimu? unataka kutuḥokumu, sisi wakubwa zako?“ akawambia: „la, sitaki kuwaḥokumuni[9]), lakini nnaużika kwa baba yetu atakavouawa[10]), na sisi tumeqabali, tumemḍamini[11]), kama tutaweza kumḥui asiuawe! sasa mnakuja mnafuata machezo! neno hili halitapendeza baba yetu akisikia. na nyie fanzeni mtakavo[12]), na mimi ntawambieni[13]) kweli, ijapokuwa mmenipija[14]); walakini haiḍuru[15]), raḍi iko kwa baba na mama yetu.“

wakasafiri wakenda zao, ḥatta wakafika katika inchi waliyoitaka. wakenda wakakuta inchi; inchi ile ina mji mzuri. wakashuka katika mji kwenda kuuliza wenyi ngoma ya mishindo sabʿa. waliposhuka wakakuta ḥanasa[16]) kubwa iliyoko katika mji. wakafuata vijana kama wao, wakenda katika machezo, wakazoea katika mji, hawafikiri baba yao ḥatta mama yao.“

Msiwanda amekaa na mṣiba[17]), akawambia: „nyie mmekuja kutafuta kitu kwenda kumwondosha baba yenu katika mashakka[18]) na ʿażabu[19]), sasa mmejikalia na sterehe, nyie mmekosa raḍi ya baba yenu na mama yenu.“ wakamfukuza Msiwanda, wakamambia: „nenda zako.“

Msiwanda akenda zake, akenda katika nyumba ya mzee moja, akenda akapanga chumba. akakaa siku mbili, akamuliza yule mzee,

[1]) akawambia. [2]) ar. am Leben erhalten. [3]) ar. Grund. [4]) der jüngste Schiffsjunge wird stets Uledi genannt. [5]) ar. ungefähr. [6]) ar. Geschäft. [7])anawaita ninyi. [8]) ar. bitte. [9])kuwaḥokumu ninyi. [10])atakapouawa. [11]) ar. bürgen. [12]) mtakavyo. [13]) nitawambia ninyi. [14]) piga. [15]) das schadet nichts. [16]) wohl ar. ḥusn, Schönheit, durch Metathesis zu ḥanasa geworden. [17]) ar. Unglück, Trauer. [18]) ar. Zweifel. [19]) ar. Strafe.

akamambia: „tafaḍḍali unambie kwenyi[1]) ngoma ya milio sab'a?“ „ōō“ — yule mzee akashtuka, akamambia: „mtoto wangu, huko unaulizia nini?“ asema: „nataka kwenda kutafuta kitu.“ yule mzee amemcheka, akamambia: „ni ujinini[2]), huku hakwendi[3]) mtu; akenda mtu, harudi m'aisha[4]) yake.“ akamambia: „tafaḍḍali unambie, na miye nikwambie qiṣṣa[5]) niliyojia huko.“ yule mzee akamambia qarṭasi[6]) ya kulla mji atakapokwenda, akampa na hivo[7]) atakavofanyiza.

yule mtoto akamambia maneno yote ya baba yake, na maneno ya ndugu zake walivomtupa. akamambia: „nataka shuruṭi ya kupata ngoma hii, na miye nikipata, ntakupa mali utajirike.“ yule mzee akafuraḥi, akamambia: „ntakufanyizia safari yako.“ akamfanzia safari, akamfanyizia bissi la mtama, na 'asali[8]) ya nyuki, na bissi la mahindi, akamtilia katika mifuko, akampa na buyu la maji, akamambia: „nenda katika njia, ukisikia watu wamekoroma, usiende, kaa kitako; ukisikia wanasema, nenda — wamelala.“

yule mtoto akenda katika njia usiku na mchana, naye hapati kulala kwa kumfikiri[9]) babake na mamake. akisikia wanakoroma, hukaa kangoja[10]) ḥatta wanaposema. akafika paḥali penyi mji, akenda katika nyumba. nyumba ile nyumba kubwa, na hapo hapana mtu. akenda kutembea katika ile nyumba, akenda paḥali akamkuta mzee moja, mzee sana. mzee yule alipomwona akashtuka, akamambia: „mwanangu[11]), unakwenda wapi?“ akasema: „natafuta ngoma ya milio sab'a.“ mzee yule akamambia: „ngoma ya milio sab'a afaḍali rudi uende zako, bado wenyewe hawakuja, naṯhanni[12]) wako njiani wanakuja.“ akamambia: „njoo upesi nikufiche.“ akamchukua, akamtia katika uchochoyo[13]), akamfinika na makanda, akamambia: „nyamaza, usiseme neno, walla usitoe upūmzi, ma'ana hawa wakija wakisikia watakutafuta wakuue.

wakaja majini katika nyumba. walipokuja wakamwita yule mzee, wakamambia: „mbona pana h'arfu[14]) ningine katika nyumba, labda umeficha mtu. amekuja bin Adām katika nyumba hii?“ yule mzee akasema: „sijui, miye sikumwona.“ yule mtoto amesikia, anatetemeka katika ule uchochoyo alipofichwa. yule mzee akawambia wale majini — kama: „labda nyie mmekamata bin Adām, nani atakuja katika nyumba hii?“

[1]) zusammengesetzt aus ko und enyi, der Ort dort, welcher besitzt. [2]) im Reich der bösen Geister. [3]) haendi. [4]) ar. Leben. [5]) ar. Sache. [6]) ar. Papier, hier Beschreibung. [7]) hivyo. [8]) ar. Honig. [9]) ar. denken. [10]) akangoja. [11]) mwana wangu. [12]) ar. glauben. [13]) ein dunkler schmaler Gang im Hause. [14]) ar. 'arf, Duft, Geruch; im suah. ḥarufu und ḥarfu gesprochen.

wale majini wamequbali, kama hapana mtu katika nyumba. marra ile wakenda zao.

akenda akamtoa yule mtoto katika uchochoyo, akamambia: „njoo upesi, tazama wale majini, wale ndio wenyi ngoma ya milio sab'a." akamambia yule mtoto: „kama umenipa ngoma ya milio sab'a, ntakupa reale laki na buyu la 'asali ya nyuki." akamambia: „nipe nuṣṣ ya mali, khalafu ntakwambia namna ya kuchukua ngoma ya milio sab'a." akampa nuṣṣ ya laki, na nuṣṣ ya buyu la 'asali. akamwita akamambia: „unaona pale penyi ngoma? tazama kile kilima pana mlingote, na ile ngoma imetundikwa juu, na wenyewe wamelala chini. bassi — na ngoma ukitaka, chukua bissi lako na 'asali yako na buyu lako utie katika mifuko, uenende polepole, ḥatta ukifika pale. ukisikia wanakoroma — usiende, ukisikia wanapiga makelele — panda mlingote, uichukue ngoma. ukisikia wanakoroma — kaa huku juu ya mlingote, ukisikia wapiga kelele „huyo huyo, mfuate, mkamate, mpije" — bassi chukua polepole, nenda zako. ukisikia wamenyamaza, ujue, kama wamekufuata. bassi, uwamwagie 'asali. kama umeona wamekuzidi[1], wanataka kukukamata — mwaga bissi la mtama; ukiona wamekuzidi sana — mwaga buyu la maji, itafanya baḥari, wasiweze kukukamata.

amekwenda ḥatta katika njia, amesikia wamekoroma, amejinama[2], amekaa kitako. alivosikia[3] wanapija kelele, alikwenda akapanda mlingote, akaikamata ngoma ya milio sab'a. alivoikamata[4] ngoma, ilianza kuvuma namna ya mishindo, na majini hupija makelele „huyo huyo, mkamate, mfuate, mpije." ḥatta walivyonyamaza, wakaondoka kutazama ngoma yao katika mlingote — haipo.

naye amekwisha fika mbali. wakamfuata mbio, wamenyamaza kimya; wakamqurubia ḥali ya kuwa walitaka kumkamata. akamwaga 'asali ya nyuki. wakasimama kuiramba. ikesha wakamfuata, wataka kumkamata, akamwaga bissi la mtama. wakaokota bissi la mtama. likesha wakamfuata, akavunja buyu la maji, ikaondokea baḥari, wasiweze kumfuata. yule mtoto ameipata ngoma ya milio sab'a.

akenda zake kwa ndugu zake, akawambia: „nimepata ngoma ya milio sab'a." ndugu zake wakafuraḥi, wakamambia: „twendeni zetu." wakenda katika jahazi, wakatweka, wakenda zao. Msiwanda akamambia Uledi: „chukua vijiti[5] vya ngoma, utiche kwako, na kamba zake vilevile, ndugu zangu wakiniua, khalafu peleka kwa baba yangu."

khalafu ndugu zake wakaona, kama Msiwanda anapatana na Uledi. wakafanya shauri „tuwaue wote wawili, nasi[6] tuchukue ngoma,

[1]) vermehren, hier in der Bedeutung „näher an jemand herankommen". [2]) amejiinama. [3]) aliposikia. [4]) alipoikamata. [5]) die Trommelstöcke. [6]) na sisi; neben nasi ist auch naswi gebräuchlich.

tukaseme, tumepata sisi, Msiwanda amekimbia, hataki kwenda ujinini." wakamtupa Msiwanda na Uledi baḥarini; na Msiwanda alikuwa na kamba na vijiti vya ngoma. na kama ile ngoma haina vile vijiti vyake vijiti vingine havifai.

Msiwanda ameogelea yeye na Uledi, ḥatta wamefika katika inchi ya Islam. wakapata mashua moja, wakanawili[1]) ile mashua. na ndugu zake wamekwenda zao. wakenda wakasema — kama: tumeipata ngoma ya milio sabʿa." babao[2]) akafuraḥi, akasema: „yuko wapi Msiwanda?" kwani alikuwa akimpenda zaidi kuliko wote. wakamambia: „Msiwanda amekimbia yeye na Uledi, amesema hataki kwenda ujinini, na siye tumekwenda tumepata ngoma, tumekuja."

wakenda kwa mfalme tajiri, wakamambia: „tumepata ngoma ya milio sabʿa." akawambia: „vema, nataka mwipije[3]), nisikie mlio wake." wakenda wakaipija kwa vijiti vingine, isilie kwa namna yake, ilitokea ṣauti[4]) zisizojulikana. mfalme tajiri akasema: „hii siyo, bado hamkunileteа." babao marra akafikiri: „labda hawa wamemwua Msiwanda." bassi, mfalme tajiri akasema: „kama ḥatta kesho ngoma sikuipata — nyote mtauawa." ikibaqi siku moja kuuawa.

mudda wa saʿa mbili watauawa — marra wakaona mashua iko mbali inakuja. na baba yao ana mṣiba moyoni mwake ya khabari ya kuwa watauawa. wakaja kuchukuliwa na mfalme tajiri kwenda kuuawa. mfalme maskini akamambia: „niṣibiri[5]) ḥatta mashua ile iwaṣili, labda ntapata barua ya Msiwanda." akampa ṣaburi[6]), akangoja ile mashua. ḥatta ilipokuja, ikaja na Msiwanda na Uledi.

alipowaṣili Msiwanda, akawambia khabari, ya kuwa ngoma ameipata yeye, na ndugu zake wamemnyanganya, wamemtupa baḥarini. ndugu zake walijinamia kuona ḥaya. marra akaondosha vijiti na kamba za ngoma, akaikaza kwa kamba, akaipija na vijiti vyake. marra ilianza kulia kwa mishindo sabʿa ya namna yake. na kulla mtu anacheza, anayetaka na asiyetaka — hucheza, kwa jissi[7]) inavolia[8]) nzuri. wafalme wote wawili wakacheza, wakasema: „hio ndio ngoma tuliyotaka[9])."

Msiwanda akawambia viṣṣa vyake na ndugu zake. walivyomfanyiza wakampiga wakamtupa, na hivo[10]) alivoipata[11]) ngoma. babake akafuraḥi, akampa raḍi, akawafukuza ndugu zake. mfalme tajiri akampa Msiwanda ʿezi[12]) yake, akaituma.

Selim bin Abakari.

[1]) nauli Fahrgeld, Fracht; hier miethen. [2]) baba yao. [3]) mnaipige. [4]) ar. Stimme, Ton. [5]) ar. warten, sich gedulden. [6]) ar. Geduld. [7]) ar. Art; im suah. ist die Aussprache jinsi, jissi oder ginsi, gissi. [8]) inavyolia. [9]) tuliyoitaka. [10]) hivyo. [11]) alivyoipata. [12]) ar. Macht.

Mtoto wa sulṭani na mtoto wa mfalme.[1])

Alitokea sulṭani na mfalme. sulṭani amezaa mtoto manamke na mfalme amezaa watoto sabʿa waanawaume. watoto wale akawaoza wake, illa yule mkubwa wao wa sabʿa ndio hakuoa.

na yule sulṭani katika ule mji mfalme mkubwa. na yule mfalme ni mfalme, mtu mojapo mkubwa katika mji, akampenda yule sulṭani, amemfanya waziri wake; anakula mshahara yeye na watoto wake.

yule mtoto mkubwa wa mfalme husikia, ya kuwa kuna mtoto wa sulṭani, jina lake Miza. na yule kijana kazi yake, kulla siku huwa kazi yake, kwenda barrani[2]) kupiga ndege. ḥatta siku hiyo alipokwenenda mwituni, akafika maḥali pana siwa kubwa la maji. akaokota unywele, akauchukua, akaukunjua, akauona mrefu, żeraʿa[3]) mbili marefu yake. alipouchukua yakafika nayo nyumbani, marra akaingia ndani ya nyumba yakalala.

wale watumwa wake wakastaʿajjabu[4]), kama bwana emeingia[5]) na mapema leo humo nyumbani; na desturi yake, yakienda piga ndege, hurudi jioni, lakini leo amerudi na mapema, ameingia ndani amenyamaza kimya. wale wajakazi wakamwambia baba yake: „kibana[6]) yumo humo ndani, yemeingia[7]) zamani, ana nini? hebbu[8]) — nenda kamwulize, bana."

akenenda mwuliza, yakamwambia: „una nini mwanangu wēē kibana, una kichwa, tufunge mgomba, kama una ḥoma, tupae makaa?" na kibana akamjibu baba yake: „sina kichwa, walla sina ḥoma, nalikwenda kule matembezi[9]), halikuta[10]) kapo[11]) la wanja[12]), si wanja, si makoma manga[13]), nipatiᴄni Miza mnioze. hapatiki Miza, hapitiki, na miango[14]) ya kwao ifungwa, panga na ngao ziko mkononi."

yakatoka baba yake mle ndani, yakaja zake kumwambia mkewe: „khabari ya kibana unayo? anataka mtoto wa sulṭani kuoa; na mimi naogopa, siwezi kwenda posa — nnaogopa, sisi maskini, sulṭani

[1]) Diese Erzählung hat einige Aehnlichkeit mit kibwana na kibibi. [2]) ins Inland. [3]) ar. Elle, suah. żiraʿa und żeraʿa. [4]) ar. sich wundern. [5]) ameingia. [6]) der älteste Sohn wird vielfach bei den Suaheli kibana genannt. [7]) yemeingia für yameingia, ameingia. [8]) Ausruf der Aufforderung, deren Sinn sich gewöhnlich nach dem im nachstehenden Satze vorkommenden Verb richtet — hier also etwa „komm her", „sieh her". [9]) Spaziergang. [10]) hakuta für nikakuta. [11]) grosser Korb. [12]) Schönfärbemittel. [13]) Granatäpfel aus Arabien. [14]) milango; mlango und mwango.

ni mtu mkubwa sana, ni sulṭani mwenyi mali mengi. mtoto wetu ana khaṭari[1] sana, mtazame kwanza mwanao[2]."

yule mtoto wake mfalme akafanya uchungu, akakaa kitako nyumbani. na yule Miza amepata khabari — kuwa: „mtoto wa mfalme ananitaka mimi." na yule Miza anasoma qorani[3] na ʿilimu[4], na ʿilim dunya[5] anajua. akatazama katika ramli yake, akamwona mtoto mfalme anataka kumposa. naye mgonywa, walla hataki kula kwa sabiki[6]) ya mtoto wa sulṭani; „shurṭi nimpate nimwoe."

na yule mtoto sulṭani mwanamke anapewa vyakula vya mwezi mzima, na kuni za mwezi mzima, na maji ya mwezi mzima, kulla shughuli, na vitoweo pia pia, anapewa vitu vya mwezi mzima. naye desturi yake anakaa huko huko juu, hashuki. ḥatta siku moja akinena akimwambia mjakazi wake: „nenda kwa mtoto wa maskini yule, mwambie leo yafuraḥi, walla asiużike, na chakula yale[7] kwa furaḥa, kama ananitaka mimi — jioni ntakuja saʿa mbili usiku.

yule kijakazi yakaondoka kwenda mwambia yule kijana, mtoto wa mfalme, akamwambia vilevile kama alivomwambia[8] bibi yake. akafuraḥi yule kijana, yakimwambia: „kweli atakuja leo bibi yako?" yakinena: „atakuja." yakifuraḥi sana, akikaa ḥatta jioni saʿa mbili usiku. yule mananıke wa sulṭani akateremsha kikapo juu ya nyumba. yakashuka yeye na mjakazi wake, wakaingia ndani ya nyumba ile. yule kibana akafuraḥi sana. wakakaa siku kumi pamoja.

yule mtoto wa maskini akamwona[9] baba yake, akastaʿajjabu huyu: „mwanangu furaḥa gani aliyo nayo?" ḥatta siku ya hedʿashara yule mwanamke akitaka rukhṣa, akamwambia: „nenda[10] zangu sasa. shika adabu yako, mimi mtoto wa sulṭani, si mwenzio[11], walla hunipati mimi, umekwisha pata kwa kuzini, kuoa hunipati mimi; bakhti[12] yako kubwa ḥatta nimekuja nyumbani kwako." akamwambia: „sasa hivi nitakwenda zangu, kwa ḥeri."

ḥatta saʿa nne ya usiku akafika nyumbani. wale wajakazi wake wakamwona yule bibi, wakamteremshia kapo, yakaingia, wakamvuta ḥatta akafika juu; akakaa kitako. na baba yake anaṯhanni[13] labda mwanangu yuko juu tu, atakwenda wapi? ḥatta siku ya arbʿatʿashara akija mwamkia baba yake chini, akirejea kwenda kaa kitako.

na yule mtoto wa maskini emefanya[14] ghaḍabu[15] marra ingine, ememwambia[16] mama yake: „nipikie mikate." yakimpikia mikate mingi.

[1]) ar. Gefahr. [2]) mwano wako. [3]) ar. Koran. [4]) ar. Wissenschaft. [5]) ar. Welt. [6]) ar. Resultat = kwa sababu. [7]) ale. [8]) alivyomwambia. [9]) für akimwona, besser alipomwona. [10]) nakwenda. [11]) mwenzi wako. [12]) ar. Glück. [13]) ar. glauben, meinen. [14]) amefanya. [15]) ar. Zorn. [16]) amemwambia.

akatandika na frąsi wake, akamrukia akimpanda. akamwaga akamambia: „baba kwa ḥeri, na mama kwa ḥeri, nenda[1]) zangu, walla siji tenna.“

akaondoka yule kijana akenda zake, ḥatta yakafika maḥali pana mti mkubwa. akapanda juu ya mti akatezama anakokwenenda, akiona mji uko mbali sana. na ule mji hauna watu, watu wamekufa wote, yuko zimwi pekeyake.

yule kijana akenenda, na inchi hiyo amekwenda mwendo wa siku sab'a. alipofika ugani, panapo ile nyumba kubwa, ndani mna zīmwi, yule zīmwi yakanena: „nani wēē?“ yule kijana akasema: „mimi.“ zīmwi akamwambia: „njoo ule chakula, upate ushibe, nije khalafu kukumeza.“ yule kijana akamjibu: „utaweza kunimeza mimi?“ yakimwambia: „ntakumeza.“ zīmwi yakimwambia: „wacha ghururi[2]) yako weye kijana, hapa kuwa watu wengi walio katika mji huu, na mimi wote nimewameza; kama wewe mtu moja, utanishinda mimi?“ yakamwambia: „njoo unimeze, kama unaweza kunimeza!“ zīmwi akasema: „ngoja, nakuja, kaa tayyari.

akatoka zīmwi kwenenda. na yule zīmwi ana vichwa sab'a na miguu sab'a na mikono sab'a. alipokwenda mrukia, yule kijana akapeleka upanga wake, akavikata vichwa viwili pamoja na mikono miwili. zīmwi yakasema: „umekata vichwa viwili na mikono miwili, lakini vichwa vitano viko na mikono mitano iko bado.“ akimwambia: „njoo.“ zīmwi yakamwendea kumrukia, alimpiga vichwa viwili, yakaviangusha, na mikono miwili, vikabaqi vichwa vitatu na mikono mitatu. akamambia: „ēēē[3]), umefanya nini wēe, ngoja nakuja tenna.“ yule kijana akasema: „utakufa zīmwi leo.“ alipomrukia akamkata vichwa vitatu vyote na mikono mitatu — likaanguka zīmwi.

na yule kijana mwenyewe emechoka, emeḍuru[4]), ḥatta 'aqili hana, akaanguka naye. ḥatta sa'a kumi na moja umekuja ubaridi mzuri, akapata fahamu[5]). akaondoka, akachukua upanga wake, huenda yakimpiga yule zīmwi aliyokufa, humgonga zīmwi huyu alitaka kumua. yule mtoto anapogonga hivi, hutoka mtu moja moja ndani ya zīmwi, wakatoka watu wengi ndani ya zīmwi mle tumboni mwake, watu wa mji ule wote wakatoka, ḥatta sulṭani wao, ḥatta na watoto wa sulṭani pia pia, na mbuzi na ngombe na punda wakatoka.

khalafu mwisho akatoka Mgazija[6]) mmoja. alipokuwa yakimpiga yule zīmwi, alipotoka yule Mgazija, kidole cha mwisho ukamkata ule upanga kidogo, akakasirika sana yule Mgazija, yakamwambia: „ume-

[1]) nakwenda. [2]) ar. Betrug, Verführung. [3]) Ausruf der Verwunderung. [4]) ar. schaden. [5]) ar. verstehen. [6]) ein Comore.

nikatia nini? na mimi ntakukata vilevile!" watu wale waliopo wakamwambia: „tazama huyu, sisi emetuponya[1]), tulikufa sisi ndani ya tumbo la zimwi, huyu amekuja kutoa, kama unataka kumpiga yeye tupige sisi, mtu umtakayo hapa, japo[2]) kama sulṭani mpige, walakini huyu usimpige." Mgazija akasema: „sitaki, ntampiga huyu huyu[3])." yule kijana akasema: „mwache, anipige." yakamwambia: „lakini tukapigana hapa utakufa weye, twende tukapigane msituni[4])." akamambia: „haya, twende;" wakenenda msituni.

yule kijana akamambia yule Mgazija, akamambia: „tusipigane kwa upanga, tupigane kwa fimbo." yule Mgazija akamambia: „ndio kweli." wakapigana; yakapigwa yule Mgazija sana, likapinduliwa gogo, yakaanguka, yakapotea ʿaqili.

yakija zake mjini yule kijana, akaulizwa: „yule Mgazija yu wapi?" akasema: „nimemwua." watu wakasema: „sisi tumejua toka zamani kama anataka kwenda kufa — bassi." yakakaa yule kijana, yakarejea kule mwituni, akamsomea, akageuka bin Adamu. yule akamambia: „bassi bwana, nimetubu[5]) tenna." akamambia: „bassi, nenda zako, rukhṣa.

sulṭani akapiga mbiu, wakija watu wengi sana, na yule kijana akija. alipokuja yule kijana, sulṭani akamwambia: „wewe ndio mwenyi ʿenzi[6]), wewe sasa ndio sulṭani, hapana sulṭani mwingine tenna illa wewe; na mimi ni mtu mzima, tenna wa kukaa chini yako." yule kijana akakataa, akasema: „mimi siwezi usulṭani." wale watu wa mjini wote pia wakasema: „bwana wetu wewe, sulṭani wetu wewe." yule kijana hana ḥila[7]) tenna ya kukataa, akakaa yule kijana. mudda wa mwezi moja akamwoza mwanawe, akimwoa. yule sulṭani akiwapa upande wa inchi mwanawe[8]) na upande mkwewe[9]).

yakikaa juu ya ʿenzi ḥatta mwezi wa sitta, yakamwambia: „nataka kwenda kwetu, mkwe wangu." akimwambia: „nenda." akifunga safari ʿaskari mia, akachukua na punda moja na frasi moja na wajakazi waanawake kumi na watwana waanaume ʿesherini, na mkewe akachukua wajakazi kumi. akatoka yule kijana na mkewe kwenda mtazama baba yake na mama yake.

alipofika mjini, wakapiga bunduqi nyingi. yule sulṭani akastuka[10]), akapeleka ʿaskari: „katazameni bunduqi nyingi za nini?" yule mtoto

[1]) ametuponya. [2]) selbst wenn, meist wird ijapokuwa gesagt. [3]) die Comoren sind im Allgemeinen nicht beliebt bei den Suaheli und gelten bei ihnen als undankbare Menschen. [4]) auch mwituni. [5]) ar. bekehren, sich bessern. [6]) ar. Macht, Kraft; ʿezzi, ʿezi und ʿenzi sind gebräuchlich. [7]) ar. List, hier „er fand keinen Ausweg." [8]) mwana wake. [9]) mkwe wake. [10]) erschreckt werden, auffahren.

wa mfalme, aliyetoka zamani mjini humo, akasema: „mimi, mtoto wa mfalme, nimekuja kumtazama baba.“ wakarudi ʿaskari wale, wakamjibu sulṭani, wakamwambia: „mtoto wa mfalme amekuja mtazama baba yake.“ wakafuraḥi sana baba yake na mama yake kuwa mwanao[1]) amekuja.

na yule mtoto wa sulṭani, Miza, akapata khabari, ya kuwa amekuja mtoto wa mfalme. akimwambia baba yake: „baba, mimi nnataka mume mtoto wa mfalme, mume mwingine simtaki kabisa.“ akamwambia: „vema, mwanangu.“ akapelekwa mtu kwa mfalme kwenda mwita. yakija, akimwambia sulṭani: „mwanangu utamwoza mwanao? nipe shauri lako, nini? utaqubali?“ mfalme akasema: „nimequbali, sulṭani.“

akenda kumwambia mwanawe mfalme: „sulṭani anataka yakupe mwanawe uoe, yule uliyokuwa ukimtaka zamani.“ yule kijana yakijizuia, akisema: „sasa simtaki, nimepata mke mzuri huko, nimepata na usulṭani na mali mengi huko. huyu simtaki tenna.“ akambembeleza[2]) baba yake, ḥatta khatima yakaqubali yule kijana.

akamwoza yule mtoto wake sulṭani Miza, yakiwa ndio mumewe uladi[3]) mfalme. wakakaa kitako siku nyingi, yakiaga kwenda zake tenna kule alikoupata usulṭani. kule akakaa kitako na wakeze[4]), wakizaa nyike na ndume[5]), wakakaa raḥa mustareḥe.

Muḥemedi bin Madigani
aus Kondutschi.

[1]) mwana wao. [2]) zureden, liebkosen. [3]) ar. Sohn, hier fälschlich der plural gebraucht. [4]) wake zake. [5]) Weibchen und Männchen; meist von Thieren gesagt.

Msiwanda.[1])

Alitokea sulṭani mmoja, akizaa watoto sabʿa, mmoja jina lake Salem, na mmoja jina lake Slemān, na mwingine Naṣur, na mwingine Sʿaīd, na Ḥemedi, na ʿAbdallah, na mwisho wao Msiwanda, ndio mdogo[2]) wao; ndio jina lake hili Msiwanda.

wakikaa watoto wale ḥatta wakiwa watu wazima. na pale

[1]) Diese Erzählung hat einige Aehnlichkeit mit kisa cha binti Matlai Shems, Büttner Anthologie p. 106, ist jedoch bei Weitem ausführlicher. [2]) jüngste.

ugani[1]) pana mti mkubwa, katika uga ya nyumba ya baba yao. yalikuja ndege moja, yakitua katika mti ule, yakilia yule ndege; mlio wake mzuri. baba yumo ndani, na watoto wote wamekwenda zao majumbani kwao, yakibaqi[2]) yule mtoto wa mwisho, msiwanda[3]) wao.

akimtezama[4]) yule ndege, ndege yakiona oga — akiruka, yakenda zake, yakiangusha unyoya moja. yule mtoto yakiuokota[5]), akimpelekea baba yake, yakimwambia: „baba, yalikuja ndege mzuri leo hapa panapo mti huu." yakimambia: „uko wapi unyoya wenyewe?" yakimambia: „huu." yakiutazama baba yake, akiuona kweli mzuri sana, yakaweta[6]) watoto wake wote, akiwambia: „nyie[7]) ni watoto wangu, nawatuma, sheruṭi[8]) mtumike, kama mnataka raḍi[9]) yangu mwende mkaniletee ndege huyu." wakimwambia: „tutamwona wapi, baba, na ndege wengi aina[10]) moja, huyu umtakayo hatumjui sisi." akiwambia: „mkafanza upindani[11]) na mimi, baba yenu? nawatuma, sasa hivi mwenende mkamlete huyu ndege, ndio mpate raḍi yangu."

wale watoto wakiona neno limekuwa kubwa tenna, walla halikataliki, wakimwambia: „tusafirishe." yakafanyiza mikate mingi sana, na kulla mtu akampa feḍḍa rupia elfu elfu[12]) kullu mtu, na kitwana kimoja kimoja[13]), na frasi moja moja. wakitoka wakipanda frasi zao, wakenenda ḥatta mwendo wa miezi miwili — hawamwoni ndege, wanaona barra na pori[14]) moja kwa moja[15]), walla mji hawauoni.

ḥatta mwezi wa tatu akiona mji yule mkubwa[16]), akanena: „mimi hapa siondoki tenna, na kama raḍi za baba za kumtafuta ndege, shurṭi nimpate huyo ndege, na ndege ni wengi, simjui mojapo[17]). na kama raḍi ni hizo, na nizikose[18]). mimi hapa — tenna siondoki, na nyie[19]) kama mnataka kwenda, nendeni, mkamtafute huyo ndege."

wakatoka watu sitta wale, ndugu yao wa sabʿa wakimwacha. wakenenda wao ḥatta mwendo wa siku kumi, wakikuta pori moja kwa moja. wakaliingia, wakienenda mwezi mzima na mwezi wa pili na mwezi wa tatu, ndio lilipokwisha pori. yule mwingine baʿada ya mkubwa wao ndiye yeye akisema: „mimi miguu inauma, hapa nimefika katika mji huu, siondoki tenna, nendeni zenu."

wakitoka, wakenenda watu watano tenna. waliobaqia hawawezi kujizuia, kulla mwendo wa miezi miwili wakikuta[20]) mji — hupa-

[1]) auf dem freien Platze. [2]) ar. übrig bleiben. [3]) der zuletzt Geborene. [4]) alipomtazama. [5]) akauokota. [6]) akawaita. [7]) ninyi. [8]) ar. Bedingung. [9]) ar. Zufriedenheit. [10]) pers. Art, Sorte. [11]) Worte verdrehen, davon das subst. mpindani — z. B. weye mpindani mno du verdrehst meine Worte, um mir überlegen zu sein. [12]) je tausend. [13]) je einen. [14]) Steppe. [15]) nur. [16]) älteste. [17]) wo der eine steckt. [18]) so möge sie mir fehlen. [19]) ninyi. [20]) walipokuta.

nga, wakikaa kitako wote wale watu sitta. kulla mji amekaa moja moja, akibaqi yule ndugu wao wa mwisho, aliyozaliwa msiwanda[1]) wao. yakinena: „mimi kama kuwachongea nimewachongea mimi, kwa maʿana alikuja ndege huyo, akiingia[2]) mtini, akiangusha unyoya, nikampelekea baba, na baba ule unyoya akiuḥibbu[3]) sana, akinena[4]): „wanangu[5]), kama mwanitaka raḍi zangu, sherṭi munipatie[6]) ndege huyu." na sisi tukatoka tenna wote kumtafuta ndege huyu kwa riḍa[7]) yetu wenyewe. na leo siwezi kukaa mimi, illa nimpate ndege, nimletee baba yangu, aima[8]) nife mimi bassi. imekuwa miaka miwili sasa, na ndege hatujampata; haya, kwa ḥeli[9]) ndugu zangu, nenda[10]) zangu kutafuta ndege." yakitoka akenda zake.

ḥatta mwendo wa miezi miwili akikuta kizee kimoja, kimekaa njiani na kijumba chake. yakipiga „ḥodi", yakamwitikia: „ḥodi, nani weye?" yakimambia: „mimi, mtoto wa sulṭani." yule kizee yakimuliza: „unakwenda wapi?" yakimambia: „sijui nnakokwenenda, walla sijui nitokako." yule kibibi kizee yakimambia: „nimekwisha jua khabari yako, kwa maʿana mmekuja watu sabʿa kutafuta ndege, wenzio[11]) wote wamepanga, kulla mji wamekaa kitako, na weye umekuja ntafuta ndege. hupendi kukaa, unaogopa raḍi ya baba; walakini ndege huyo hapatikani hapo, yulipo ndege huyu — maḥali pa sulṭani, na watu ʿaskari wengi sana na mizinga na bunduqi." yakimambia[12]) yule kizee: „ntakupa werekeo[13]) moja[14]). ukasikia[15]) „mfunge" ao „mpige", „mchinshe", „mnyonge", „mtose" — ndio wamelala hao[16]). ukasikia[17]) kimya, hawaneni — bassi ndio wako macho[18]); ukienenda, watakukamata watakuua." yule kijana akinena[19]): „vema, nimesikia;" yakitoka.

akenenda, frasi wake na mtumwa wake yakiwaweka msituni, yakiwaficha. akatoka yeye mwenyewe, yakienenda akasikia wamenyamaza. akirudi[20]), akikaa kidogo, akisikia wanasema kwa matusi na kumfunga mtu na kumpiga. yakijua[21]) yule kijana, ndio maneno yake yule kibibi kizee. yule kijana yakitaqáddam[22]), yakienenda akamwomba muungu: „nife ao nipone!" yakenenda.

alipokwenda, wamelala wenyewe, na mikelele yao ndio kulala kwao. yakenenda ḥatta panapo ndege huyo; roḥo inampiga shindo,

[1]) der jüngste Sohn wird meist msiwanda genannt. [2]) akaingia. [3]) ar. lieben. [4]) akanena. [5]) waana wangu. [6]) mnipatie. [7]) ar. Zustimmung. [8]) amma. [9]) kwa ḥeri. [10]) nakwenda. [11]) wenzi wako. [12]) akamambia. [13]) welekeo Richtung, Fingerzeig. [14]) mmoja. [15]) ukisikia. [16]) hawa. [17]) ukisikia. [18]) wako macho sie sind wach; yu macho er ist wach etc. [19]) akanena. [20]) akarudi. [21]) akajua. [22]) ar. vorgehen.

na maungo yanamtetemeka, woga umemwingia. yakenda kumkamata yule ndege, yakaziacha mbawa zake; akikamata miguu — yule ndege akapupurika[1]. ʿaskari wakaamka, wakimkamata yule kijana, wakimfunga kamba sana mikono nyuma, wanamambia „mchinshe", na wengine wanasema „mpige", wananena „ēēĕ[2]), mtose katika maji, katika mto huo."

wakatoka ʿaskari wengine wenyi ḥuruma[3]), walioamriwa na muungu kwa eḥsani[4]) yao, wakawambia: „ēēĕ, mwacheni huyu, mchukueni kwa sulṭani kwanza yakamwone, kwa maʿana hajaja mtu hapa, huyu labda emeamriwa[5]) na muungu, ndiye yakija[6]) hapa." wale ʿaskari wakamchukua ḥatta kwa sulṭani.

alipomwona sulṭani, akimambia: „khabari yako nimeijua mimi, sina kuʿaẓibiṣha raḍi za baba yako za kutaka ndege. na ndege yule wangu mimi. yule ndio mtoto, hao mama zake, huwaoni wewe. walakini kama wamtaka ndege huyu, ntakutuma mimi, uende ukaniletee upanga wa radu[7])." yakimambia: „uko wapi, sulṭani?" yakimambia: „sijui, nenda ukautafute."

yakitoka[8]) yule kijana, akenda zake mwituni, yakatwaa frasi wake na mtumwa wake, wakitoka wakienenda zao ḥatta mwendo wa mwezi. wanazidi kusukumiziwa mbele yeye na mtumwa wake. akikuta mji moja[9]), akauingia mji ule, akakuta kizee kiko mwisho wa mji, akimwambia: „bibi, nnataka upanga wa radu, ntaupataje?" yakimambia[10]): „weye kijana, weye huna khaṭari[11])? huo — upanga wa sulṭani, ukasikilikana — utachinshwa." „ēēĕ, sasa ntaupataje?" yule kizee yakamambia: „nenda zako katika chumba, mlango wake umereqebia[12]) qibura[13])."

yakenenda ḥatta akasikia wenyewe wale ʿaskari wamelala. wanasema vilevile „mfunge", „mpige", „mchinshe", „mtose maji", yakijua[14]), ya kuwa wamelala kwa maneno yake yule kizee aliyomambia. akaenenda yule kijana, roḥo inamtetemeka na maungo yanamcheza.

alipoukamata ule upanga, yakasahau kukamata kipini, yakakamata ala[15]), upanga ukachomoka[16]), ukalia upanga kwa mshindo wa radu. unalia rrrrr, ʿaskari wakaamka, wakimkamata yule kijana wakimfunga, wengine wananena „mwue", wengine wanasema „mpeleke kwa sulṭani." wakimpeleka kwa sulṭani.

ḥatta yakimwona[17]) sulṭani, akimambia: „nini khabari yako? huo-

[1]) flattern; rauschen von Blättern. [2]) Ausruf des Erstaunens. [3]) ar. raḥma Barmherzigkeit, Erbarmen; durch Metathesis zu ḥuruma geworden. [4]) ar. Güte. [5]) ameamriwa. [6]) akaja. [7]) radi und radu Donner. [8]) akatoka. [9]) mmoja. [10]) akamambia. [11]) ar. Gefahr. [12]) ar. erwarten. [13]) ar. Gebetsrichtung (qibla). [14]) akajua. [15]) ar. Instrument, Scheide. [16]) herausfallen. [17]) akamwona.

gopi wēē? kama mimi sulṭani, nikikutaka[1]) nitakuua, hapana[2]) wa kuniuliza, lakini nimejua kama hii amri ya baba yako ya kutaka ndege, na mwenyi ndege amekwambia, ukalete upanga wa radu, ndio uje upate ndege. na sasa unataka upanga, nenda ukaniletee kwanza ngoma ya milio sabʿa." yule kijana yakimambia: „iko wapi ngoma hii?" yakimambia: „sijui, nenda ukatafute tu, ḥatta huko utakaipata."

yakatoka yule kijana, yakaenenda kutwaa frasi wake na mtumwa wake; yakenda zake mudda wa mwezi, hajaona mji, katika njia tu. ḥatta mwezi wa pili yakaona mji uko mbali sana. akajongea qaribu ya mji, akakuta kizee, akapiga „ḥodi" yule kijana. yule kizee akaitikia „ḥodi." „unataka nini, ao unakwenda wapi?" yakimambia: „sijui nnakokwenda, walla nitokako;" akenenda yule kijana.

yule kizee akamwita: unalolitaka[3]) nalijua, unataka ngoma ya milio sabʿa, walakini utaipataje hiyo ngoma ya milio sabʿa?" yakimjibu: „ntaipata, ao ntakufa mimi, na ngoma ntaikosa; kama nikiwa mzima, ngoma ntaipata."

akamwambia: „haya nenda, utapokwenda[4]), utasikia watu kama vilevile nyuma, wanavosema[5]) „mfunge", ao „mchinshe", ao „mnyonge" - bassi wamelala; ukasikia[6]) kimya, hawaneni - ndio wako macho. na hiyo ngoma iko sebuleni imetundikwa, unapoikamata kamata jiti[7]) lake, usikamate ngozi yake; ukikamata ngozi — italia, ʿaskari wataamka, watakukamata wewe, wakufunge ao wakuue."

yakitoka[8]) yule kijana, akenda zake ḥatta mjini. saʿa sitta ya usiku yakaingia katika mji yeye pekeyake, frasi na mtumwa wake akiwaacha mwituni. aliposikia „mfunge", „mpige", „mchinshe", yakajua, kama wemelala[9]). akenenda ḥatta katika nyumba ya sulṭani, yakakamata ngoma. na ile ngoma yakasahau[10]) kukamata kunako mti wake, akakamata kunako ngozi yenyewe. na ile ngozi ndio inayolia; ikalia ngozi ya ngoma. marra ʿaskari wakaamka, wakamkamata wakamfunga, wakimchukua[11]) kwa sulṭani.

sulṭani akimambia: „nani emekutuma[12]) kuja kuchukua ngoma yangu? huna oga wēē, walla huogopi? kama mimi sulṭani nitakalo — huuwa[13])!" yakimambia[14]): „mimi najua kama wewe ndiye sulṭani mkubwa, kama sikukuogopa wewe nitamwogopa nani mwingine? walakini huko nyuma nilikotoka nimekutana na sulṭani wengi, wenzio[15]) kama wewe, nikaambiwa: „illa ulete ngoma ya milio sabʿa;" na mimi

[1]) nikitaka. [2]) mtu. [3]) auf neno oder jambo bezüglich. [4]) utakapokwenda. [5]) wanavyosema. [6]) ukisikia. [7]) Holztheil. [8]) akatoka. [9]) wamelala. [10]) ar. vergessen. [11]) wakamchukua. [12]) amekutuma. [13]) utauawa. [14]) akamambia. [15]) wenzi wako.

ndiye[1]) nimekuja kuifuata ngoma." sulṭani akinena: „kama wataka ngoma — kaniletee[2]) binti Sanabu; ukiniletea binti Sanabu, ntakupa ngoma uchukue." yakimwambia: „yuko wapi binti Sanabu?" yakimambia: „uko mji mmoja, jina lake „Haji mtu kwa shari"[3]), unapokwenda wewe, ukimleta manamke huyo binti Sanabu, utafuraḥi mwenyeo[4]), walakini sherṭi[5]) uingie katika merkebu, na merkebu hio[6]) ntakupa mimi." akimwambia: „nipe"; yakimpa[7]) merkebu.

yule kijana akimambia sulṭani: „nataka rukhṣa kwanza nikatwae frasi wangu na mtumwa wangu." akamwambia: „nenda." yakenenda msituni, yakimtwaa frasi wake yakimchukua, yakimleta ḥatta pa sulṭani. sulṭani akimambia: „mweke hapa frasi wako katika banda hili, mtumwa wako chukua mwenyewe uende nayo". „nataka unipakilie ndani ya merikebu hiyo ushanga mzuri sana wa maji ya zahabu." yakimpakilia[8]), ḥatta merikebu ikasheḥeni[9]) sana. ikitweka[10]) merikebu ikisafiri, ikenda zake mwendo wa siku sabʿa usiku na mchana.

siku kumi na nne katika jua saʿa tatu akaona nchi[11]), yakenenda ḥatta akifika. ikatia nanga merikebu, ikapiga mzinga mmoja, akikaa kitako ndani ya merikebu. siku ya pili wakichukua baḥaria[12]), yakiwapa ushanga kidogo kidogo: „chukueni mjini mkaonyeshe waanawake;" na kulla ushanga aina[13]) moja moja. wakachukua, na yule kijana akakaa kitako merkebuni; wale baḥaria katika mji wanauza ushanga.

yakitokea[14]) mjakazi mmoja, akinena: „hebbu[15]), huu ushanga nataka kutazama." baḥaria yakimambia[16]): „tazama, kwa maʿana mimi nauza, ina ḥaja gani[17]) kukataza ushanga kutazama? na mimi muḥitaji[18]), nataka pesa." yakimambia: „ntachukua kwa bibi, ende[19]) yakautazame." akamambia: „chukua, walakini na mimi nitakufuata ḥatta chini ya nyumba, nitakaa nikungoje[20]).

yakichukua[21]) ushanga mjakazi, yakipanda juu ya nyumba kwa bibi yake. yakimwonyesha: „bibi, tazama ushanga huu mzuri sana." akimambia: „hebbu!" yakiutazama, akaujaribu[22]) kuvaa shingoni, yakaujaribu mkononi, akiona kweli mzuri sana; yakimambia: „umepata wapi?" yakinena kijakazi: „jana imekuja merkebu, ina ushanga

[1]) aus ndio miye zusammengezogen. [2]) ukaniletee. [3]) Es kommt niemand hinein, der Uebles im Schilde führt. [4]) mwenyi wako. [5]) man hört sherṭi, shurṭi und sharṭi sagen. [6]) neben hii und hiyo. [7]) akampa. [8]) akampakilia. [9]) ar. befrachten. [10]) ikatweka. [11]) inchi. [12]) Matrose. [13]) pers. Sorte, Art. [14]) akatokea. [15]) Ausruf der Aufforderung. [16]) akamambia. [17]) wie sollte ich das Verlangen haben. [18]) ar. wünschend. [19]) aende. [20]) nikungojee. [21]) akachukua. [22]) versuchen, probiren.

mwingi, na hawa baḥaria ndio wanaokuza, na hivi huyu hapa chini." yakimambia: „mwite juu." yakimwita: „wëë, mwenyi ushanga, njoo, bibi anakuita." akauliza: „bibi gani?" akamjibu: „bibi yangu, binti Sanabu." yakamambia: „haya twende."

wakenenda ḥatta juu ya nyumba, yakimwona[1]) yule bibi. akimambia yule bibi, akisema: „ushanga huu merkebuni mwingi sana?" akimambia: „mwingi, walakini mwite tajiri[2]) yetu, aje upatane naye." akisema: „yuko wapi?" akamambia: „yuko merkebuni." akinena: „nenda ukamwite."

akenda mwita yule kijana, akimambia: „unaitwa[3]) na manamke moja, mtoto wa sulṭani, binti Sanabu." yule kijana akinena: „si ndio ninayomtaka huyo?" yakitoka, yakenenda ḥatta akimwona, akimambia: „nini khabari yako?" akimambia: „nataka ushanga huu, kwako uko merkebuni? yakamambia: „uko kidogo, walakini uko chini na juu ghazia nyingi sana, labda uende mwenyeo ukauchague utakao." yule manamke akimambia: „aṣubuḥi nitakuja mwenyewe huko merkebuni." akimambia: „vyema[4]), haya kwa ḥeri sasa." yakitoka[5]) yakishuka, akenda zake merkebuni.

wakikaa tayyari[6]) kumngojea yule mtoto wa sultani. alipofika merkebuni yule manamke kwa siku ya pili, yakimtia[7]) ndani ya chumba, yakimletea ushanga mwingi, yakimambia: „haya, chagua aina utakayo." yakiwa yanachagua ushanga, na huko merikebu inangoa nanga, ikapiga peipu[8]), merikebu ikaondoka. na yule manamke hana khabari kama merkebu inakwenda.

ḥatta katika jua saʿa sabʿa yule manamke yakimambia[9]): „sasa nakwenda zangu, na ushanga nimekwisha pata; frasila qiasi gani?" yakamambia: „chukua bulle[10])." yakamambia: „aḥsante sana." na yule manamke yakitoa bakhshishi, yakampa pauni[11]) kumi, akamḥaja[12]) „kwa ḥeri."

yalipotoka nje, akatazama — haoni mji, anaona merkebu inakwenda, yakamambia: „umekuja niiba." yakalia manamke: „wewe ndio mwizi, unayokwiba watu!" yakamḥoji[13]), yakamambia: „usilie, kulia sana maumivu. huko unakokwenda, hawakuli[14]) nyama, watakupenda kama unavopendwa[15]) na baba yako, na hao masulṭani vilevile." akinyamaza manamke yasilie.

[1]) akamwona. [2]) ar. Kaufmann; tājiri und tajīri gespr. [3]) neben unakwitwa. [4]) neben vema und njema, ngema gebräuchlich. [5]) akatoka. [6]) pers. bereit, fertig. [7]) akamtia. [8]) Pfeife vom engl. pipe. [9]) akamambia. [10]) burre. [11]) Pfund vom engl. pound. [12]) wünschen, verlangen. [13]) zureden, überreden. [14]) hawali — eigenthümlich ist die Beibehaltung des Inf. ku im praes. verneint. [15]) unavyopendwa.

ikenenda merkebu ḥatta ikafika katika inchi yao, ikapiga mizinga ʿesherini na moja. sulṭani akatambua wamerudi kwa furaḥa. wakashuka, na yule kijana akamambia sulṭani: „nimekwisha mpata yule binti Sanabu, yuko merkebuni.“ akamambia: „kamshushe jioni.“ wakenda wajakazi wengi kwenda kumshusha. yakashuka yule manamke, yakenda ḥatta akafika kwa sulṭani.

sulṭani akamambia: „aima[1]) kijana wewe una ʿahadi[2]) na baba yako, ilmuradi[3]) unataka upate ndege, huyo manamke chukua wewe, mkeo[4]) sasa, na ngoma ya milio sabʿa chukua wewe, na watumwa nuṣṣu chukua.“ akachukua watumwa na frasi. na punda na ngombe na feḍḍa yakampa, yakamwaga: „haya, kwa ḥeri mtoto, sipendi uondoke, umenitia masikitiko ya kukupenda wewe.“

yakitoka[5]), akenda zake yule kijana, ḥatta akafika kwa yule sulṭani mwenyi upanga wa radu, yakimambia: „nimekwisha kuja na ngoma ya milio sabʿa, hii nakupa.“ yakimambia: „wewe ḥodari sana, mtoto mwenyi ʿahadi uliyomqubali baba yako, chukua wewe.“ yakichukua[6]); akampa na mali mengi, punda, frasi, watumwa na feḍḍa, akimambia: „haya, kwa ḥeri.“

akenenda zake ḥatta akafika kunako mji ule kwa yule sulṭani, mwenyi ndege, akamambia: „upanga huu nimekwisha leta.“ akimambia: „chukua weye upanga, na ndege chukua wewe, walakini ndege huyo ukimambia „nataka feḍḍa“ — atakupa feḍḍa, ukimambia „nataka wali“, atakupa; haya — chukua ndege huyu.“ yakachukua na[7]) ndege, na mali mengi akimpa, akiwa na jeshi[8]) nzima, walla hapana mfalme kama yeye, aima[9]) sulṭani mkubwa kama yeye wa barra, ana mali mengi mno aliyoyapata burre, billa ya kupigania, billa ya kuyasumbukia. yakipata[10]) mali, muungu yakimjaʿalia[11]) kwa kulla kitu anacho, kulla aina ya nyama anayo.

yakatoka yule kijana yakarudi, anakuja[12]) zake ḥatta akafika kwa ndugu yake mmoja, akamambia: „nimekwisha mpata ndege aliyomtaka baba.“ „yuko wapi?“ akamambia: „huyu.“ akamambia: „kweli, haya twende zetu sasa.“ wakitoka wakenda zao. wakiwa watu wawili, yeye na nduguye[13]).

ḥatta wakafika kwa ndugu yao wa tatu, akamambia: „kaka, twende zetu, ndege, aliyomtaka baba, nimekwisha mpata; sasa unakalia nini hapa, twende zetu.“ akamambia: „tuenende, walakini huyu

[1]) amma. [2]) ar. Versprechen. [3]) ar. Wille. [4]) mke wako. [5]) akatoka. [6]) akachukua. [7]) na wird häufig so gesetzt im Sinne von „auch.“ [8]) ar. Heer. [9]) amma. [10]) akapata. [11]) ar. bestimmen (akamjaʿalia). [12]) besser akaja. [13]) ndugu yake.

ndege yuko wapi?" akamambia: „huyu." akamambia: „nimequbali sasa, haya twende."

wakenenda ḥatta wakafika kwa ndugu zao wa nne, na wa tano, wakiwambia: „twende zetu na ninyi, ndege tumekwisha mpata sisi. twende zetu, msikae bulle[1]) hapa." wakawambia: „haya, twendeni."

wakenenda ḥatta kwa kaka yao wa sitta, wakamambia: „ndege tumekwisha mpata." akawauliza kaka yao: „haya mali mliyoyapata kwa nani? mmepiga vita, ao mmekwiba?" wakasema: „muungu umemsahau?" yakauliza: „jissi gani[2])?" wakanena: „ndio mwenyi reḥema[3]) yake, yampaye[4]) — humpa, bassi usione ʿajabu[5]) weye; kupata kwetu sisi, ndio kupata kwako weye." akinena: „haya, twende zetuni[6]), lakini maneno ya kweli hamnambii ya haya mali mliyoyapata!" wakamambia: „tuenende, tutakwambia njiani hii;" wakenda zao.

njiani wanamweleza walivyopata mali haya, ḥatta wakifika kwa mkubwa waŏ wa mwisho. akiona[7]) jeshi[8]) inakuja, yakaogopa yeye, akasema: „hatta sulṭani wa nchi[9]) hii, niliyoikaa mimi, hana watu kama hawa wanaokuja!"

wakajongea ḥatta qaribu, akawaona wale nduguze[10]), wakimwamkia, yakaitikia, yakafuraḥi, yakinena: „ndege mmempata?" wakinena: „tumempata ndege, tunataka twende zetu tenna kwetu. mwaka wa kumi tuko barra, sasa twende zetu, mama na baba yetu wana mṣiba[11])." akawambia: „haya, twende zetu.

wakenenda, ḥatta ulipotimia mwezi wa kumi wakaona mji. ḥatta wakifika katika mji ule, wakipanga, wakapumzika mudda wa mwezi mmoja. wakatoka wakenda zao, ḥatta ilipopata miezi sitta tenna wamefika qaribu ya kwao, zimebaqi siku mbili ndio kufika mjini mwao.

na pale walipofika pana kisima cha mawe. nao hawakufikia katika mji. wamepanga huko siku mbili mbele ya mji wao.

wakatoka wale ndugu zake, watu sitta, wakinenana — kama: „shauri yenu nini?" wakimuliza[12]) yule mkubwa wao wa sitta: „shauri gani unataka weye?" akinena: „emetutia[13]) fedeḥa[14]); sisi tumekaa kulla mtu inchi moja moja, yeye amekwenda patikana na mashakka[15]) makubwa sana, na ʿażabu[16]) ikamfikia — ḥatta akimpata ndege. na mwenyi ndege akimambia „niletee upanga wa radu, ndio nikupe ndege;" na mwenyi upanga akamambia „niletee ngoma ya milio sabʿa;" na

[1]) burre. [2]) wieso denn? [3]) ar. Barmherzigkeit. [4]) ampaye oder anayempa. [5]) ar. Wunder. [6]) wird seltener gebraucht als twende zetu. [7]) alipoona. [8]) ar. Heer. [9]) inchi. [10]) ndugu zake. [11]) ar. Trauer. [12]) wakamuliza. [13]) ametutia. [14]) ar. Schande. [15]) ar. Zweifel. [16]) ar. Strafe.

mwenyi ngoma yakamambia „niletee binti Sanabu." kijana huyu akifanyą bużżara[1]) kufungwa na kupopotolewa, ḥatta yakimpata[2]) ndege, aliyomtaka baba yetu. tenna anatupitia mumo humo njiani, na hii fedeḥa kubwa, kitoto kidogodogo hiki kimepata ʿaqili[3]) sana. na uchungu yakiujua[4]), na amri ya baba akaisikia, sisi watu wazima tusiisikie. ḥatta tukifika katika mji wa kwetu, akaeleza khabari yake alivompata[5]) ndege, sisi tutaambiwa wapumbavu, na kwa baba yetu atatutukana, na raḍi zake tutazikosa, ntawapa shauri mimi, ndugu zangu, mtanisikia?" wakinena: „tutakusikia, mkubwa wetu." akinena: „mimi nataka tumtie kisimani huyu mdogo wetu Msiwanda, kwa maʿana ndio aliyopata ndege — yeye, bassi afaḍali[6]) tumwue."

na yule mdogo wao Msiwanda haijui ile khabari yao, waliofanyiza, kwa maʿana yeye nia[7]) yake njema, walla yasiwaze mabaya[8]) katika moyo wake. aliwachia mali yale yote na mkewe, yule binti Sanabu, aliyompata kule; akimwaga mkewe: „ntapiga ndege msituni."

yalipokuja panapo kisima, akakuta shauri imekwisha fanyizwa. alipoqaribia, akaona ndugu zake, wale wakubwa wake, wako kisimani wanateka maji wenyewe, akitupa[9]) bunduqi yake, akenenda mbiombio ḥatta kwa kaka zake kisimani, akawapokea ndoo, akasema: „kaka, kwa nini mnateka maji wenyewe, watumwa wako pale, arbʿa mia hapa, na maji huteka wenyewe? nipeni, niwapokee mimi, mdogo wenu." wakimpa ndoo. alivoinama[10]) kuteka maji — wakimsukuma, yakiangukia ndani ya kisima; mle kisimani akafikia wima[11]).

wale ndugu zao watu sitta wakinena: „bana wenu ametupotea;" wakalia. na yule binti Sanabu yakalia: „maskini mume wangu, emekuja[12]) inchi na miezi kumi na miwili ḥatta yakanichukua akanileta huku! baba na mama yangu nimewacha kwetu, hapa sina baba walla mama, walla nimjuayo jamaʿa[13]) yangu, illa ni mume wangu, ndio baba yangu, ndiye ni mama yangu! na leo emekufa[14]), sasa ntakuta mashakka[15])". wakimambia: „twendeni zetuni[16]), kulia bassi tenna, shukuruni muungu.

wakishukuru, wakitoka watu sitta wale vijana, wakaondoa safari. ḥatta siku ya pili wakafika mjini mwao. wakinena: „watumwa nyie[17]), pigeni bunduqi za furaḥa." na baba yao, yule sulṭani, akapiga mizinga mingi, akafuraḥi sana; walakini akatazama — hamwoni mtoto wake wa mwisho, yule Msiwanda. wakawachwa, wakapumzika.

[1]) ar. Verschwendung. [2]) akampata. [3]) ar. Verstand. [4]) akaujua. [5]) alivyompata. [6]) ar. besser. [7]) ar. Absicht, Zweck. [8]) zu ergänzen maneno oder mambo. [9]) akatupa. [10]) alivyoinama. [11]) stehend. [12]) amekuja. [13]) ar. Versammlung, Verwandtschaft. [14]) amekufa. [15]) ar. Zweifel, hier Unannehmlichkeiten. [16]) oder twende zetu. [17]) ninyi.

siku wa pili akawauliza: „jee, wanangu[1], khabari ya huko?“ wakinena: „khabari njema, walakini Msiwanda emekufa, na mke wake yuko katika nyumba yake“. sulṭani marra yakalia, ukafanywa mṣiba mkubwa, hapana mtu kuwa na furaḥa mudda wa siku sitta. ḥatta ikapata siku sitta, tanga limcondoshwa, na khitima[2]) wamesoma. walakini yule manamke, binti Sanabu, hacheki walla hazungumzi, hutoka machozi tu kulla siku.

yule mtoto 'kule, aliyotiwa kisimani na nduguze, akapita nokoa[3]) moja na ndoo yake kwenda teka maji. na nokoa yule wa baba yake, ni ndio mtumwa wao. alipopeleka ndoo kisimani, alipoivuta na maji ile ndoo, akaiona nzito, yakanena: „ndoo yangu imenasa na nini?“ akatezama kisimani, anaona[4]) mikono ya mtu, imezuia ndoo; yakavuta kwa nguvu yule mtu ḥatta anampata, ḥatta yakamwopoa[5]). yakamweka juu, akampigapiga na mchanga wa kifua, ḥatta yakatapika maji, yakamchukua mgongoni mwake ḥatta nyumbani kwa nokoa shamba.

akamhimizia uji, yakimpa[6]) yakinywa[7]). akimfanzia maji moto yakimogesha, akampikia tenna uji, yakimpa yakinywa; ukasimama tumboni kidogo. ḥatta jua sa'a sitta yakimpikia[8]) wali, yakimpa yakala; ukasimama tumboni wali. ndio sasa yakamuliza khabari, akamambia: „weye si bwana wangu, mtoto wa bwana mkubwa sulṭani?“ akamwambia: „ndiye mimi, niliyosafiri kutwaa ndege.“ · yakimuliza[9]): „maṣaibu[10]) gani yaliyokupatia, ḥatta ukaingia ndani ya kisima?“ akinena: „ndugu zangu ndio walionitia kisimani kutaka kuniua, na muungu hakupenda kufa.“ akimambia: „nduguzo[11]) wabaya kutaka kukuua kwa sabiqi[12]) ya barakale[13]).“

akikaa yule kijana pale shamba, ḥatta yakapata nguvu kidogo. yakaandika barua yake kumpelekea mkewe binti Sanabu. akimpa mjakazi mmoja Mama Ammao, yakichukua[14]) barua ile ḥatta kwa mkewe, akimpa kwa falagha[15]). akasoma yule manamke, na yule manamke yajua kusoma, akaona katika barua mumewe mzima, hajambo. manamke akafuraḥi, na watu walimwona siku ile kama yakicheka[16]) kwa furaḥa na kuzungumza na watumwa wake — wakasta'ajjabu[17]): „bibi leo ana nini? neno gani lililomfuraḥisha?“

akakaa ḥatta jua sa'a kumi, akimandikia barua moja. yule Mama Ammao yakachukua, yakampelekea mumewe, yakaisoma, akifuraḥi nayo.

[1]) waana wangu. [2]) ar. Koranlesung. [3]) Sklavenaufseher. [4]) besser akaona. [5]) herausnehmen. [6]) akampa. [7]) akanywa. [8]) akampikia. [9]) akamuliza. [10]) ar. Unglück, pl. von mṣiba. [11]) ndugu zako. [12]) ar. auf Grund des (vorhergehenden). [13]) baraka lake, ar. Segen. [14]) akachukua. [15]) faragha, Musse; hier bedächtig, vorsichtig. [16]) akacheka. [17]) ar. sich wundern.

ḥatta siku mbili akaandika barua ningine kumpelekea mkewe: „nenda kamnongoneze[1]) baba yangu — kama „mimi mzima, kesho ntakuja, sitaki yasikie mtu.“ akenda mambia yule mkewe: „mwanao ameleta barua hii, hebbu[2]) isome.“ akaikunjua sulṭani, akaisoma, yakaona jina la mwanawe, na siku atayokuja[3]) ameiona nayo.

ḥatta siku ya pili saʿa moja ya usiku yakija[4]) yule kijana, akafikia kwa mkewe. na mkewe akiondoka kwenda mambia baba yake — kama: „mume wangu, mwanao, amekuja, njoo usiku saʿa nne, uje umtazame.“ yakija[4]) usiku saʿa nne, yakimtezama[5]) mwanawe, akamwona yeye na mama yake, wote wakamwona, wakifuraḥi sana. akimambia: „baba, sina maneno mengi, umeniona mtoto wako, ni mzima, bassi — nenda kalale; ḥatta aṣubuḥi nipigie mbiu, kama kesho mwenyi mtoto yambebe mwanawe, na asiyo mwana abebe jiwe[6]). na mtu asiende shamba, walla hapana kazi kufanyizia ingine, walla kuvua, walla chombo kutweka, hapana rukhṣa.“ yakimwambia: „vema, nimesikia maneno yako.“ na siku ileile akapiga mbiu sulṭani, akanena vilevile.

aṣubuḥi siku ya pili yake baraza ikajaa tele, waanawake kwa waanaume, watoto kwa wakubwa, watumwa kwa wangwana. na watoto wake yule sulṭani, wale watu sitta waliobaqia[7]), waliotaka kumwua ndugu yao, wote wamekaa barazani, walla hawana khabari, kama yule ndugu yetu emekuwa[8]) mzima. ḥatta saʿa tatu ilipopiga watu wamejaa tele, akatoka ndani yule kijana, nduguze wakastuka[9]), wakataḥayyari[10]). yakinena[11]) yule kijana — emesimama[12]) wima, watu wote wamekaa kitako, akapiga ukelele wake, watu wote wamenyamaza kimya, hapana anenayo, akanena yule kijana: „baba alipotutuma kwenda kumtwaa ndege mimi na wenzangu, tukafika inchi ya kwanza, kaka yangu mkubwa akikaa kitako; akikataa kwenda tafuta ndege. tukabaqi watu sitta. na kulla mtu akiona mji akikaa kitako; wakiona miji sitta, na kulla miji sitta hiyo emeenea[13]) moja moja kukaa, nikabaqi mimi pekeyangu Msiwanda na mtumwa wangu na frasi. nikauliza, nikaambiwa kunako ndege. nikenenda, wakanifunga, wengine wanataka kuniua. na wengine wakisema „mpeleke kwa sulṭani, yakamwone kwanza.“ nikapelekwa, nikamwona sulṭani, akanambia: „maneno yako nimejua uliyokujia — raḍi za babako hizi za kutaka ndege, walakini ndege humpati, illa ukalete upanga wa radu.“ nikenenda kunako upanga wa radu,

[1]) leise zuflüstern. [2]) sieh, hier ist er. [3]) besser atakayokuja. [4]) akaja. [5]) akamtazama. [6]) häufig gebrauchte Redensart der Suaheli, dass alle Leute zusammenkommen sollen bis auf die kleinsten Kinder. [7]) ar. übrig bleiben. [8]) amekuwa. [9]) auffahren, erschreckt werden. [10]) ar. verwirrt sein. [11]) akanena. [12]) amesimama. [13]) ameenea.

nikafanyizwa vilevile kufungwa na kupopotolewa, nikaambiwa: „kama unataka upanga wa radu, nenda ukalete ngoma kwanza ya milio sab'a, na upanga wa radu utapata." nikenenda kunako ngoma, nikafanyizwa vilevile, nikakuta ʿażabu[1]) sana, nitazameni kamba za mikono nilivyofungwa mikono nyuma. na mwenyi ngoma akanambia „kamlete[2]) binti Sanabu kwanza, ndio ntakupa ngoma." nikafanya bużżara[3]), nikapakia ushanga katika merkebu, ḥatta nikampata manamke huyo kwa sabiqi ya ushanga. nikaja kunako ngoma, nikamwambia: „manamke huyu uliyomtaka amekwisha kuja." akanambia: „chukua weye mke huyo uoe, na ngoma chukua wewe". akanipa ngoma, akanipa na mke yule na mali mengi, watumwa na kulla kitu. nikija[4]) kunako upanga, nikimambia: „ngoma yako hii"; akasema: „chukua weye." nikachukua mimi ngoma na upanga na mali, nikaja zangu ḥatta kwa mwenyi ndege, nikamambia: „upanga wako huu, nipe huyu ndege niende zangu." akanambia: „chukua wewe ndege na upanga na chochote." nikachukua mali mno ʿaṯẖimu[5]). nikaja zangu, hamwona[6]) ndugu yangu wa kwanza, na wa pili, na wa tatu, na wa nne, na wa tano, na wa sitta, nikawambia: „twendeni zetuni, ndege nimempata, kwa kulla mali ninayo mimi." wakafuraḥi nduguze: „haya, twende zetu." tukija[7]) zetu ḥatta qaribu ya mji kwa nokoa Tshande, pana kisima, wanateka maji kaka zangu. nikiwapokea mimi, wakanitumbukiza kisimani, wanataka waniue, waje kwako, babangu, wapate barakalo[8]). hawa ndugu zangu si wema, walifunga shauri yao njiani kutaka kuniua. ndio khabari yao hawa. akapita nokoa Tshande akateka maji kisimani, nikiikamata[9]) ndoo yake, akanivuta nikaja juu. yakanichukua kwake ḥatta nimepona, ndio khabari yangu hiyo, baba, na ya ndugu zangu."

akamambia babake: „hebbu[10]), mlete ndege." ndege alipokuja: „emetoa[11]) nini?" baba yake akisema: „hakutoa kitu." „bassi, mimi sikiliza, ntamambia upate kuṣadiqi: „ndege, lete feḍḍa[12])!" akatoa feḍḍa nyingi mno ʿaṯẖimu, na żahabu[13]) nyingi, na michele mingi, na vyakula akatoa. akimambia: „umeṣadiqi, baba, kama ndege huyu wangu, ndio niliyompata mimi?" akisema[14]): „ulete na upanga." ulipokuja upanga: „umesema nini?" akinena: „haukusema kitu." „sikiliza mimi ntavousemesha[15])." akaupiga ala[16]) yake, kipini kikachomoka, na upanga wenyewe ukalia sana kama mithili ya radu, watu wakiogopa. sulṭani akisema: „kweli." ukatwaliwa upanga ule ukatiwa ndani ya ala.

[1]) ar. Strafe, Pein. [2]) nikamlete. [3]) ar. Verschwendung. [4]) nikaja. [5]) ar. hoch, gross. [6]) nikamwona. [7]) tukaja. [8]) baraka lako; baraka ar. Segen. [9]) nikaikamata. [10]) schau her, gieb her. [11]) ametoa. [12]) ar. Silber. [13]) ar. Gold. [14]) akasema. [15]) nitavyousemesha. [16]) ar. Werkzeug, Scheide.

akinena: „niletee na[1]) ngoma." wakaleta ngoma. akinena: „ngoma hii, toka ilipokuja, imenena nini?" wanasema: „tukaipiga — hailii." „sikilizeni mimi, itavolia[2]) ngoma!" alipoigonga ngoma — ikalia milio sab'a. baba yake akafuraḥi, akamambia: „kweli, mwanangu, ndio mwenyewe wewe uliyozipata."

maneno yale, yanavosema[3]) yule kijana, wale watu wameyasikia maneno yale yote. na sulṭani akaondoka wima, akawambia watu: „hawa si watoto wangu, washoneni fumba sitta, mkawatose baḥarini; walimtaka kipendo changu, huyu wa mwisho, mtoto wangu kumwua, leo kafeni ninyi pwani, mkatose huko." wakenda toswa watoto wale sitta. sulṭani akakaa kitako na mwanawe Msiwanda raḥa mustareḥe[4]), na toka siku ile jina lake Raḍi ya baba.

Muḥemedi bin Madigani
aus Magogoni.

[1]) na im Sinne von „auch". [2]) itakavyolia. [3]) anavyosema. [4]) ar. Ruhe des Ruhe Suchenden.

Sulṭani na tajiri.

Alitokea sulṭani na tajiri moja. wamefanya urafiqi toka udogo wao. siku moja tajiri yakinena[1]): „tuoe wake sasa." yule sulṭani yakimwambia: „na tuoe." wakioa, wakaapeana kiapo — kama: „ukizaa mtoto manamke wewe sulṭani, amma ukizaa mtoto manamme, mimi nikizaa manamke — mtu na mumewe." yakimambia[2]): „vema."

wakikaa siku nyingi, ḥatta kulla mtu mke wake akachukua mimba. sulṭani akazaa mtoto manamke, tajiri yakizaa[3]) mtoto nyoka. yakimlea[4]) yule mtoto wake, ḥatta yanakua yule mtoto wake nyoka. na yule sulṭani mtoto wake emekua[5]) sasa.

na yule tajiri yakamtwaa yule nyoka, akimwambia: „mke wangu, kama huyu si mtoto, huyu nyoka!" mkewe akimwambia: „ntafanyaje? hii amri ya muungu ya kuzaa mtoto nyoka; siwezi kumtupa, walla kumwua, ntamlea mwenyewe, ḥatta muungu anifariji[6])." naye mumewe yakimwambia: „atakuuma." mkewe yakisema: „mwache yaniue, kwa ma'ana mtoto wangu, amenipa muungu, siwezi kumkataa." yakimwambia: „mchukue shamba bassi, ukamlee." akisema mkewe: „ntajenga nyumba kubwa huko shamba ya kumweka huyu mtoto wangu."

[1]) akanena. [2]) akamambia. [3]) akazaa. [4]) akamlea. [5]) amekua. [6]) ar. frei machen, öffnen.

akipeleka mawe mengi na chokaa, yakachoma tannuu[1]) nyingi sana na mafundi wengi, akanunua na boriti[2]) nyingi, akasimamisha jengo. wakajenga nyumba ya mawe, vyumba sabʿa.

yakamtwaa yule nyoka mwanawe, akampeleka kulekule shamba, yakamweka katika chumba kimoja. akaweta[3]) watumwa wake, akawambia: „nani atayokwenda[4]) kumlea mtoto wangu?" wale watumwa wakimwambia: „sisi ni watumwa wako, wataka kazi ingine — tuambie, tufanyize; kama hatukufanyiza tufunge, utupige, kama desturi ya mtumwa na bwana wake wanovokosa[5]). japo[6]) ikiwa kupigwa riṣaṣi[7]) mtumwa na bana wake, tupige; lakini yule mtoto wako nyoka hatumlei." akawapa rukhuṣa[8]) wale watumwa, wakenda zao.

yuko kijakazi kimoja emesahau[9]) kumwita kumpa shauri lile. akimkumbukia yakamwita. na kijakazi kile jina lake Kihinja, yakimwambia: „Kihinja, nenda kamlee bana wako, huyu niliyomzaa mimi, mwanangu! utakwenda Kihinja?" yakimwambia: „mimi mtumwa wako, japo[10]) ukanichinsha, hapana atayokuuliza[11]). huyu mtoto ni wako, kama sikumlea mimi, nani atayomlea[12])? japo kama yakanila[13]), mimi Kihinja kitu gani? mwache yanile." yakimwambia: „nenda bassi."

yakenenda yule Kihinja ḥatta kwa nyoka yule, humpikia chakula chake wanga wa majimaji; humpa yule nyoka. na yule nyoka hurambaramba. yakiwa anakua, kikavunjwa chumba kimoja. ḥatta mwezi wa pili kikavunjwa chumba tenna. imekuwa vyumba viwili vimevunjwa, vimebaqia vitano katika vyumba sabʿa.

na yule mtoto wa sulṭani, mwanamke, anakwenda kidogo kidogo, ḥatta yakiwa kigori[14]). na yule nyoka kikavunja chumba kimoja. ḥatta ukipata mwezi wa pili, kikavunjwa chumba cha pili. yule mtoto amekuwa mwari[15]) nyumbani, na yule kijana nyoka limekuwa kubwa. vimebaqi vyumba vitatu, vyumba vinne vyote vimevunjwa.

yakimtuma[16]) mtumwa wake yule Kihinja, yakimwambia: „nenda kwa baba, nataka mwʿallimu[17]), mpeni mwana wenu moja Umali[18])." Kihinja yakenenda ḥatta kwa baba yake, yakimwambia: mtoto wako Umali anataka mwʿallimu." yakatafuta mwʿallimu, wakampeleka kule

[1]) ar. Kalkofen, tannuru cf. St. Paul, Suaheli Sprachführer p. 427. [2]) Baubalken, Mangrovestämme. [3]) akawaita. [4]) atakayokwenda. [5]) wanavyokosa. [6]) besser wäre ijapokuwa. [7]) ar. Blei, Kugel. [8]) oder rukhṣa Erlaubniss (gehen zu dürfen); cf. St. Paul, Sprachführer p. 547. [9]) amesahau. [10]) selbst wenn, gesetzt den Fall. [11]) atakayokuuliza. [12]) atakayomlea. [13]) akinila. [14]) bald mannbar. [15]) junges Mädchen, das zum ersten Mal die Menstruation hat, wird mwari genannt. [16]) akamtuma. [17]) ar. Lehrer. [18]) ʿOmar.

kwa yule nyoka. na watu wanaogopa kwenda kufa bulle[1], hio ndio sababu yakipata[2]) mtu mmoja maskini ya muungu, tenna mzee sana. yakimwambia: „nataka twende ukanisomeshee mwanangu, walakini ni nyoka, utaweza?“ yakimwambia: „nitaweza.“

wakenenda kwa yule nyoka, akamwambia: „kaa kitako.“ akakaa yule mw'allimu. akashika mṣaḥafu[3]) wake aṣubuḥi, na nyoka yuko mbali, anamsomesha. anasoma yeye tu toka elḥamdu ḥatta alif lam juzo[4]) ya thelathini; yule mw'allimu hajui kama emekhitimu[5]). yule nyoka mwenyewe akamwita Kihinja: „nenda kwa baba, mambie mwanao Umari emejua[6]) kusoma, feḍḍa yake mw'allimu mpeni.“

akamtuma tenna Kihinja: „kamambie baba nataka ngariba[7]), mpeni mwana wenu Umari.“ yakitafutwa[8]), yakionekana yakapelekwa, akiuṭahiri[9]) mkia wa nyoka nchani[10]) kidogo sana. akamwita Kihinja: „nenda kamambia baba, nimekwisha pona, yampe feḍḍa yake huyu ngaliba.“ Kihinja akaondoka, yakenda kwa baba yake, akimwambia: „mwanao emekwisha[11]) pona, anataka kutoka, mpe joḥo[12]) na kilemba na jambia na upanga na feḍḍa yake ngaliba mpe mwenyewe.“ akimwambia: „vyema.“ akipeleka[13]) nguo na upanga na jambia na joḥo na kilemba na vyatu, yakapeleka yote[14]).

sulṭani akaondoka, akapiga mbiu yake katika mji wote: „kulla asiyo mtoto na bebe[15]) jiwe[16]), waje zao kwangu, niwape shauri langu.“ wakaja watu wengi sana, akiwambia sulṭani: „nimeweta[17]) mimi. kulla mwenyi nyumba yake ina tundu na zibe[18]).“ wakenda zao watu. kulla mwenyi nyumba mbovu — wakijenga, na kulla mwenyi nyumba inayo tundu — wakiziba.

ḥatta siku ya jum'a a[19]) mosi kwa usiku kuamkia jum'a ya pili alitoka joka[20]) yule, akaingia mjini kutembea. likatembea mji wote, likarejea kulekule shamba nyumbani kwake. na vyumba viwili vimevunjwa, kibaqi chumba kimoja.

na yule mtoto wa sulṭani mtoto mzima, yumo nyumbani. yule nyoka akamtuma Kihinja: „nenda kwa baba, mambie mwanao moja Umari anataka mke, mpeni mwanenu[21]) moja Umari.“ yakienenda[22])

[1]) burre. [2]) akapata. [3]) geschriebener Koran. [4]) ar. Abschnitt. [5]) amekhitimu, ar. besiegeln, beendigen (die Schule). [6]) amejua. [7]) ngaliba Beschneider; cf. Mittheilungen des Sem. f. or. Spr., I. Jahrgang, Abthlg. III, p. 22. [8]) akatafutwa. [9]) ar. rein sein. [10]) ncha Spitze. [11]) amekwisha. [12]) arabischer Mantel. [13]) akapeleka. [14]) besser vyote. [15]) abebe. [16]) gewöhnlicher Ausdruck, um zu sagen, „es sollen alle kommen, selbst die kleinsten Kinder“. [17]) nimewaita. [18]) azibe. [19]) auch jum'a ya mosi. [20]) joka, maj. grosse Schlange. [21]) mwana wenu, Zusammenziehung mit wenu ist selten. [22]) akaenenda.

yule baba yake ḥatta kwa sulṭani, akimwambia: „kiapo chetu na ʿahadi[1] yetu tuliyoweka zamani — „ukipata mtoto manamke na mimi nikipata manamme — mtu na mkewe“, amma wewe ukapata manamme, mimi nikapata manamke — mtu na mkewe. na mimi nataka sasa mtoto wako manamke yaoe mtoto wangu.“ sulṭani akamwambia: „una wazimu? umtwae mtoto wangu, umpeleke kwa mwanao nyoka, sitaki; kama umezaa mtoto bin Adamu, nambie ntakupa, lakini kama nyoka sitaki.

akaondoka yule tajiri, akatatuta mke wa mtoto wake, ḥatta yakampata kijike kimoja cha mtu maskini baba yake. akampeleka shamba kwa mwanawe, yule nyoka. akakaa yule mwanamke mwezi mzima. usiku anapolala yule manamke, katika nyoka hutoka mwʿarabu mzuri sana, hukaa juu ya kiti, akavaa kikoi chake na kanzu yake na kulla libasi[2] ya kiʿarabu, yakivaa[3] kwa jambia na joḥo, kwa kilemba na upanga. akajitezama mwenyewe, na mke wake emelala[4] pale emelia[5]. yule mwanamke huzindukana usingizini kwa tartibu, akimwona[6] yule mwʿarabu: „anatoka wapi? na miye mume wangu ni nyoka!“ akilala, yalipojinyosha — yule mtu akaingia tenna katika nyoka.

wakilala[7] ḥatta aṣubuḥi, akitoka yule mkewe, yakenda kwa baba zake na kwa mamaze[8], akiwambia kina mama: „yule si nyoka, nna mume mzuri, walakini hapatikani, manamme huyo yumo ndani ya nyoka.“

pana kizee kimoja yakamwambia: „fanyiza ulevi, kulla ulevi, utie maḥali pamoja, upike pombe yako na sukkari[9] utie.“ yakipika[10] yule manamke, akiweka qaribu ya kitanda chake ule mtungi wa pombe, ḥatta usiku yakitoka. alipouona ule mtungi wa pombe, yakanywa pombe ḥatta yakalewa, asipate ʿaqili; akanguka kitandani akalala.

yakiondoka[11] yule mkewe na yule mjakazi wake Kihinja, wakalichukua lile joka, nalo kumbe si joka, ngozi yake nyoka. wakalipeleka uani wakalikunguta, wakalitwaa wakalipiga moto, likawaka ḥatta qaribu ya yule kijana alipokaa. akazindukana pale alipolala, akaanguka chini. akatiwa mitungi ya maji sabʿa, ndipo akapata fahamu[12].

yule mjakazi akenda mbio ḥatta kwa baba yake, akamwambia: „bana, yule mtoto siyo nyoka, mwʿarabu mzuri sana, kama weye mwenyewe.“ akimwambia: „kweli?“ akasema: „kama mwongo, kichwa changu ḥalali[13] yako.“

yakipiga[14] mbiu tajiri, aketa[15] watu wengi, wakija akiwambia:

[1]) ar. Versprechen. [2]) ar. Kleidung. [3]) akavaa. [4]) amelala. [5]) amelia. [6]) alipomwona. [7]) wakalala. [8]) mama zake. [9]) ar. Zucker. [10]) akapika. [11]) akaondoka. [12]) ar. verṣtehen. [13]) ar. erlaubt. [14]) akapiga. [15]) akaita.

„yule mwanangu nyoka — siyo nyoka, mtoto wangu khaṣṣa[1]) mwenyewe, damu[2]) yangu, tenna mwʿarabu, hapana kama yeye. na sulṭani aliposikia, yakataḥayyari[3]), yakamleta yule mtoto wake, lakini tajiri haqubali. na mtoto wa tajiri akakaa kule shamba raḥa mustareḥe yeye na mkewe, wakizaa mtoto mwanamme; yule tajiri akafuraḥi mjukuu wake.

sulṭani mwanawe yakamwoza mume mbaya sana, na sulṭani anaona ḥaya tenna kwa ʿahadi yao ile yeye na tajiri.

Muḥemedi bin Madigani
aus Magogoni.

1) ar. besonders. 2) ar. Blut. 3) ar. verwirrt sein.

Uchungu[1]) wa baba na uchungu wa mama.

Alitokea mzee mmoja, ana watoto wawili, moja[2]) jina lake uchungu wa baba na moja[2]) uchungu wa mama. wakikaa vijana wale, ḥatta wakiwa watu wazima, mmoja akija poswa. na huyu mtu, aliyemposa, anakaa katika baḥari, ndiye aliyeozwa.

akikaa[3]) na mkewe mudda[4]) wa miezi sitta, akitaka mkewe kumchukua. akimwambia baba yake: „siwezi kuzuia mke wa watu utakako kokote — chukua.“ akimwambia: „vema, nimesikia.“ yakamjia manamke nyumbani mwake, akimwambia: „shauri gani? nataka twende zetu kwetu!“ yakimwambia: „ngoja mwezi huu ukisha, tupate kwenda zetu;“ wakikaa.

ḥatta ulipokwisha ule mwezi, mume akimambia: „haya, twende zetu!“ manamke akimjibu: ḥali hii nnayoiona — haba, ukinichukua ukinipeleka ḥatta huko kwenu — vitendo utavonitenda walla sivijui, na mtu huona vema hapa kwanza[5]), ndio ukiṭamʿani[6]) kwenda kwenu, na mimi ndio kwetu[7]), walakini sikuona vema mimi nawe, hapana ujinga huo wa kuacha kinywa kutia puani?“

yule mume akamjibu: „gissi gani kwenda nambia[8]) hivo[9])? toka kukuoa kwako ḥatta sasa maneno mengi umenitolea. na siku ya kunena mimi — wewe utaużika, utavumbua njia ya kwenda kwenu. tafaḍḍali — twende zetu. mke na mume wana taʿabu[10]) katika nyumba, khaṣṣa

1) Bitterkeit, Sehnsucht, Heimweh. 2) mmoja. 3) akakaa. 4) ar. Zeitraum. 5) da wo er zuerst war, nämlich wo er geboren worden. 6) Verlangen haben. 7) zu ergänzen, napenda kakaa. 8) niambia. 9) hivyo. 10) ar. Beschwerde, Sorge.

ikiwa hana kazi mume, nyumba itamwangaisha, na sasa tuenende, usinifanye mjinga, nakupenda mke wangu, walla hutapata mume kama mimi." akamambia: „tuenende."

wakenenda ḥatta qaribu ya pwani, akimwambia: „ingia majini." „nitaingiaje, mume wangu? na hii ni baḥari, huingia nyama wa baḥarini, haingii bin Adamu, walla nyama wa barra." yule mume akimambia: „mke wangu, jivute hapo panapo micheche[1]) ya maji." akijongea katika maji, yule manamme marra yakigeuka[2]) papa, akamrukia yule mkewe, yakamwangusha; alipoanguka katika maji hakuona nguvu, hana kitu cha kuzuia mkononi.

yule mumewe papa akimtia[3]) mgongoni, akimchukua ḥatta panapo nyumba moja ya mawe. akaingia ndani, na yule mkewe akampeleka ndani ya nyumba. khalafu yule mwanamume akimambia mkewe: „uonaje sasa, pema ao pabaya?" mwanamke yakimjibu: „ndivo ulivotaka[4]) mwenyewe." wakikaa kitako; na ile nyumba iko katika maji baḥarini.

ḥatta siku hiyo yule mkewe akafungua dirisha[5]), yakitezama[6]) akiona kumefanya uwingu mkubwa. yakasta'ajjabu yule manamke: „kuna nini kwetu?" akamwita mumewe, yakimwambia: „mume wangu, naona uwingu mkubwa, nataka unipe rukhṣa." yakampa rukhṣa, yakimbeba[7]) ḥatta mlangoni, akimwambia: „fungua mlango." alipofungua mlango yule manamke, akiona njia moja kwa moja[8]) katika baḥari. akimambia: „fuata njia moja kwa moja ḥatta nyumbani penu kwa babayo." akafuata ḥatta yakifika. alipofika akamwona mama yake amekufa. yakizika[9]) mama yake, akashukuru muungu; tenna akakaa kitako.

yule mumewe akimwona anakawia, akaja kumchukua mkewe. mke akikataa, akimambia: „siendi, nataka kuachwa, mama yangu amekufa — sikumwona, sasa baba yangu mzee, nataka kukaa kwake, nataka kuachwa." yule mwanamme yakimambia: „'ahadi[10]) yako imefika wapi? tukaapiana 'ahadi, leo imefika wapi?" asema: „sikutaki, shika njia, nenda zako kwenu; na uke na ume umekwisha, tenna usiṭuma'ini[11]) kama utanipata. haya kwa ḥeri, nenda zangu ndani, utangoja kunongona[12])."

Muḥemedi bin Madigani
aus Magogoni.

[1]) Sträucher die an einer seichten Stelle im Wasser stehen. [2]) akageuka. [3]) akamtia. [4]) oder ndivyo ulivyotaka. [5]) ar. Fenster. [6]) akatazama. [7]) akambeba; wie ein Kind auf dem Rücken tragen. [8]) einen nach dem andern, d. h. lang. [9]) akazika. [10]) ar. Versprechen. [11]) Verlangen tragen, hoffen. [12]) flüstern.

Nguvu za uganga.

Alikuwapo tajiri mmoja hana mtoto, akatafuta mtoto kwa uganga. wale waganga wakatazama katika ramli zao, wakamwambia: „utapata mtoto, lakini atakuja uawa ni[1] mtoto wa tajiri fulani.“ bassi yule tajiri, atakaye mtoto, ba'ada ya miezi mitano mke wake akashika mimba, akazaa mtoto wa kiume, akamlea mtoto wake. ḥatta alipopata miaka kumi, yule tajiri akatoka na merkebu, akaenda ḥatta baḥarini, kuna kisiwa kizuri sana. akashuka ḥatta pale kisiwani, akachimba shimo ẓira'a[2] khamsini urefu, na ẓira'a khamsini upana, na kwenda chini khamso u 'asherini zira'a. akajenga nyumba nzuri ya chini kwa chini, akaifanya na bustani[3] yake ndani, akapanda na matunda yote, na s'amani[4] ya nyumba, na vitanda vizuri vizuri samadari[5], na matandiko mazuri mazuri, na vyakula kulla na'u[6], zote[7] akashusha katika merkebu, akatia katika ile nyumba.

akisha, alipokamilia[8] ile nyumba, yule tajiri akasafiri na merkebu yake, akarejea mjini kwake. akenda akamtwaa yule kijana chake, akampakilia ḥatta pale kisiwani, akashuka naye, akamtia ndani ya ile nyumba. na ile nyumba imesaqqifiwa[9] kwa mbao juu, tenna akaifukia yote kwa mchanga, mtu hatambui shamba hapa pana nyumba.

bassi na ma'ana ya hayo yote — amkimbize mtoto wake yule, asije kuuawa ni[10] yule mtoto wa yule tajiri mwenziwe[11]. bassi miezi mitano huja yule mzee na merkebu yake, akashusha vitu vingi, akafunua mbao juu, akashuka katika darja[12], akaingia ndani huko chini, akenda akaonana na mtoto wake. akamtilia vitu vingine, na maji mangine, akakaa mudda wa siku kumi; kisha[13] akasafiri.

ḥatta yule kijana wa tajiri, yule wa pili, aliyeambiwa atamwua yule kijana, aliyekimbizwa ni[14] babaye akamjengea nyumba ya chini kwa chini — bassi yule kijana akamwaga babaye, akamambia: „nataka kusafiri hajue[15] inchi; vijana wenzangu[16] wote wasafiri, mimi kwa nini sisafiri?“ bassi yule baba akamfanya merkebu akamsafirisha.

yule kijana kufika kwake baḥarini — ikavunja merkebu, ikapotea, yule kijana akashika ubao, ḥatta akampeleka pale kisiwani. alipofika

[1] sonst wird „von“ und „durch“ beim passiv durch na ausgedrückt, im Pangani- und Tanga-Bezirk ist ni gebräuchlicher. [2] ar. Elle. [3] Garten. [4] hindust. saman oder samánn Hausgeräth, Möbel. [5] indisches Holz. [6] ar. Sorte, Art. [7] besser vyote. [8] vollendet sein. [9] ar. ebnen, den Boden feststampfen. [10] na. [11] mwenzi wake. [12] ar. Treppe. [13] akiisha. [14] na. [15] nikajue. [16] wenzi wangu.

kisiwani, na kiu ya maji imemshika sana, akawayawaya[1], akazunguka na kisiwa, asione mtu walla asipate kitu.

ḥatta kwa siku ya pili yule kijana amechoka kwa kiu na njaa, amelala pale kisiwani mbali. alipolalá kichwa chake kainama[2], amekiweka juu ya ubao. alipoamka akashika ule ubao, akautazama, akaufunua, akaona daraja nzuri; akashuka, akaingia mle nyumbani, akenda akamwona yule kijana. ghafula[3]) akastuka[4]) yule kijana, akatḫanni[5]) ni sheṭani[6]), akamuliza: „nani wewe?“ akamambia: „mimi bin Adamu, nani wewe?“ akamambia: „na mimi bin Adamu, qaribu!“ akakaa yule kijana.

akamuliza: „watokapo[7])?“ akamambia: „mimi nimekufa maji[8]), nashika[9]) ubao ḥatta hafika hapo kisiwani, na ḥali yangu ni hii ḍa'ifu[10]).“ akampa chakula na maji na matunda, kulla kitu akampa, akamambia: „na tukae pamoja, unizungumze hapa nyumbani, ni pekeyangu.“

bassi wakakaa pamoja ḥatta mudda wa mwezi mmoja. ḥatta siku moja yule kijana, mwenyi ile nyumba, akashikwa ni ḥarara[11]), na kiu kumwuma. qadiri[12]) maji atiayo — hayamkati kiu. akamambia yule rafiqi mgeni: „twaa hilo tikiti uniweke na kifua, nipate ubaridi hapa moyoni.“ yule akaondoka, akatwaa ile tikiti, akamweka na kifua. ḥatta kisha akamambia: „lete kisu ulikate hapa juu ya moyo, nipate ubaridi wa maji ya tikiti.“ yule hathubutu[13]) kukata[14]), qadiri amwamru yule kufanya, amekuwa kama boy[15]) wake. bassi, akatwaa ile tikiti, akamweka yule kifuani, akashika kisu, akalikata na kisu, chakuwa[16]) akaona[17]) wembe — kisu kikashuka ḥatta uti wa maungo.

yule kijana akafa. walla hakuquṣudia[18]) kumwua, walakini ajali[19]) yake tangu hapo sababu yake itoke mikononi mwa yule kijana, ndiyo iliyoonekana ni[20]) wale waganga.

bassi yule kijana akafanya khofu[21]), akatoka mle ndani ya nyumba, akafinika[22]) ile mbao, akalala chini ya mvindi[23]), ndiko alalako.

ḥatta mudda wa siku chache akaona merkebu ikatokea, akapanda juu ya mvindi. ḥatta merkebu ikatia nanga, akashuka yule mzee akafika pale kisiwani, akafunua mbao, akaingia ndani. akenda akamwona

[1]) hin und her schwanken. [2]) akainama. [3]) plötzlich. [4]) erschreckt werden, auffahren. [5]) ar. glauben. [6]) ar. Teufel. [7]) besser watokapi aus watoka wapi. [8]) ich wäre fast im Wasser umgekommen. [9]) nikashika. [10]) ar. schwach. [11]) ar. Hitze. [12]) ar. Quantität. [13]) ar. fest sein, bestehen (wagen). [14]) im suah. stets so geschrieben; ar. qaṭ'a abschneiden. (?) [15]) engl. boy. [16]) kinakuwa. [17]) ukiona. [18]) ar. beabsichtigen. [19]) ar. Ziel. [20]) na. [21]) ar. Angst. [22]) neben funika. [23]) Baumsorte.

mtoto wake ameuawa, akalia kilio kikuu sana, akatoka kwa ḥuzuni[1]) iliyo kubwa sana, zikaja mashua zote merkebuni, zikapakia jamiʿei[2]) ya vitu vilivyo ndani ya ile nyumba. na yule kijana akatolewa, akatiwa katika ṣanduqu[3]), akapakiwa katika merkebu.

ḥatta kisha, yule mzee akapeleka macho juu ya mvindi, akaona mtu, akataʿajjabu[4]), akamuliza: „nani wewe?" akamambia: „mimi ni bin Adamu, Islamu." akamambia: „shuka." yule kijana akashuka juu ya mvindi, akamuliza: „wewe i nani[5]), watokapo[6])?" akamambia: „mimi fulani bin fulani." yule mzee akajua „ni yule kijana, niliyeambiwa atakuja kumwua mwanangu," kwa lile jina alijua. akajua — hii ni amri[7]) ya muungu, walla hakuquṣudia kumwua.

akamuliza: „umefikaje hapa kisiwani?" akamambia: „nimekufa maji, hashika[8]) ubao ḥatta hawaṣili hapa kisiwani." akamaliza kama yaliyokuwa. mzee akamambia: „twende zetu mwanangu!" akampakia ḥatta mjini, wakenda wakamzika yule kijana. kisha yule mzee akampakia yule kijana ḥatta kwao kwa babaye, akenda akamambia babaye kama yalivyokwenda[9]) tangu mwanzo ḥatta mwisho.

ʿAli bin Naṣr, Wali von Pangani.

[1]) ar. Traurigkeit. [2]) ar. all. [3]) ar. Kiste. [4]) ar. sich wundern. [5]) wewe u nani oder wewe nani ist besser. [6]) besser watokapi. [7]) ar. Befehl. [8]) nikashika. [9]) yalivyokwenda, zu ergänzen mambo.

oa mke — mkeo, usioe mke — mke wetu[1]), rafiqi ya baba yako usimsahau.

Walitokea watoto wawili, maskini wote, hawana baba walla mama, wote yatima[2]). wakakaa siku nyingi, ḥatta wakiwa watu wazima. zikaingia ʿaqili[3]) kichwani mwao, wakisema: „mimi na wewe, mwenzi wangu, urafiqi tumeuanza zamani tokea watoto ḥatta sasa wakubwa, haifai kukaa hivihivi illa tufanye kazi. baba zetu na mama zetu walikuwa wakikaa maskini, na sisi tufanye kazi, muungu mkubwa huja, tukapata mali" yakimwambia[4]): „kazi gani tufanyize?" yule mwenziwe yakimwambia: „tuchuuze[5])." akimwambia: „siyo kazi, kama wataka kazi, tukopc mali, twende zetu barra tukafanyize biʿashara[6]) ya

[1]) d. h. oa mke wako mwenyewe nyumbani kwako, usioe mke akaja nyumbani kwetu kutusumba. [2]) ar. Waise. [3]) ar. Verstand. [4]) akamwambia. [5]) churuza und chuuza Strassenhandel treiben. [6]) ar. Handel, beʿi Verkauf shirā Kauf.

pembe, na watumwa kununua, na punda kununua, na ngombe na mbuzi na kondoro[1]) kununua." yakimwambia: „haya, tukakope."

wakenenda dukani kwa Banyani[2]). Banyani akiwapa mali, billa ya kutaka faida[3]). wakafunga mali mengi, wakachukua biḍa'a[4]) na ushanga na baruti[5]) na bunduqi[6]). wakenda zao ḥatta barra wakafika, wakafanya bi'ashara. wakanunua mali mengi; kulla kitu wamenunua. wakija zao pwani, wakaingia mjini kwa furaḥa[7]) na bunduqi kupiga, na ngoma kucheza, na watu walio mjini wakafuraḥa sana.

wakauza pembe kwa yule tajiri[8]) yao Banyani, wakamlipa, na wao wakapata mali mengi. Kulla mtu akitaka kuoa sasa. mmoja akaoa mke mjini pao, na yule mmoja, rafiqi yake, akaoa mke mwendo wa siku mbili, ndio kwao[9]) yule mke. wakikaa ḥatta miezi sitta, yule aliyooa mbali mwendo wa siku mbili yakamhamisha mkewe, wakakaa maḥali mwendo sa'a sitta. wakawa matajiri wakubwa mno sana, wana mali mengi 'athimu[10]).

yule mwenziwe, aliyeoa mjini pao, amezaa mtoto manamme; yakizaa[11]) na mtoto manamke, wakikaa. mkewe akachukua mimba[12]) tenna, yakazaa mtoto manamme mwingine. na yule mwenziwe, aliyokaa mji wa sa'a sitta, yakazaa mtoto manamke. wakiwa watu wakubwa wale watoto, yule mwenyi watoto watatu, yule mwanawe bassi mkubwa, yakimwambia: „baba, nataka mke, kama kusoma nimekwisha kusoma, na ṭohara[13]) nimekwisha ingia." baba yake yakimwambia: „oa mke — mkeo, usioe mke — mke wetu, rafiqi wa babayo[14]) usimsahau."

yakenda kwa mama yake, yakimwambia: „nataka kuoa, mama." yakimwambia: „oa mke — mkeo, usioe mke — mke wetu, rafiqi ya baba yako usimsahau." yakasita'ajjabu[15]) yule kijana: „baba na mama wamenambia maneno, walla siyajui ma'ana[16]) yao." yakioa[17]) billa[18]) ya kuyajua[19]) ma'ana.

akakaa na ndugu yake manamke, yakija[20]) mtu akiposa. yakiozwa[21]); na mtu huyu anakaa maḥali mwendo wa sa'a tano, yakimwoa[22]) yule mtoto manamke.

[1]) kondoo. [2]) heidnische Inder, die in Ostafrika meist Kleinhandel, hauptsächlich in den Dörfern treiben. [3]) Gewinn. [4]) ar. Waare. [5]) ar. Pulver. [6]) ar. Gewehr. [7]) ar. Freude. [8]) ar. reich, Kaufmann. [9]) ihre Heimath; meine und unsere Heimath kwetu, deine und meine kwenu, seine und ihre kwao; z. B. nakwenda kwetu, unakwenda kwenu, anakwenda kwao. [10]) ar. gross. [11]) akazaa. [12]) Schwangerschaft. [13]) ar. Reinheit. [14]) baba yako. [15]) ar. sich wundern. [16]) ar. Bedeutung. [17]) akaoa. [18]) billa ist hier wie die andern Präpositionen mit dem genitiv-praefix gebraucht. [19]) ya bezieht sich auf maneno. [20]) akaja. [21]) akaozwa. [22]) akamwoa.

na yule mdogo manamme, naye akimwambia baba: „nataka kuoa.“ babaye akimwambia: „oa mke — mkeo, usioe mke — mke wetu, rafiqi wa babayo usimsahau.“ akenda kwa mama yake, yakimwambia: „mama nataka kuoa;“ yakimwambia vilevile kama alivyomambia babaye.

wakakaa siku kumi, baba yake akifa. wakakaa siku tano, na mama yake akifa. na yule rafiqi wa baba yake yuko maḥali mbali mwendo wa saʿa sitta, na wale vijana hawamjui, kama ni rafiqi wa baba yao. wakakaa kitako pale mjini pao, wakisoma khitima[1]) ya baba yao na mama yao, wakashukuru muungu.

ḥatta na yule mdogo yakioa[2]) mke. alipooa mke maḥali mbali, mwendo wa siku tatu, wakikaa na mkewe ḥatta sabʿa ikesha[3]). yakatoka nje tenna, yakimwambia mkwewe[4]): „sasa nataka kuchukua mke wangu.“ yakimwambia: „siwezi kuzuia mke wa watu, chukua ḥatta mwendo wa miaka mia.“ yakamchukua kwa wajakazi wengi na watwana waanaume na punda qadri ya kumi moja[5]). wakafunga magodoro na vitanda, na kulla kitu cha nyumbani wakachukua. wakenda zao, ḥatta wakafika mjini kwao.

yule kaka[6]) yake yakimwambia: „ndugu yangu, mali katika nyumba yanapotea, sitambui baba yangu alivonambia[7]) — kama „oa mke — mkeo, usioe mke wa mwenzio, rafiqi wa babayo usimsahau.“ na sasa ntakwenda maḥali pa mwendo wa siku sitta, walakini sitafika, ntarudia njiani, ntakuja na uwongo, ntasema mgonywa. macho yananiuma, nipeleleze hii maʿana, alivonambia baba yangu.“

yakifunga[8]) safari[9]), yakimwaga[10]). yakenda zake mwendo wa saʿa nne. kḥalafu yakarudi na makelele: „mke wangu, nimeumia macho yangu, labda ntakuwa pofu.“ mkewe yakastaʿajjabu[11]): „jissi gani, mume wangu ameondoka mzima, sasa anarudi na ugonywa?“ yakimtwaa[12]), yakimpeleka ndani, yakimweka kitandani. yakatafta[13]) mganga, akafanyize dawa. yakikaa[14]) mle ndani mumewe, na yule mkewe husema: „mume wangu kweli hawezi, dawa hizi wanazofanyiza waganga każa wa każa[15]) — na macho vilevile, naye haoni.“

humtwaa ḥawara[16]) yake, yakamtia nyumbani. hupika chakula

[1]) ar. Koranlesung. [2]) akaoa. [3]) cf. Sitten und Gebräuche der Suaheli, Mittheilungen des Sem. f. orient. Spr., Jahrgang I Abthlg. III, p. 24. [4]) mkwe wake. [5]) eine Zehner. [6]) der ältere Bruder. [7]) alivyoniambia. [8]) akafunga. [9]) sich zur Reise rüsten. [10]) akamwaga. [11]) ar. sich wundern. [12]) akamtwaa. [13]) akatafuta. [14]) akakaa. [15]) ar. so und so. [16]) Geliebte, die man nicht zu heirathen gedenkt; mchumba oder mposi Geliebte, die man zu heirathen beabsichtigt; ḥawara auch Liebhaber, mchumba Geliebter.

cha mumewe, hula naye pamoja na yule ḥawara yake, kwa sababu hana macho mumewe. siku nyingi yule mumewe yakafikiri[1]), yakasema: „ndiyo maneno aliyonambia baba kama haya!" yakikaa[2]). akaja tenna yule ḥawara, na mkewe akapika chakula cha mumewe, yakapakua, yakiandikia[3]). anakula pamoja na ḥawara yake yule mumewe, akinena: „hana macho huyu, haoni tenna." wakila pale.

yakiondoka[4]) yule mumewe, akamrukia yule ḥawara wa mkewe, yakimwambia: „wewe ndio mgoni[5]) wangu, ndio unayokwisha mali yangu; lakini sikuchukui kwa ḥakimu, walla sikupigi kwa kisu, walla kwa upanga, rukhṣa nenda zako. umenifanya mimi mgonywa wa macho — sioni, naona mwenyewe kama zamani; napeleleza khabari ya maneno ya babangu." yule mwanamke ametaḥayyari[6]). yakamfukuza akimwambia: „sikutaki tenna, mke wee."

yakenda[7]) zake manamke kwao[8]). na yule ndugu yake mdogo naye mkewe huenda kule kwao mwendo wa siku tatu. kulla siku huja kwa mumewe, yakikaa[9]) siku kumi, khalafu huenda kwao, akikaa miezi miwili.

ḥatta siku hiyo mumewe yakamfuata, yakapita pale kwa dada[10]) yake, ni nduguye manamke. akatwaa frasi wake na nguo zake na mtumwa wake, akawaficha mwituni. yeye mwenyewe yakaokota kitambaa cha kaniki, akapita pa dada yake; na yule dada yake yuko ndani anachungulia. na yule shemekiye[11]), mumewe[12]) dada yake, yuko barazani. alipomwona yule shemekiye anakuja kwa umaskini, yakimwambia: „mke wangu, lete kitambi hichi[13]) upesi, tumpe ndugu yako, hana nguo ya kuvaa." dada yake akimwambia: „mali yao wameyatupa, mimi sina kitambi, na barazani pangu sitaki aje."

yakiondoka[14]), akenda zake ḥatta kule mwituni. yakatwaa nguo zake, yakavaa, yakapanda frasi wake, yakenenda ḥatta maḥali mwendo wa siku mbili, ndipo alipo rafiqi ya babaye. walakini yule mtoto hamjui kama huyu rafiqi wa baba yangu; anayomjua — yule rafiqi wa babaye, kama huyu mtoto wa rafiqi yangu.

qabla ya kufika yakaenenda msituni yule kijana, yakavua nguo zake, yakaweka msituni. na frasi na mtumwa wake na jambia na upanga pia emeweka[15]) msituni. yakatafuta kitambaa yakavaa, yakapita mjini.

[1]) ar. nachdenken. [2]) akakaa. [3]) akaandikia. [4]) akaondoka. [5]) Ehebrecher, ugoni Ehebruch, kulipa ugoni Ehebruchsbusse zahlen. [6]) ar. verwirrt sein. [7]) akaenda. akenda. [8]) zu den ihrigen, in ihre Heimath. [9]) akakaa. [10]) Schwester. [11]) shemeki yake. [12]) für mume wake wa dada yake. [13]) für hiki. [14]) akaondoka. [15]) ameweka.

na yule rafiqi wa baba yake hayupo, emekwenda[1]) soqoni kutembea; yuko mwanawe, yule mwanamke, barazani emekaa[2]). yakimwona[3]) yule kijana anakuja, wakamtupia nguo, wakamtwaa wajakazi wakampeleka chooni, wakamwogesha, wakamşafisha. akavikwa nguo na kitambi cha kilemba na majambia na joḥo[4]).

alipokuja baba yake, yakimwambia: „baba, tumemwona mtoto mmoja hapa, şura[5]) yake ya kiungwana." yakimwambia: „yuko wapi?" yakamambia: „yumo ndani." akamtezama; alipomwona yakifuraḥi[6]) sana, akisema: „huyu mtoto wa rafiqi yangu." akamfanyia karamu[7]) kubwa sana.

ḥatta khalafu mudda wa siku sitta yakimwambia: „baba, mimi nimeoa; mke wangu yuko mbele mwendo wa siku moja, hivi sasa namfuatia." yakenenda yakafika, akatoa frasi wake na mtumwa wake na nguo zake, yakaweka mwituni; yakavaa kitambaa cha kaniki cheusi. yakaenenda mjini.

hakuwaḥi kufika mjini — kuna mchunga wa baba yake yule mke, yakamwokota akasema kitwana hiki: „unatoka wapi?" akasema: „mimi mtoro, kama umeniokota — bassi." yakamchukua ḥatta kwa bana wake, yakimwambia: „bana nimeokota mtumwa." yakimwambia: „yuko wapi?" yakimwambia: „huyu." yakimpa[8]) bana wake.

akatoka mtwana yule, akaja zake nyumbani kwa bibi yake, mtoto wa bana wake, ndio ḥawara yake, yakimwambia: „bibi, nimeokota mtumwa leo mzuri sana. yakimwambia: „yuko wapi?" yakamambia: „emechukua[9]) bwana, baba yako."

yakitoka[10]) yule manamke, yakaenenda ḥatta kwa baba yake, yakimwambia: „baba, yuko wapi mtumwa aliyookota Yaya, mchunga ngombe?" yakimwambia: „huyu." yakamwambia: „niulize mimi." yakamwambia: „chukua, mtoto wangu." yakamchukua, yakenda zake nyumbani kwake, yakinena[11]): „kitwana hiki kimekonda sana". na kile kitwana kinyewe[12]) emejipakaza[13]) tope, emegeuka[14]) şura, emekuwa meusi[15]). huja yule mchunga ngombe, mtumwa wa baba yake, ndio ḥawara yake, na yule kitwana huwapo palepale, yakimwambia: „kitwana weye, chukua mkeka ukaoshe pwani." yakauchukua, yakenda kuuosha.

alipokwisha kuosha, yakajitwika[16]) kichwani, na yale maji ya mkeka yanajiririka[17]), yakateremka[18]) usoni mwake kidogo, ngozi ya

[1]) amekwenda. [2]) amekaa. [3]) besser alipomwona.. [4]) arabischer Mantel. [5]) ar. Form, Gestalt, Gesicht. [6]) akafuraḥi. [7]) ar. Fest. [8]) akampa. [9]) amechukua. [10]) akatoka. [11]) akanena. [12]) chenyewe gebräuchlicher. [13]) amejipakaza. [14]) amegeuka. [15]) mweusi. [16]) auf den Kopf nehmen. [17]) heruntertröpfeln. [18]) heruntergleiten.

ndani neupe ikaonekana; ule udongo ulipobanduka — ndipo ulipoonekana uso wake.

akenda ḥatta kwa bibi yake, akimwambia: „bibi, mkeka huu.“ na bibi yakimwambia: „kwa nini hukuosha vyema?“ yakitaka[1]) kumpiga. yule ḥawara yake, mtumwa wa baba yake, akimkamata akimwambia: „kwa nini kumpiga mtwana huyu?“ yule bibi akamtezama, akaona „huyu labda mungwana, ṣura kama ya mume wangu.“ yakimwambia bibi: „nikate kidogo hapa na kisu;“ yakamkata. akamwambia: „nifunge na kitambaa kilichokuwa chako mwenyeo[2]) — kisicho kukupotea;“ yakamfunga na kitambaa chake mwenyewe.

yakitoka[3]) yule kitwana, akenda zake mwituni kule kunako vitu vyake. akatwaa maji akaoga, akatwaa nguo zake yakavaa, akajifunga jambia lake na upanga wake, akachukua na kilemba chake, yakapiga, yakapanda frasi wake. wakenda zao, ḥatta mjini wakafika, yakamwona mkewe, yakamwonyesha ʿalama[4]): „kitambaa cha nani hiki?“ yakimwambia: „changu mimi.“ „na kisu nani emenikata[5])?“ yakimwambia: „mimi nimekukata.“ yakamwambia: „yule uliyokuwa nayo hapa ndio ḥawara yako?“ „huna ḥaya[6]) weye?“ yakimwandikia ṭalaqa[7]), yakimpa, akamambia: „sikutaki tenna, na máhari[8]) yako chukua.“

yakatoka yule kijana manamme, akafunga vitu vyake, yakichukua[9]), yakaenenda zake, ḥatta akafika kulekule kwa rafiqi wa baba yake, yakimwambia: „baba, tenna nimekwisha rudi, mke simtaki, nimemwacha, na weye baba kwa ḥeri, nenda[10]) zangu.“ yakampa frasi kumi na punda ʿasherini na watumwa waanawake na waanaume thelathini, yakamambia: „katumie[11]) wewe na nduguyo[12]) shirika[13]).“

yakenenda zake, akapita palepale pa dada yake aliyomnyima[14]) kitambi cha kuvaa. alipomwona ana mali mengi aliyokuja nayo, marra akimtaka: „njoo, ndugu yangu, qaribu hapa.“ yakikataa, akamwambia: „umeona mali, sasa hivi unanitaka; nimekuwa maskini, ukanyima nguo yakuvaa, haya kwa ḥeri, nenda zangu.“

yakenenda, ḥatta yakafika mjini pao, yakamwambia: „kaka yangu, nimekwisha rudi, maneno ya baba yetu na mama yetu — kama „oeni mke mke wenu, msioe mke wa mwenzenu[15]), rafiqi wa babayo usimsahau,“ ndugu yangu hakunijua mimi, yaliyonijua — baba yangu,

1) akataka. 2) mwenyi (mwenyewe) wako. 3) akatoka. 4) ar. Zeichen. 5) amenikata. 6) ar. Scham, Schande. 7) ar. Scheidung; cf. Mittheilungen des Seminars für orientalische Sprachen, I. Jahrgang, Abthlg. III, p. 26 ff. 8) ar. Brautgeschenk. 9) akachukua. 10) nakwenda. 11) ukatumie. 12) ndugu yako. 13) ar. Vereinigung, Gesellschaft. 14) verweigern. 15) mwenzi wenu.

rafiqi wa baba yetu; ndiyo aliyonipa mali haya." yakimweleza[1]) kaka yake khabari, alizofanyiza yule mwanamke zote pia.

wakakaa kitako, wakashukuru muungu, wakafanya kazi yao, wenyewe mjini matajiri wakubwa sana; kulla kitu wanacho, hawataʿabu[2]) kitu. wakatia masuria, kulla mtu na wake, wakakataa kuoa kabisa. muungu akawajaʿalia[3]), wakapata watoto, wakakaa raḥa mustareḥe.

ndio khabari yangu ya kutaka kuoa mke. ndio waliposema wazee wa kwanza — kama: „oeni mke mke wenu, msioe mke wa mwenzenu, rafiqi wa babayo usimsahau."

Muḥemedi bin Madigani
aus Magogoni.

[1]) akamweleza. [2]) ar. Sorge, Mühe haben. [3]) ar. bestimmen; sehr gebräuchlich ist die Redensart nikijaʿaliwa (zu ergänzen na muungu), „wenn ich von Gott dazu bestimmt werde", und zwar gebraucht der Suaheli diesen Ausdruck, wenn der betr. Wunsch oder das Vorhaben von ihm ausgeht; geht die Aufforderung von einem andern aus, sei es in Gestalt eines Wunsches oder Befehls, so zieht der Suaheli vor inshallah „so Gott will" zu sagen.

Sulṭani na maskini.

Aliondokea sulṭani, inti[1]) yake kubwa sana, amemiliki[2]) watu wengi sana. na matajiri katika nti[1]) yake wangi[3]), lakini matajiri khaṣṣa[4]) wanao mali mengi — watu arbʿatʿashara.

na katika mji wa sulṭani yumo maskini; kazi yake anavua mshipi katika baḥari[5]). huenenda siku moja katika baḥari, akatupa mshipi wake marra tatu, hupata samaki[6]) wake mmoja. na yakirejea baḥarini, hupeleka kwa sulṭani yule samaki mmoja, na sulṭani humpa chakula chake pishi ya mtama; hio ndio huwa kazi yake kulla siku.

ḥatta khalafu ikatokea mvua ya masika[7]), yule maskini anatoka baḥarini na samaki wake, anapeleka kwa sulṭani. akifika kwa sulṭani, baraza imejaa tele, wamekutana ote[8]), mawaziri wapo, matajiri wapo, na jumla[9]) ya watu. sulṭani akamqaribisha maskini, akamsaili[10]), aka-

[1]) für inchi. [2]) beherrschen. [3]) wangi für wengi ist in den Dörfern nördl. Daressalaams bis Bagomoyo sehr gebräuchlich, ebenso wangine für wengine. [4]) ar. besonders. [5]) ar. Meer. [6]) ar. Fisch. [7]) grosse Regenzeit (Mitte März bis Mitte Juni). [8]) oder wote. [9]) ar. Summe. [10]) ar. fragen.

mwambia: „wanne na wanne hawakukifu[1]), hawakukifu wanne?" akajibu, akanena: „hawakukifu wanne, lau[2]) kwama[3]) wangalikifu wanne, ingalikuwa ḥali hii?" akamwuliza: „hukulala — ukaamka?" akamjibu, akamwambia: „nimelala haamka[4]), lakini nimeamkia wenzi wangu, sikuamkia nafsi yangu." sulṭani amwambia: „usiuze kwa rakhiṣi[5])." maskini akajibu: „usimfundishe mchuruzi, ndio ʿamali[6]) yake." alipokwisha jibu, sulṭani akampa pishi moja ya mtama, maskini akenda zake.

khalafu sulṭani akawambia mawaziri zake na matajiri wakubwa wote, akanena: „nataka mnipe fasili[7]) ya maneno, niliyokuwa hanena[8]) na yule maskini, mnipe maʿana yake; kama hamkuzumbua[9]) maʿana yake — tawaua[10]) wote, maʿana hamna ʿaqili." wakitaka rukhṣa ya saʿa arbʿa u ʿasherini kupeleka majibu kwa sulṭani, wakipawa[11]) rukhṣa.

wakienenda, wakikutana na nyumba moja ote[12]) mawaziri na na matajiri, wakileta fikira[13]) zao, wasipate majibu.

khalafu yuko mtu mmoja katika mkutano wao, akanena: „mimi nimekwisha fahamu majibu ya sulṭani sasa, kutanani[14]) katika saʿa ya sabʿa usiku." wakakutana usiku katika saʿa ya sabʿa, akawambia: „na tuchange[15]) feḍḍa sisi ote[16]) reale elfu, tumpelekee yule maskini, aliyo akinena na sulṭani, tupate majibu ya maneno haya, tuliyolazimishiwa na sulṭani." wakachanga feḍḍa reale elfu, wakaja ḥatta katika nyumba ya mvuvi maskini, wakapiga ḥodi, akatikia[17]) maskini; wakampa ile feḍḍa, maskini akawapa majibu.

wao wenyewe hawakupata kutambua maʿana ya maneno ya sulṭani, ndio afaḍali kwenda kwa mvuvi maskini kununua maneno ya ʿaqili.

Mwenyi Hija bin Shomari
aus Kondutschi.

[1]) ar. genügen. [2]) lau = ao. [3]) kama. [4]) nikaamka. [5]) ar. billig. [6]) ar. Arbeit, Werk. [7]) ar. Erklärung. [8]) nikanena. [9]) finden. [10]) nitawaua. [11]) wakapewa. [12]) wote. [13]) ar. Gedanke. [14]) die Endung eni für Imper. II ist gebräuchlicher als ani. [15]) zusammenschiessen. [16]) sisi sote. [17]) akaitikia.

Mfalme na watoto wake.

Alitokea mfalme, akazaa watoto tissʿatʿashara; wa tissʿatʿashara mwanamke. kulla mtoto na yaya[1]) wake. wote wakatiwa chuoni, na

[1]) Amme, Kinderfrau; dieselbe nimmt bei den Suaheli eine bevorzugte Stellung ein und gehört vielfach in ihren späteren Jahren ganz zu der Familie.

yule mtoto mwanamke każalika. wote wakasoma, wakakhitimu[1]), wakatoka chuoni.

na mle mjini wanafanya kharbaţi[2]) ya kupiga watu, ya[3]) kutukana watu mjini, ya[3]) kubikiri watoto wa watu wengine wengi, ya[3]) kuingia katika nyumba ya watu billa ya ḥodi[4]) — vitu vya watu njiani na soqoni[5]). na katika ule mji hawakkofu waziri walla mashēkhi wakubwakubwa pia.

na waziri wakenda shauri, wa'arabu wakubwakubwa kwenda mwambia waziri. waziri akawachukua, wakenda kwa mfalme. na yule waziri akamambia mfalme: „wamekuja wa'arabu wakubwa na mashēkhi wakubwa, wote wanataka shauri, kwa ma'ana watoto wako wanatu'ażibu[6]) sana, bassi — kama watutaka[7]) waue watoto wako — ao tuondoe[8]) sisi wote[9]) mjini." yule mfalme akawambia: „nataka mudda siku tatu, nitawajibu shauri lenu.

wakenda zao wa'arabu, akabaqia waziri na mfalme mbali. mfalme akamambia waziri: „tufanye shauri gani?" watoto hawa wanaużi watu mjini?" akamambia: „ḥatta mimi, waziri wako, nitaużika, lakini wewe mtu mkubwa, niseme nini? nao watoto wa mfalme!" ba'ada waziri akitaka[10]) rukhşa, akenda zake kwake.

yule mfalme akaweta[11]) wanawe[12]), akawambia: „walikuja watu wa mjini, wote wananena, ya kuwa mnafanya kharbaţi mjini ya kunyanganya watu vitu vyao, na kupiga watu, na kuingia nyumba ya watu, bassi wa'arabu watatoka inchini na mjini humo, ninaoupenda mimi; huo mji ni wenu, napenda mwache kharbaţi yenu, ufalme huu ni wenu, ni kuondoka mimi mwenyewe — si ninyi, bassi tulieni."

wale watoto wakamambia: „sisi hatuna shauri — tunaondoka, na ufalme wako mwenyewe." na watoto wake wakaingia nyumbani kwa mama yao, wakamwambia: „mama, tufanye mikate mingi, kesho tunaondoka." yule ndugu yao mwanamke akawauliza: „mnakwenda wapi?" „baba yetu ananena, ya kama tunaḥaribu[13]) mji wake, na sisi tunaondoka tumwache mji wake yeye na wa'arabu wake." wakenda zao manyumbani[14]) mwao.

yule mtoto mwanamke akamwambia babaye na mamaye: „nami nitaondoka, nifuate ndugu zangu, siwezi kukaa mji huu." mama yake na baba yake wakalia: „usiondoke na wewe katika mji huu!" „nitakaaje

[1]) die Schulzeit beendigen. [2]) ar. Aufruhr, hier böse Streiche. [3]) auf kharbaţi bezüglich. [4]) ohne ḥodi zu rufen. [5]) ar. Markt. [6]) ar. strafen, peinigen. [7]) wataka watuue. [8]) utuondoe. [9]) sisi sote. [10]) akataka. [11]) akawaita. [12]) waana wake. [13]) verwüsten. [14]) in ihre verschiedenen Häuser.

mji huu, nami nilikuwa na ndugu zangu, nami sasa ntakaaje? na sasa ndugu zangu ntaondoka nao."

bassi ḥatta alfajiri[1]) wakaja, wakaingia katika chumba cha panga na cha bunduqi, wakatwaa bunduqi zao wenyewe na za watumwa wao, wakiwapa, na kulla mtu ana mtumwa mojamoja[2]). wakatoka wakaingia banda la frasi, wakachagua frasi kumi na wanane, wakajifunga kiume kivita wote kwa panga, kwa bunduqi na mikuki na majambia kulla mtu, na shoka mojamoja wale watumwa wao. yakatokea baba yao, akawapa mifuko ya feḍḍa, mmoja mifuko sab'a — kulla mtu.

yule mwanamke akivaa[3]) kiume, akajifunga bunduqi, kulla selaḥa[4]) ya kiume, yakaingia kondeni kwa nduguze; wakapakia mikate na feḍḍa zao, wakenda zao.

wakenenda ḥatta wakafika maḥali pa kulala. kulla usiku hutoa mashoka wale watumwa wao, hukata miti, hujenga kambi. wakenda zao mudda wa siku sab'a, wakaona mji mkubwa hauna watu, watu wako mojamoja mwisho wa mji, watoto maskini. katika ule mji kuna nyumba nyingi za mawe, hazina watu — zote.

wakaingia mjini, wakaona nyumba kubwa sana, iko kattikatti ya mji ina uga mkubwa sana na ghorfa[5]) nyingi na sebule[6]) nzuri sana; yalikuwa ya mfalme wa mji huu. na chini unapita mto wa maji; wakakaa mulemule[7]) wote.

na mama yao huko nyuma yakachukua mimba, yakazaa mtoto mwingine mwanamume. yakamlea yakamtia chuoni, akasoma, akakhitimu, akafanya kharbaṭi kama zile walizozifanya nduguze[8]). naye akasikia na watu, ya kama nduguze wametolewa katika mji huu. akamwuliza yaya yake, yakikataa, yakamambia: „uwongo." yakamuliza mamaye, yakimambia: „urongo[9])." yakimambia baba yake, yakikataa. na katika mji watu wanasema, wamecheka kunena.

akamambia mama yake na baba yake: „nambieni kweli ao ntawapigana." wakamambia: „kweli, walikuwa nduguzo[10]) wakafanya kharbaṭi, nawe tulia, kama hukutulia utaondoshwa." akamambia baba yake: „mimi jina langu „Kamiliwa 'asherini[11])," na ndugu zangu wote wameondoka, sasa nawafuata." babake akamambia: „ntakupa ufalme, na mimi nikae chini yako!" yakakataa.

ndipo wanapofanya watoto kama wazee hawajui kuwalea vema.

[1]) ar. Morgenröthe. [2]) je ein. [3]) akavaa. [4]) Waffe. [5]) Stockwerk. [6]) Empfangshalle. [7]) mle mle dort drinnen. [8]) ndugu zake. [9]) neben uwongo gebräuchlich. [10]) ndugu zako. [11]) der die Zahl zwanzig vollmacht.

akaja aşubuḥi[1]), yakamambia babake: „nipe kama ulivyowapa ndugu zangu!" akampa feḍḍa na frasi na bunduqi na upanga na jambia[2]) na kitwana, akenda zake mudda wa siku sab'a, yakafika al'aşiri[3]) katika ule mji. alipoiona nyumba ile, walipokaa nduguze, akashuka juu[4]) ya frasi, akamfunga katika mti, akaingia ndani ya sebule, akakaa kitako. akaona panga themint'ashara, roḥo yake ikaqubali — kama „hawa ndio ndugu zangu."

na wale nduguze hakuwakuta, wamekwenda kupiga ndege msituni. nduguze waliporejea, wakaona frasi amefungwa ugani chini ya mkunazi, wakatazama ndani ya sebule, wakiona mtu. wakimwona[5]) wale vijana, wakataka kumua. akaja mkubwa wao, akawambia: „tungoje, tumulize khabari kwanza."

wakamwambia: „unatoka wapi?" akawajibu: „sijui nendako, walla nitokako." wewe mtu ao jini?" akasema: „mimi mtu, walla si jini." khalafu yakitoka[6]) mkubwa wao, wakafanya shauri, wakataka kumua. yule mkubwa wao akanena: „ngoje[7]), nende mjini, nipate khabari yake." yakamwambia tenna: „watoka wapi wewe? niambie, unakwenda wapi? ili tueleze unakotoka." akawambia: „mimi natoka kwa mfalme aliyozaa watoto themint'ashara, wa tiss'at'ashara mwanamke. nilipozaliwa, mimi Kamiliwa 'asherini, watu wakanena mjini — kama: „huyu yalikuwa na nduguze, wakafanya kharbaṭi katika mji, wametolewa mji, na mimi nikasikia hafanyiza[8]) vilevile. wakanishitaki watu mjini kwa babangu. nikenda mwambia yaya yangu — kama: „kweli nilikuwa na ndugu zangu?" yaya yangu akaniambia: „sijui, khabari hiyo — uwongo." nikenda kwa mama yangu, yakanijibu vilevile. nikenda kwa baba yangu, yakanijibu: „ḥatta mimi sijui."

akasema tenna: „wamenikatalia ingia mjini watu. nikenda kumwambia baba yangu na mama yangu — kama: „nambieni kweli; kama hamkuniambia — ntawapiga." wakaniambia: „kweli." nikamambia babangu: „mimi sasa nitafuata ndugu zangu, na mimi ndiye[9]) Kamiliwa 'asherini." nikenda kwa mamangu, nikamwambia: „nifanyizie mikate." yakanifanyizia, nikatoka, nikenda zangu nyumbani kwangu. ḥatta aşubuḥi nikenda kwa babangu, nikamwambia: „nataka kama ulivowapa[10]) ndugu zangu, nami nipe." yakanipa vilevile kama ndugu zangu. hiyo ndiyo khabari yangu."

wale nduguze wakafuraḥi[11]) sana, wakampelekea khabari ndugu yao mwanamke juu. naye yakashuka, yakija onana naye, wakafuraḥi

[1]) ar. Morgen. [2]) Dolch. [3]) ar. Nachmittag. [4]) von oben herab. [5]) besser walipomwona. [6]) akatoka. [7]) ngojeni. [8]) nikafanyiza. [9]) ndio yeye. [10]) ulivyowapa. [11]) ar. sich freuen.

sana, wakifanya karamu kubwa sana, tenna wakilala ḥatta aṣubuḥi. siku ile hawakwenda kupiga nyama, wakakaa nyumbani kwa furaḥa ya ndugu yao mudda siku sitta; ya sab'a wakenda piga nyama msituni. na yule ndugu yao — „leo, akanena, na mimi twende." wakanena: „sisi tulikuwa na shauri ya kumweka mtu mmoja, amngoje ndugu yetu; na wewe ndiye ndugu wetu, kaa — afaḍali."

wakenenda mwituni kupiga kanga, kulla siku ndio kazi yao. na yule ndugu yao huwapo nyumbani. ḥatta siku moja yakashuka dada yao chini panapo mto kwenda koga. alipofumua[1]) nywele, ukatoka unywele mrefu sana, ukachukuliwa na maji. chini kidogo pana kizee[2]), anakoga maji, unywele ukamzingiria mguuni, yakautoa yule kizee akaukongoa, akaukata nta[3]).

khalafu akingia[4]) kwenda panga moto, akapiga ḥodi, akaingia ndani. yule kijana yupo seburení[5]), akamwambia: „nataka moto." yakimwambia: „nenda ndani." yakaingia ndani, yakapanda juu yule kizee. alipomwona yule kibibi, yakajitia ujanja, yakaanguka yule kizee. yakisema:[6]) maskini huyu kizee ameanguka!" yakenda yakimwondosha.[7]) yule kizee yakaupata unywele moja,[8]) yakauchukua, na mwenyewe hana khabari. yakamwuliza: „unataka nini?" „nimekuja panga moto;" yakampa moto. yakashuka, yakenda zake ḥatta kule kwao.

yakautwaa ule wa zamani, aliouokota mtoni, na ule yalioupata kwa kibibi — sawasawa kama huu, na huyu ndiye menyi unywele.

yakenda mwambia mfalme: „mwanamke huyu hafai mtu illa wewe." yakauliza: „mwanamke huyu yuko wapi?" „nimemwona mbali sana." „unaweza kumleta?" yakasema: „nipe watu." „wataka watu mia ao mitēni?" „huko sitaki watu wengi; jambo[9]) kwa 'asherini." yakampa khamso u 'asherini, yakafuatana nao, ḥatta wakafika katika mji ule.

na yule mwanamke yuko juu anasoma, yakiwatambua[10]), yakimwambia nduguye — kama: „njoo ule chakula, wanakuja watu, watafanyiza ghazia[11]); nimewaona wanakuja."

wakaja wale watu ḥatta nyumbani, wakapiga ḥodi. yakiwambia: „mnataka nini?" yakajibu yule kizee: „tunataka huyu bibi ndani." „pita, ukamchukue." yule kizee yakafuraḥi sana, yakapita ndani. na yeye yakapita njia ningine. wakakutana katika ngazi, yakimulia[12]) mbali; yakatoka nje, yakawaulia mbali. huyu wa mwisho yakamkata

[1]) Haarflechten auftrennen. [2]) unter kizee ist immer eine alte Frau, Zauberin zu verstehen. [3]) ncha. [4]) akaingia. [5]) sebuleni. [6]) akasema. [7]) akamwondosha. [8]) mmoja. [9]) Geschäft, Arbeit. [10]) akawatambua. [11]) ar. Feldzug, Expedition. [12]) akamwulia, akamwua.

sikio,[1]) yakamwambia: „chakula,[2]) kitoweo kiko wapi?“ yakamwacha, yakenda, yakisema na sulṭani. akamwambia: „mwanamke yuko wapi?“ „sikuniuliza[3]) watu wako wako wapi? wamechinshwa, na mimi nimekatwa sikio, nimeambiwa: „umeleta chakula, kitoweo kiko wapi?“ sulṭani yakimwambia: „kuna watu wangapi huko?“ yakimwambia: „kuna mtu moja — kama elfu na moja ukali wake.“ yakapeleka watu khamsini.

ḥatta aṣubuḥi yakamambia nduguye: „njoo, ule chakula, kunakuja watu.“ yakenda kula upesi. alipokwisha kushuka chini, yakiwaona[4]) watu, yakiwapiga, yakiwaua. akabaqi[5]) mmoja, yakenenda ḥatta akafika kwa sulṭani. sulṭani akamwambia: „wako wapi wenzio[6])?“ akasema: „tumeuliwa[7]), nimebaqi mimi, nimekatwa mkono, nimeambiwa „umepeleka chakula, kitoweo kiko wapi?“ akimwambia: „mtu huyu watu wangapi?“ yakimwambia: „moja — kama mia kumi na moja.“

yakipeleka[8]) watu mia. yakiwaona[9]) dada yake vilevile, yakimwambia: „kunakuja watu wa kuzidi wale.“ yakamfanyizia chakula, yakala upesi. ḥatta yalipofika chini, yakimwona waziri sulṭani na jeshi[10]) yake, yakitoka nje, yakawaona, yakawapiga, yakiwaua, yakabaqi moja; akasema: „nenda kamwambie, umeleta kitoweo — amekula, anataka maji ya kunawa.“

yakenenda mbio kumwambia — kama: „yule anataka maji ya kunawa.“ akafunga vita tenna watu mitēni. wakenenda wakapigwa naye, yakabaqi moja, yakikatwa[11]) sikio na mkono moja: „kamwambie, anataka sasa tumbako na tambuu[12]), tengeneze[13]) kwa upesi!“

yakifunga[14]) vita vikubwa sana, watu elfu, na sulṭani pamoja nao; wakenenda, na wale watu wa kwanza walichimba ḥandaqi[15]). na yule kijana humwambia kaka[16]) yake — kama: „watu wanakuja, njoo ule kwanza.“ yakenenda kula juu kwa dada yake, yakala upesi, yakishuka[17]), yawaona[18]) — jeshi iko qaribu ya nyumba. yakiwaendea[19]), yakawapiga yule kijana, yakawaua wengi, yakiangukia katika lile ḥandaqi, walilochimba watu wa vita kwanza, yakaanguka shimoni katika ḥandaqi. waliobaqi wakakimbia wakasema: „amekwisha kufa sasa.“ na yule kijana mle shimoni — hakuumia ḥatta kidogo.

[1]) neben shikio. [2]) zu ergänzen umeleta. [3]) soll wohl usiniulize heissen. [4]) akawaona. [5]) ar. übrig bleiben. [6]) wenzi wako. [7]) besser wäre tumeuawa. [8]) akapeleka. [9]) akawaona. [10]) ar. Heer. [11]) akakatwa. [12]) gudz. tambul Betel; die Zuthaten zum Betel, der gekaut wird, sind popoo die Betelnuss, tambuu Betelblatt, chokaa Kalk und tumbako Tabak. [13]) atengeneze. [14]) akafunga. [15]) ar. khandaq Graben, Kanal. [16]) der ältere Bruder. [17]) akashuka. [18]) besser akaiona. [19]) akawaenda.

yule frasi wake wakimwona ndugu yao kule mwituni wakasta'ajjabu[1]. wakamkamata yule frasi, wakirudi ḥatta mjini, wakiona damu[2]) nyingi na watu waliokufa, wakamwona: „gissi gani, umeumia?" akasema: „sikuumia." wakamtoa ndani ya ḥandaqi, wakisema: „tupe khabari yako, nini?" akisema: „imekuja vita hii marra ya sitta na ya sab'a." „wakimwambia: kwa nini usituambie?" yakisema[3]): „hao sawasawa yangu, hawakunishinda." wakisema: „haifai kumwacha pekeyake tenna; ikiwa enda[4]) kupiga ndege — moja moja. wakakaa kitako raḥa mustareḥe.

Muhemedi bin Madigani
aus Magogoni.

[1]) ar. sich wundern. [2]) ar. Blut. [3]) akasema. [4]) kwenda.

ḥadithi ya maneno matatu.

Alikuwako mtu mmoja maskini sana, kazi yake huvua baḥarini[1]). ana mwanawe mmoja manamme. siku moja akamambia: „mwanangu, ntakupa urithi[2]) wako, mimi maskini, sina kitu, lakini sikiliza maneno matatu." akamambia: „kwanza „ḥamadi[3]) iliyo bindoni[4])," na ya pili „mke — mkeo akatoka nje — si mkeo," na ya tatu „lala jirani[5]) — kuliko ndugu mzaliwa naye." uyauze kwa reale thelatha mia, kulla neno reale mia; iwapo hukufanyiza, ntakushika sana."

khalafu babake akifa[6]), huyu maskini mwanawe akafanza ḥaya kuyatembeza[7]) mjini. baba yake akamshika sana, asipate mapesa ya kutumia. yakawa maskini, akaomba mjini.

khalafu siku moja akenda kwa mganga kutazamia, akamambia: „babako alikwambia maneno, na shurṭi[8]) maneno hayo ufanyize." aṣubuḥi[9]) akaondoka, akapiga makelele kunadi[10]) maneno matatu kwa reale thelatha mia. watu wakamfanyiza „ana wazimu, umaskini wake umemtia kichaa."

akenda akapita kwa sulṭani, akamambia: „maneno yako nimenunua." yakatoa feḍḍa yakampa reale thelatha mia. „nimekwisha nunua, nambie maneno yangu." akamambia: „kwanza ḥamadi iliyo bindoni,

[1]) ar. Meer. [2]) ar. Erbschaft. [3]) ar. Lob, Preis. [4]) Geld trägt der Suaheli gewöhnlich in dem die Hüften umschliessenden oberen Rande (Saum, bindoni) des Lendentuches. [5]) lala kwa jirani. [6]) akafa. [7]) feilbieten. [8]) ar. Bedingung. [9]) ar. Morgen. [10]) ar. öffentlich ausrufen zur Versteigerung.

cha[1]) shamba hakikufai, walla katika bueta hakikufai; na mke mkeo yakitoka nje — si mkeo; lala jirani kuliko ndugu mzaliwa naye." yakatoa feḍḍa, yakagawa sawasawa, yakamambia: „niwekee iwe ḥaqqi[2]) yangu." yakatoka, yakenda zake maskini.

na sulṭani ana mkewe, mtoto wa sulṭani. ḥatta siku moja akaingia ndani, akamkuta mkewe analia, akamambia: „mke wangu, unalia nini?" akamambia: „nikapata khabari, babangu hawezi sana." akamambia: „kwa nini isije barua?" akamambia: „hawa watu walipita njiani wakaniambia, nami nataka kwenda zika akifa." sulṭani akatoka nje asimjibu neno.

akaingia marra ingine, akamkuta mkewe analia sana. akamambia: „mke wangu, unalia nini?" akasema: „nataka kwenda kwa baba yangu, akifa nimwone." akafunga mali kumpa mkewe kwenda kwa baba yake, akafanya watumwa sabʿa akampa mkewe, yakatoa saanda yakampa mkewe.

aṣubuḥi akaondoka, akenda, akamkuta babaye barazani akasoma. akamuliza: „umekuja, umegomba na mumeo[3])?" akamambia: „nimepata khabari huwezi sana, na mimi nikaja kukutazama." akamambia: „uwongo, mimi mzima." yakapita ndani yakakaa kitako. na yumo ndani mtwana anayompenda. mwanamke akakaa siku sabʿa, mumewe hapati barua, walla hapati majibu yatoke kule kwa mkewe.

ḥatta siku ya nane yakatoa reale mia, yakafutika bindoni, yakapanda frasi kwenda kwa mkewe. yakafika usiku qaribu mjini, yakatoa frasi yakamfunga mwituni, yakatoa upati[4]), yakapiga, na feḍḍa yake emefutika katika upati. yakatoa nguo yote, yakafunga tambaa, yakatoa na fimbo ya kwendea. yakipata mwangoni, yakapiga „ḥodi;" yakamwitikia: „nani anapiga ḥodi?" yakamambia: „mimi mtumwa wa bibi. natoka kwa mumewe." yakamambia: „pita ndani umtazame bibi yako."

alipokwenda yakamkuta mkewe emekaa[5]) pamoja na mtwana huyu; akatambua marra yote. lakini mkewe hakumtambua, akamambia: „khabari za huko ulikotoka?" yule mwanamme wake akakasirika sana, yakatoa fimbo, yakampiga, yakampasua nguo zake. akapiga kelele: „mtwana huyu ananiua." wakaja watu wengi sana. baba yake akasema: „mwenyi kupiga mwanangu — shurṭi nikamchinshe, na kichwa chake mkilete hapa nikione; kama hamkuleta ntawachinsha niye[6])."

wakamfunga kamba sana, wakampiga sana, wakamkokota ḥatta mwituni, wakataka kumchinsha. akawambia: „ntawapa mapesa, wala-

[1]) zu ergänzen kitu. [2]) ar. Recht, Forderung. [3]) mume wako. [4]) ein kurzes Lendentuch, das, zwischen den Beinen durchgezogen, eng anliegt; andere Ausdrücke dafür sind kupiga winda, kupiga msambanyo (nach Banyanen Art). [5]) amekaa. [6]) ninyi.

kini msinichinshe mimi." wakamambia: „mwongo, waipata wapi fedda?" akawambia: „ndegezeni[1]) kamba, ntawapa fedda." wakasema: „uwongo wake, mkamregeza[2]) — atakimbia mbiombio." akawambia: „kaeni hapa, moja[3]) anishike mkono kama ntakimbia." wakamshika mkono; yakawapa fedda. wakamambia: „kimbia sana, asikuone sultani tenna." fedda yao wakagawana.

wakenda, wakanunua mbuzi, wakachinsha, kisu wakampelekea sultani, wakasema: „kimepaka damu yake, mtumwa huyu tumekwisha tumika."

khalafu yule akakimbia sana, akenda yakapata frasi wake, yakarudi kwake. alipokwenda njiani, iko nyumba ya ndugu yake, baba moja mama moja[4]). akamambia: „mji wangu nimepigwa vita; na mimi nikafungwa na kamba. yakiisha[5]) nikakimbia; sasa nipe watu nikapige vita, watu wangu nirudishe mjini kwangu." huyu akanena: „weye tajiri, unajua maskini? na hapa ondoka, sitaki ukae, walla sikupi watu." akamfukuza kwa fimbo, akenda zake.

akenda kwa rafiqi yake, akamambia: „mji wangu nimepigwa sana, hakikubaqia ḥatta kitu kidogo." rafiqi yake akalia sana, kiisha kulia akapiga goma[6]). wakaja watu wengi sana, ndugu zake na watumwa wake. akawambia, „rafiqi wake amepigwa vita sana." watu wakafuata wote, wakenda ḥatta mjini kwake, wakakuta mji kamiri[7]), hakupigwa ḥatta mtu moja.

akafanya karām[8]) kubwa sana, yakawapa watu waliokuja naye — yakawapa fedda nyingi sana. wakisha wakenda zao watu. naye rafiqi akamambia: „umesema mjini wako[9]) umepigwa vita, mbona haukupigwa vita?" akamambia: „khalafu, nataka kupona fimbo zangu nilizopigwa, na kesho nitakwambia."

yakaja mkewe, akamuliza: „mke wangu, khabari huko ulikotoka? baba yetu hajambo? nipe qiṣṣa[10]) ulichokaa siku nyingi." akamambia: „nilikuwa nikaonana na ndugu zangu, nilikuja njiani, nilikutana simba, akanifukuza sana, nguo ikapasuka; na sasa, mume wangu, nipe themani[11]) ya nguo iliyopasuka." akamambia: „imepasuka — bassi." akafanya takirīm[12]) sana na watu aliokuja nao; akawapa bakhshishi[13])

[1]) nilegezeni. [2]) mkimlegeza. [3]) mmoja. [4]) ndugu allein kann „Bruder, Schwester, Freund, Verwandter, Bekannter" bedeuten; will man wissen, ob es der leibliche Bruder oder Schwester (dada) ist, so fragt man wie hier baba moja mama moja? oder auch tumbo moja? [5]) zu ergänzen mambo. [6]) Kriegstrommel. [7]) kamili ar. vollkommen. [8]) ar. gastfreie Bewirthung. [9]) mwako. [10]) ar. Sache. [11]) ar. Preis, Werth. [12]) ar. für edel, freigiebig erklären. [13]) pers. Geschenk.

nyingi. ḥatta usiku yakamandikia ṭalaqa[1]) mkewe ya kumwacha, yakamandikia maneno kama aliyompata kwao.

ḥatta aṣubuḥi akatoa watu kumpeleka kwao, na barua yakampa kuchukua mwenyewe. akamambia baba yake: „mimi si mkweo[2]) — mkweo mtumao[3]) aliyo[4]) nyumbani kwako; nami mlitaka kuniua, lakini feḍḍa yangu ikanifaa. na sasa mwanao[5]) niliyomwacha nakupeleka, na mahari[6]) yake nimeishempa[7]).“

mfalme akakasirika sana alipopata khabari hii, yakamuliza mkewe: „khabari hii unajua?“ akamambia: „sijui;“ akamambia: „ulikuwa nyumbani — ukakosa wapi huijui khabari?“ wakafungwa kwa kamba mke na mwanawe, na yule mtwana yakafungwa pia; wakatiwa wote katika fumba, wakatoswa baḥarini.

na yule, aliyokuza[8]) maneno matatu, akapata usulṭani, yakawa mtu mkubwa, umaskini wote ukamtoka. khabari za waanawake ndizo hizo.

Muḥemedi bin Diwani Tambaza
aus Klein-Bagamoyo.

[1]) ar. Scheidung. [2]) mkwe wako. [3]) mtumwa wako. [4]) neben aliye. [5]) mwano wako. [6]) ar. Brautgeschenk, Morgengabe. [7]) aus nimekwisha mpa zusammengezogen. [8]) neben aliyekuza und aliyeuza.

'Aqili[1]) ya waanawake.

Alikuwako sulṭani akazaa mtoto mwanamume, na maskini akazaa mtoto mwanamume. wakilewa wale watoto ḥatta wakiwa watu wakubwa. walipokuwa wakubwa wale watoto, yule sulṭani akamwita maskini, akamwambia: „weye ntakufanyiza waziri, na mtoto wako ewe[2]) rafiqi[3]) ya mwanangu.“ akariḍi[4]) maskini, akiwa waziri, na yule mtoto wake akafanyiza urafiqi na mtoto wa sulṭani, ḥatta wakapewa wake.

yule mtoto wa sulṭani akaoza mke, na yule mtoto wa waziri akaoza mke naye[5]). yule mtoto wa sulṭani hutongoza[6]) mke wa mtoto wa waziri, hutwaa vitu vizuri akampelekea. na yule mwanamke alikuwa anampenda yule manamme wake, mtoto wa sulṭani, walakin yule manamke hakuwa na nafasi[7]) ya kuonana naye manamme wake, mtoto wa sulṭani.

[1]) ar. Verstand. [2]) awe. [3]) ar. Freund. [4]) ar. zufrieden sein. [5]) auch er. [6]) nachstellen. [7]) ar. Raum, Gelegenheit.

akafanyiza ḥila[1]) mtoto wa sulṭani ya kusafiri kwenda barra, akachukua mali mengi akenda barra. aliporudi akaleta zawadi[2]) ya vitu vingi, kumletea yule mke wa rafiqi yake, mtoto wa waziri. akakaa; siku moja yule mwanamke akamwambia mumewe, mtoto wa waziri: „kwa nini na weye, mume wangu, husafiri, ukenda barra kama anavokwenda mtoto wa sulṭani, ukileta[3]) na zawadi, ukampelekea mwenzangu, mkewe[4]) mtoto wa sulṭani? ajili yeye ananipa mimi na weye wajibu[5]) kumpa mkewe.“ yule mwanamume akanena: „haiḥitaji[6]) kwenda barra, ḥatta hapa naweza kupata zawadi hampelekea[7]) mkewe.“ yule mwanamke akamwambia: „kitu kinachotoka barra tunu[8]).“ yule mumewe akanena: „iwapo unapenda, mke wangu, nisafiri, ntakwenda barra.“

na yule mwanamke anafanya ḥila maqṣudi[9]), na yule mumewe hakujua khabari ile. aka'azimu[10]) safari kwenda barra. alipoondoka, yule mwanamke akanena kumwambia mumewe: „nenda kanunulie[11]) kipande cha ʿaqili, kama hukuja nacho kipande cha ʿaqili mimi sikutaki.“ yule mwanamme akanena: „vema;“ akasafiri. akaingia katika chombo, akapakia mali mengi, akaenenda, akawaṣili katika inchi ningine, mji mkubwa sana.

alipowaṣili katika mji ule, akafikia katika nyumba ya kizee kimoja, akakaa katika nyumba ile. na katika mji ule yumo sulṭani, ana watoto wake waanawake sabʿa, hawajaolewa bado. kulla mwanamme anayokuja akawataka — wale watoto hukataa kuolewa; naye ni mtu mzuri yule kijana. akakaa siku moja yule kijana akavaa nguo zake, akafanyiza uzuri sana. akapita katika nyumba, wakimwona[12]) wale vijana waanawake watu sabʿa, wakampenda roḥoni mwao.

akazunguka marra ingine, akatokea panapo nyumba ya waziri, ina[13]) mtoto mwanamke ndani yake — binti waziri. alipomwona, akafuraḥi akamwita. alipomwita akenda ndani akamsaili[14]): „nini khabari yako?“ akanena „nimekuita kuonana nawe.“ akamwambia: „nataka nikuoe, wanitaka?“ yule mwanamke akanena: „nataka, ariḍipo[15]) baba yangu.“

akaenenda kwa baba yake waziri kumtaka yule mtoto kumwoa. waziri akanena: „sharṭi[16]) ulete junia mbili za feḍḍa[17]), ndipo umpate

[1]) ar. List, Vorwand. [2]) Geschenk. [3]) ukaleta. [4]) mke wake wa mtoto. [5]) ar. Pflicht. [6]) ar. nöthig haben. [7]) nikampelekea. [8]) Seltenheit. [9]) ar. Absicht. [10]) ar. sich entschliessen. [11]) ukaninunulie. [12]) besser walipomwona. [13]) auf nyumba bezüglich. [14]) ar. fragen. [15]) ar. zufrieden sein. [16]) ar. Bedingung. [17]) ar. Silber.

mtoto wangu." akenda zake nyumbani kwake. alikofikia ḥatta aṣubuḥi akaleta junia mbili za feḍḍa, akamwoa yule mtoto.

na katika mji ule waanawake wote wana ʿaqili nyingi. yule mwanamke alipoolewa, akamwambia mumewe: „iwapo unanipenda mimi, sharṭi[1]) uende kuwachezea wale watoto wa sulṭani." akamwambia: „siwajui hawa waanawake." akamwambia: „ntakupa ṣifa[2]) zao, wana ʿaqili nyingi, walakin ntakufundisha maʿarifa[3]) qadiri[4]) utakaloona[5]) uje unambie." akamwambia: vema, nimeriḍi. akamwambia: „vaa nguo zako, ufanyize uzuri sana." akavaa nguo zake, akafanyiza uzuri sana. akamwambia: „pita panapo nyumba ya sulṭani, qadiri utakaloona uje unambie."

akapita panapo nyumba ya sulṭani kwa nyuma. walipomwona wale waanawake, wakammwagia maji nguoni mwake. akapita, akenda zake. alipokwenda kwa mkewe, akamsaili akamwuliza: umeona nini?" akamwambia: „nimepita, wakanitia maji katika nguo zangu." yule mwanamke akamjibu mumewe: „hiyo maʿana ya kutia maji — wanakuita, nenda kawangoje[6]) kisimani, kwa usiku saʿa[7]) tano watakuja."

akaondoka yule manamume, akenda kisimani usiku, akakaa kisimani kuwangojea, asiwaone. marra akarudi akenda pwani. alipokwenda pwani, wakitokea wale waanawake kwa nyuma. walipokuja hawakumfika, wakanena: „mwanamme yule hana ʿaqili;" wakarudi nyumbani. naye aliporudi pwani akatazama hapana mtu pale kisimani, walakin alisika hʿarufu[8]) ya mafuta mazuri pale kisimani, akajua ya kama wamekuja waanawake.

akaondoka akenda nyumbani kwa mkewe, akamsaili mkewe: „umeona nini, mume wangu?" akanena: „nimekwenda kisimani, sikuona mtu, marra nikarudi nikenda pwani; niliporudi pwani, hasikia[9]) hʿarufu ya mafuta kisimani, hajua kama wamekuja waanawake, walakin hawakunifika." yule mwanamke akamwambia: „lala ḥatta aṣubuḥi, ufanyize uzuri kama jana, upite nyumbani kwao."

akalala, akafanyiza uzuri aṣubuḥi, akapita nyumbani kwao. walipomwona kwa juu, wakachukua yasmini[10]) kwenda mtupia, wakam-

[1]) neben shurṭi. [2]) ar. (gute) Eigenschaft. [3]) ar. Wissen, Kenntniss. [4]) ar. ungefähr. [5]) zu ergänzen neno. [6]) ukawangojee. [7]) ar. Stunde, Uhr. [8]) ar. ʿarf Geruch. [9]) nikasikia. [10]) Jasmin, des scharfen Wohlgeruchs wegen bei den Suaheli-Frauen sehr beliebt. Wäsche und Kleidungsstücke, die zur Aufbewahrung in eine Kiste gelegt werden, werden mit Jasmin bestreut. Will eine Frau ihrem Manne eine besondere Aufmerksamkeit erweisen, so schmückt sie sich (Haar und Kleider) und das Ehebett mit Jasmin.

mwagia yasmini nguoni mwake. akatoka akenda kwa mkewe. naye akamsaili: „umeona ʿalama[1]) gani leo, ulipopita kwa hao[2]) waanawake, watoto wa mfalme?" akanena: „wamenitupia yasmini nguoni mwangu." akamwambia: „maʿarifa[3]) yao — wanakuita, nenda kawangoje kitaluni[4])." akatoka usiku, akenda akawangojea kitaluni.

ilipopata saʿa ya tano, wakija wale waanawake wote, watu sabʿa. walipokuja, wakimwambia: „sisi watu sabʿa, nani umtakayo?" yule mwanamme akanena: „nawapenda wote." wakamwambia: „kutwaliwa ote[5]) na mtu mmoja hatutaki, walakini taka umtakayo aliyoyote katika sisi watu sabʿa." yule mwanamme akanena: „jichagueni ninyi wenyewe, aliyoyote namtaka, ajili nawapenda wote." walipoambiwa waanawake wakafuraḥi, wakamtoa ndugu yao, yule mdogo wa mwisho, wakamwambia: „huyu tumekupa." akamchukua. yule mwanamke akampenda manamme. khalafu wakaondoka, tenna wakenda zao.

na yule mtoto wa waziri akenda kwa mkewe. yule mwanamke akamsaili mumewe: „umewaona?" akanena: „nimewaona, wamekuja, nikachukua mdogo wao." yule mkewe akimwambia: „bassi mume wangu."

akakaa siku moja yule mtoto wa sulṭani kwa mwanamme wake, akamwambia: „nataka uje ushinde[6]) nyumbani kwangu." na yule anariḍi, akenda akimwambia mkewe — ya kama: „yule manamke ananiita kwake, nikashinde;" akimwambia: „nenda."

akatoka usiku akenda, akaingia nyumbani. yule mwanamke akafanyiza chakula, ale na yule mwanamme wake; wakala pamoja yeye na manamme wake. marra akatokea kizee kimoja, anajua ʿaqili ya chanakike[7]) sana. bassi alipokuja, akaondoka yule manamme, akajificha ndani. yule mtoto akatwaa kule alikokula manamme wake, akatengeneza. akamqaribisha huyu mzee, akapita ndani, akamwambia: „njoo, ule." yule mzee akenda kula. alipokaa kitako, akaona wali umeanguka chini. akajua yule mzee, kama walikuwa watu wawili wakala, walakīn mtu mmoja amekimbia kujificha kwa kuniogopa mimi; naye ametambua kwa ajili ya ule wali ulioanguka.

akala yule mzee, khalafu akaondoka, akenda akaleta khabari kwa vijana wa mji. na wale waanaume vijana wanataka kumwoa yule mwanamke, walakīn yule mwanamke hataki kuolewa na mmoja wao.

khalafu wale vijana wakenda wakamvizia[8]) usiku. wakenda wa-

[1]) ar. Zeichen, Kennzeichen. [2]) hawa. [3]) ar. Mittheilung. [4]) Garten mit Mauern umgeben. [5]) wote. [6]) shinda hat neben besiegen, übertreffen auch die Bedeutung bleiben, verweilen, sich aufhalten. [7]) chana = kiana = kijana; kike weiblich. [8]) auflauern.

kapanda juu ya ghorfa[1]), wakamkamata yeye na yule manamke, binti[2]) sulṭani. wakamchukua, wakamtia katika kanda, yeye na manamme wake pamoja. wakalifunga lile kanda, nao wakawachukua ḥatta gerezani[3]), wakampa bawabu[4]) wa gerezani. wakamwambia: „twaa amana[5]) yetu uweke ḥatta aṣubuḥi, tutakuja wenyewe.“ na yule bawabu hana khabari, ya kama ndani ya kanda wamo watu wamefungwa.

khalafu yule mkewe alipoona, yule mumewe hakuja nyumbani, amekawia sana, akapeleka khabari kwenda mwuliza kwa yule mwanamke; wale nduguze wakanena: „amekuja chukuliwa usiku.“

akenda nyumbani kwake yule manamke; akenda akatwaa feḍḍa, akampelekea yule bawabu, akamwambia: „shika hii feḍḍa, unionyeshe hiyo amana uliyopewa kuweka.“ akatwaa feḍḍa, akimwonyesha lile kanda. khalafu yule mwanamke akafungua lile kanda, akamtoa mtoto wa sulṭani. yule mwanamke akaingia yeye na mumewe katika kanda. akamwambia yule mtoto wa sulṭani: „lishone kanda.“ akaingia yeye na mumewe, likashonwa kanda. yule binti sulṭani akenda zake kwa nduguze[6]), wale watu sitta.

khalafu usiku ulipokucha, wakenda kwa sulṭani wale watoto waanaume, wakamwambia — ya kama: „watoto wako sisi tukiwataka kuwaoa — utukatae, nao wanazini[7]) na watu wengine.“ sulṭani akauliza: „mmewaona wakizini?“ wale watoto wakasema: „tumewaona; tenna tumewakamata, wako gerezani, yeye na mwanamme wake.“ khalafu sulṭani akaamrisha: „kawatoeni gerezani.“

wakenda kutwaliwa gerezani, wakaja. walipokuja, likafunguliwa kanda, akitazama ndani ya kanda — yumo binti waziri na mumewe, binti sulṭani hayumo. wale vijana wakastaʿajjabu[8]). akasailiwa[9]) binti waziri: „nini maʿana ya kufungwa?“ akanena: „hawa waanaume wamekuja nitaka[10]), nami hakataa[11]), wakanifunga mimi na mume wangu.“ baba yake waziri akaghaḍibika[12]) sana, kwa ajili ya kufungwa mtoto wake pasipo sababu.

bassi, khalafu sulṭani akawatoa wale watoto waanaume katika mji, kawafukuza[13]), kawambia[14]): „tokeni mji wangu[15]), kwa sababu siyo adabu kwenda kutaka mke wa mtu, naye, akikataa mwanamke, khalafu mke mfunga; hii si desturi, tokeni mji wangu.“ wakitoka wale watoto, na waziri akafuraḥi, akajua — nimepata ḥeshima[16]) kwa sulṭani.

[1]) ar. Stockwerk. [2]) ar. Tochter. [3]) Gefängniss. [4]) ar. Thürhüter. [5]) ar. Sicherheit, Pfand. [6]) ndugu zake. [7]) Ehe brechen, Unzucht treiben. [8]) ar. sich wundern. [9]) ar. fragen. [10]) oder kunitaka. [11]) nikakataa. [12]) ar. erzürnt sein. [13]) akawafukuza. [14]) akawambia. [15]) oder mjini mwangu. [16]) ar. Achtung.

na yule mtoto mwanamume aliyooa binti waziri akajua, kama inchi hii wamo waanawake wenyi ʿaqili. akasafiri akenda inchi ingine[1]. akitokea katika mji mwinginc una[2]) waanawake wana ʿaqili sana. akenda akawambia: „nataka mnipe ʿaqili ya waanawake." na khabari alimwambia mzee mmoja. yule mzee akamwambia: „yuko mwanamke ntamwambia akufundishe ʿaqili ya waanawake. yupo mwanamke mmoja, ana mumewe, na yule mumewe ana uwiwu sana; hampi rukhṣa kutoka nje mkewe — kabisa, walla mwake[3]) haingii mtoto wa mwanamme kwa uwiwu wake alio nao."

akenenda ndani mwa[4]) mkewe, akimpa[5]) khabari yule mwanamke, akamwambia: „emekuja[6]) mwanamme mmoja mzuri, anatoka inchi za mbali, emekuja kuja kutaka ʿaqili za waanawake, bassi nataka umfundishe ʿaqili za waanawake." yule mwanamke akanena: „vema, nimesikia."

akamwambia: „nenda kwa mume wangu umwambie: „nimepewa amana na mwʿarabu[7]) mmoja, na huyu mwʿarabu mkubwa sana, akanipa mkewe nikae naye, naye mwenyewe amesafiri; bassi nnayo yule mkewe. na sasa mimi mtu mzima, nataka kwenda tafuta chakula na kuni za kupikia, na kuondoka na kumwacha pekeyake nna[8]) khofu[9]), wasije waanaume wakimtaka[10]). imekuwa — atakasirika mwenyewe akija akisikia. na sasa nataka nimlete kwako kwa mkeo[11])." kizee akafanya kama hivi, naye mwanamme akamwambia: „vema, nimequbali[12]), nenda kamtwae[13]) umlete aje nyumbani kwa mke wangu."

akenda, akamvika kanzu ya chanakike na suruali[14]) na ukaya na mitali miguuni, akaja naye. yule manamme akajua „huyu saḥiḥi[15]) mwanamke," naye mwanamume si mwanamke, walakini ḥila ya waanawake wamefanyiza. akamwambia: „mpeleke nyumbani kwa mke wangu."

akawaṣili[16]) nyumbani, akamwambia: „na aende, akakae chumba kidogo." akenda, akakaa chumba kidogo. yule mkewe huenda akizungumza[17]) naye na yule mwanamme aliyoingia nyumbani. yule mumewe akat͟hanni[18]) manamke, lakini si manamke.

ḥatta usiku waqati[19]) wa kulala yule mwanamke akenda kulala na mumewe. yule mumewe akanena: „si desturi, emekuja mgeni katika nyumba yako, naye mtoto wa watu, tenna mke wa mtu mkubwa,

[1]) oder ningine. [2]) auf mji bezüglich. [3]) zu ergänzen ist nyumbani. [4]) nyumbani mwa. [5]) akampa. [6]) amekuja. [7]) ar. Araber. [8]) nina. [9]) ar. Angst, Furcht. [10]) wakamtaka. [11]) mke wako. [12]) ar. einwilligen. [13]) ukamtwae. [14]) Beinkleider. [15]) ar. richtig. [16]) ar. ankommen. [17]) akazungumza. [18]) ar. glauben, meinen. [19]) ar. Zeit.

8*

kumtupa — akija akilala huku — si desturi, enenda kazungumze naye pamoja, mimi ni raḍi[1]).

akenenda yule manamke, akafunga mlango, akazungumza naye. yule mwanamke akamwambia yule manamme: „unaona ʿaqili ya waanawake?“ akamwambia: „nimeona.“ akamwambia: „bado — ntakuonyesha ʿaqili ningine.“

akikaa ḥatta usiku, akamwita yule mzee, akamwambia: „kesho njoo umtoe huyu mwanamme; atakapokuja kwako, mwambie, atake mkewe kwako, ajifanyize emerudi[2]) barra.“ yule mzee akajua, huyu anataka kumwua mumewe, kwa sababu yule mzee anajua ʿaqili ya waanawake sana. akimwambia: „vema.“

akikaa[3]) ḥatta usiku. alipolala mumewe usiku, akamwambia yule mwanamme wake: „twaa jambia kampige la[4]) tumbo mume wangu.“ akatwaa jambia yule, akenda akamchoma tumboni, akafa yule mumewe. akamkata kichwa, baqi[5]) yote ya mwili akaenda akatia katika shimo la choo, na damu zote akaosha. kile kichwa akakitia dawa, kisipate nuka. khalafu, alipokwisha tia dawa, akatia ndani ya bueta[6]) kile kichwa.

khalafu yule mzee akaja aṣubuḥi, na yule manamme amekwisha toka kwenda kwa yule mzee. alipokwenda mwanamume, ndipo alipokuja mzee, akamwambia: „mumeo[7]) yuko wapi? nataka amana ya yule mke wa watu, niliyomleta kwenu.“ yule mwanamke akanena: „wewe mzee ḥarabu[8]) sana, umeleta mwanamke katika nyumba yangu, qaṣidi[9]) kumzinisha mume wangu, na sasa yule mwanamke na mume wangu wametoka, siwajui walikokwenda; yapata ya tano na ya sitta sijawaona.“

yule mzee asiqubali. akenda akamfundisha yule mwanamume, akamwambia: „nenda kanishitaki kwa ḥakīm[10]), ya kama umenipa mkeo, nami nimempoteza.“ akenda akashitaki kwa ḥakīm. aketwa[11]) yule mzee, akaambiwa: „toa mke wa watu.“ yule mzee akanena: „ḥaqiqa[12]), amenipa mkewe kukaa naye, walakini nimempeleka kwa mwʿarabu mmoja kumweka.“ yule ḥakīm akamwambia: „mwite huyu mwʿarabu.“ akamwambia: „hayupo, amekimbia yeye na huyu mwanamke.“ ḥakīm akauliza: „mkewe yupo?“ akanena: „yuko.“ akamwambia tenna: „kamwiteni huyu mkewe[13]) huyu mwʿarabu, aje.“ akenda akitwa[14]).

[1]) ar. zufrieden. [2]) amerudi. [3]) akakaa. [4]) auf pigo Hieb bezüglich. [5]) ar. Rest. [6]) portug. Kiste, Kästchen. [7]) mume wako. [8]) ar. boshaft, Verderben bringend. [9]) ar. Absicht, Vorhaben. [10]) ar. Herrscher, Richter. [11]) akaitwa. [12]) ar. Wahrheit. [13]) besser mkewe wa. [14]) neben aketwa und akaitwa.

alipokuja, akasailiwa: „yuko wapi mumeo[1])?“ akanena: „hayupo, emekimbia[2]) yeye na huyo mwanamke aliyokuja.“ ḥakīm akanena: „weye mwʿarabu, sikiliza mudda wa siku sitta, arudipo mkeo na huyu mwʿarabu — vema, na asiporudi — chukua huyu mkewe uende naye.“ akakaa mudda wa' siku sabʿa — hakutokea, ajili amekwisha uawa na mkewe zamani. akachukua yule mwanamke, akenda naye. yule mwanamke akamwambia: „umeona ʿaqili ya waanawake, niliyokufanyizia marra ya pili?“ akanena: „nimeona.“ akachukua mkewe, akenda naye. na yule manamke — kile kichwa cha mumewe aliyomwua kachukua[3]) kwenda nacho.

akaʿazimu[4]) safari[5]) yule mwanamme kurejea kwake, walla hakupita kwa yule mkewe, binti waziri. akenda ḥatta alipowaṣili[6]) qaribu ya mji wake mwendo wa saʿa tatu, ikatia nanga manowari[7]).

ḥatta usiku ulipoingia, ikenda mwendo wa saʿa mbili, baqi saʿa moja kuingia mjini. yule mwanamke, aliyokuja nayo, akamwambia: „hapa na mjini mwendo wa saʿa ngapi?“ akanena: „saʿa moja.“ akamwambia: „shusha mashua ya moshi[8]).“ akashusha mashua ya moshi wakenda zao ḥatta mjini, na yule mwanamke amechukua dawa za mlango uliofungwa — kufunguka. bassi wakiwaṣili bendarini usiku, wakashuka, watu wamelala katika mji wote.

walipoingia mjini, wakenda ḥatta nyumbani kwake kwa yule mkewe. yule mwanamke akamwambia: „tafuta ngazi uweke.“ akaweka ngazi, akapanda ḥatta juu ya dirisha[9]), akatia dawa — likafunguka dirisha, akaingia ndani nyumbani mwake.

akienda — akamwona yule mtoto wa sulṭani anazini na mkewe. akawatia dawa, ikapotea ʿaqili kwao, wasiwe na ʿaqili. khalafu akamwua yule mwanamme aliyomfumaniza[10]) na mkewe. khalafu akatwaa damu zile zote, akazitia maji, akitwaa[11]) kichwa chake, akatia dawa, qaṣidi kisioze. ile iliyobaqi, akenda akatia katika shimo. bassi khalafu akamtia dawa puani, ikarudi ʿaqili yake yule mwanamke.

na yule mumewe akaondoka na yule mwanamke, na kile kichwa anachukua cha mtoto wa mfalme, akenda akaingia ndani ya sitima[12]), kwenda merikebuni kurejea. ḥatta alipoamka usingizini, yule mwanamke akaona manamme wake, mtoto wa sulṭani, hayupo, akataʿajjabu sana.

khalafu usiku ulipokucha, ikija ile merikebu mjini. na yule mtoto wa mfalme anatafutwa mjini. ilipowaṣili mjini ile merikebu, akashuka

[1]) mume wako. [2]) amekimbia. [3]) akachukua. [4]) ar. sich entschliessen. [5]) ar. Reise. [6]) ar. ankommen. [7]) engl. man of war. [8]) das kleine Dampfboot, die Pinasse. [9]) ar. Fenster. [10]) überraschen, ertappen. [11]) akatwaa. [12]) das englische Wort steamer, daneben ist auch meli (mail) gebräuchlich.

akenda nyumbani kwake, akamfika mkewe. naye amekasirika, kwa ajili manamme wake, mtoto wa sulṭani, hajulikani alikokwenda, naye alilala mwake[1].

bassi — alipomwona mumewe, akamwambia: „kiko wapi kipande cha ʿaqili, nilichokutuma kununulia[2]?“ yule mwanamme akamwambia: „nifanzie chakula nile, ndipo unisaili khabari.“ mwanamke akamwambia: „nionyeshe kipande cha ʿaqili, nilichokutuma kununulia; na iwapo hukunionyesha, niwache, sikutaki.“ yule mwanamme akamwambia: „vema, lakini fanyiza chakula.“

akafanyiza chakula mwanamke. ḥatta ilipopata usiku, akamwambia: „nionyeshe kipande cha ʿaqili.“ akampa ufunguo, akamwambia: „fungua ṣanduqu[3].“ akafungua ṣanduqu mwanamke. ndani ya ṣanduqu akaona bueta, akatoa bueta, akaifungua, akaona imo dawati[4]; kamwambia[5]: „fungua dawati.“ akafungua dawati, akaona ndani yake vimo vichwa vya watu wawili. akamwambia: „fungua, kichwa kimoja utazame.“ akafungua, akaona kichwa cha mumewe yule mwanamke aliyokuja naye. akamambia: „fungua na hicho chingine;“ akaona kichwa cha mtoto wa sulṭani, aliyozini naye, yule aliyokuwako nyumbani mwake. akataʿajjabu mwanamke, akalia sana, akatetemeka nafsi[6] yake.

khalafu akasema: „nimetubu[7], mume wangu, ḥatta siku ya pili, nikwambiapo maneno kama hayo — niue. mwanamume akasema: „siṣadiqi[8], apa yamini[9]) — ya kama „wewe hutanena maneno haya, uliyoyaona ya mtoto wa sulṭani, aliyokufa.“ akariḍi mwanamke kuapa yamini, akaapa.

na yule mwanamme hamtaki yule mkewe tenna, walakini anamkhofu, asiende mṣaliti[10], ya kama ndiye[11] aliyeua mtoto wa sulṭani. alipokwisha apa, akalala ḥatta aṣubuḥi. akajua kama mwanamke huyu, maadam ameapa kiapo cha yamini, hataweza kuniḍuru[12]; akamwacha akamwambia: „sikutaki, nenda kwenu.“

yule mwanamke akakosa mwanamme wake, mtoto wa sulṭani, yakafa. naye akaapa yamini; na mume wake akimkosa[13], akakataa, akikosa yote matatu mwanamke. la kwanza mumewe akamwacha; la

[1]) zu ergänzen nyumbani. [2]) kuninunulia. [3]) ar. Kasten, Koffer. [4]) Kästchen, Fach. [5]) akamwambia. [6]) ar. Seele. [7]) ar. sich bekehren, bereuen. [8]) ar. glauben. [9]) ar. Eid, und zwar den Eid auf den Koran schwören kuapa yamini; das Suaheli-Wort für Eid ist kiapo; schwören heisst kula kiapo, kufanya kiapo oder kushika kiapo; unter kiapo versteht man eigentlich eine Eidesleistung in der Form, dass sich der Betreffende einem Gottesurtheil unterwirft. [10]) beschuldigen. [11]) ndio yeye. [12]) ar. schaden. [13]) akamkosa.

pili mwanamme wake, mtoto wa sulṭani, akauawa; la tatu hakuweza kunena, ya kama mwanamme wangu, mtoto wa sulṭani, kauawa[1]) na fulani, hakuweza kunena, kwa ajili ya yamini, aliyoapa.

hio ndio khabari ya mwanamke, aliyomwużi[2]) mumewe; na ʿaqili ya waanawake ndio hiyo.

Mwʿallim Mbaraka bin Shomari
aus Kondutschi.

[1]) akauawa. [2]) ar. kränken.

Sulṭani wa kisiwa na sulṭani wa barra.

Yuko sulṭani anakaa kisiwani, na sulṭani wa pili anakaa barra. beina[1]) yao vita, wanapigana. huyu sulṭani aliyo[2]) katika visiwa ana ndugu yake, amekuwa mzee; kazi yake anavua samaki[3]) katika baḥari.

ḥatta siku moja amekwenda baḥarini kuvua samaki, yule sulṭani ndio siku anayopiga mbiu katika inti[4]) yake kuweta[5]) ʿaskari wa jeshi[6]), qaṣidi[7]) na ḍamiri[8]) yake kufanya vita kwenda mpiga sulṭani wa barra.

walipokwisha kutana watu wote, akawauliza: „hapakubaqi[9]) mtu, aliyesalia?" wakamjibu: „amebaqi yule mzee, ndugu yako, amekwenda baḥarini." waziri wa sulṭani akajibu, akanena: „huyu mzee haḍuru[10]) kwetu, sababu yeye hawezi kupigana."

baʿada ya hayo sulṭani akaamru ʿaskari kukaa zamu[11]) katika malango[12]), kulla zamu kwa lango lake. baʿada ya hayo yule mzee akirejea[13]) baḥarini. khalafu aliporejea baḥarini, akaondoka yule mtu, aliyomwambia sulṭani — kama: „amepungua mzee, ndugu yako, ndio aliyokwenda baḥarini kuvua samaki."

akamwendea yule mzee akamwambia: „khabari ya mjini unayo?" yule mzee akanena: „sina khabari." akamwambia: „nipe ḥaqqi[14]) yangu samaki[15]), nikupe khabari." akatoa samaki, akampa akanena: „nipe khabari." akamwambia: „ulipoondoka wewe ukenda baḥarini, sulṭani alipiga mbiu katika mji, akakusanya watu, wakakutana watu wote; khalafu[16]) sulṭani akauliza: „hapakubaqi mtu?" mimi hamjibu[17]): „ame-

[1]) ar. zwischen. [2]) oder aliye. [3]) ar. Fisch. [4]) inchi. [5]) kuwaita. [6]) ar. Heer. [7]) ar. Absicht. [8]) ar. geheimer Gedanke. [9]) ar. übrig bleiben. [10]) ar. schaden. [11]) Wache, Posten. [12]) lango, mal. Thor. [13]) akarejea. [14]) ar. Recht, Gebühr. [15]) ḥaqqi yangu ya samaki. [16]) ar. nachher. [17]) nikamjibu.

baqi mzee nduyako[1]), amekwenda baharini. akaondoka waziri, akajibu akanena: „haḍuru yule mzee, anaweza neno gani, sababu hawezi kupigana vita?" sulṭani akaamru zamu, kulla lango la mji na zamu yake; ndio khabari za katika mji."

alipokwisha mpa khabari, yule mzee asijibu neno lo lote. akenda akalala ḥatta aṣubuḥi, akenda pwani; akatwaa mtumbwi wake, akavuka, akenda ngambo ya pili kwa sulṭani wa barra, akafika.

naye sulṭani wa barra amefanya tayyari[2]) vita, anataka kwenda mpiga sulṭani wa kisiwani. alipowaṣili yule mzee, sulṭani wa barra akamwuliza: „mzee, umekuja taka nini? nipe khabari yako!" akanena: „nimekuja kuwajiḥi[3]) kwako, nataka na kitu unipe." sulṭani akamwuliza: „wataka nini?" akamwambia: „nataka kigogo[4]) cha ʿambari[5]) unipe." asimkasiri sulṭani, akatoa kigogo cha ʿambari akampa.

akipakia[6]) katika mtumbwi wake, akirejea[7]) kisiwani. akifika usiku — milango imefungwa na ʿaskari katika zamu, akipiga ḥodi, wakimwuliza: „nani wee?" akanena: „mimi, natoka baharini." wakafungua mlango, yule mzee akaingia ndani, alikwenda ndani kwa sulṭani, akabisha ḥodi[8]). marra wakamjibu, wakimwuliza: „nani wee?" kanena[9]): „mimi, mzee fulani, namtaka sulṭani."

akipelekewa sulṭani khabari, akatoka, akimwuliza[10]) khabari: „umekuja kwa shughuli[11]) gani — huu ni usiku?" akanena: „natoka baharini. naliondoka aṣubuḥi, henenda[12]) baharini kuvua samaki, haokota kigogo cha ʿambari, nimekuja nacho, kiko pwani ndani ya mtumbwi; siwezi kukichukua, sababu mimi ni mzee — sina nguvu."

alipompa khabari, sulṭani akipeleka[13]) watu kwenda kitukua[14]), wakija nacho kwa sulṭani. khalafu sulṭani akampa rukhṣa[15]), akamwambia: „nenda zako nyumbani ukalale." umekuwa usiku yule mzee akenda zake nyumbani akalala.

ulipotaṣabahi ṣubuḥi[16]), yule mzee akirejea katika mtumbwi wake, akavuka akaenda ngambo kwa sulṭani wa barra, akamwambia: „leo nataka unipe vigogo viwili vya ʿambari." asimkasiri, akampa. akavipakia katika mtumbwi wake, akirejea kisiwani.

akifika usiku vilevile kama auwali, akibisha mlango wa pili wa zamu, wakimsaili[17]): „nani wee?" akanena: „mimi, mzee fulani."

[1]) ndugu yako. [2]) pers. fertig, bereit. [3]) begrüssen. [4]) Stamm, Klotz, Klumpen. [5]) ar. ʿanbar Ambra. [6]) akapakia. [7]) akarejea. [8]) kupiga ḥodi, kubisha ḥodi und kusumiza ḥodi gebräuchlich. [9]) akanena. [10]) akamwuliza. [11]) ar. Geschäft, Arbeit. [12]) haenenda für nikaenda. [13]) akapeleka. [14]) kichukua, ki bezüglich auf kigogo. [15]) ar. Erlaubniss. [16]) ar. Morgen. [17]) wakamsaili.

wakamfungulia mlango, akaingia, akifuuza[1]) ḥatta katika nyumba ya sulṭani. akaja sulṭani, wakionana[2]) mithili[3]) kama auwali. akamwambia: „leo nimeokota vigogo viwili, peleka watu pwani, wakatwae." naye mzee akitaka[4]) rukhṣa, akenda kulala.

ulipoṣabaḥi ṣubuḥi, akenda marra ya tatu kwa sulṭani wa barra, akataka vigogo vitatu, akapawa. akirejea[5]) vilevile usiku, akapeleka kwa sulṭani, khalafu sulṭani akamwambia wenyi zamu: „sasa akija mzee, ijapokuwa usiku, milango na iwe wazi; pasiwe mtu mwenyi kuvunja milango ya zamu, rukhṣa usiku iwacheni wazi kwa sababu yu mzee, akitoka baḥarini asiużike."

alipokwisha toa amri, mzee ulipotaṣabaḥi — akenda ngambo kwa sulṭani wa barra, akataka vigogo vinne vya ʿambari, akavipata. akipeleka[6]), akafuuza siku sitta. ḥatta ilipotimia[7]) siku ya sabʿa, akimwendea sulṭani wa barra, akimwambia: „sasa fanyiza jeshi[8]), upeleke kisiwani, sababu milango ya ukuta yote i wazi, walakini wape[9]) mauṣi[10]) ʿaskari katika vita vyako wasimwue sulṭani walla waziri wake.

akiwapa[11]) mauṣi, wakenenda na vita, usiku wakaingia katika mji. sulṭani akakamatwa na waziri wake akafungwa. ulipoṣabaḥi ṣubuḥi, akenenda yule mzee, akiwaona wamefungwa, akiwambia sulṭani na waziri wake, akinena: „zama mlipokutana mkitaka watu qaṣidi ya vita, sulṭani ukiuliza[12]), ḥatta wakinitaja mimi, ndio niliyopungua, nimekwenda baḥarini, wewe waziri ukanena „haḍuru, hawezi kupigana, sababu mzee," leo nimeḍuru ao sikuḍuru?"

wakaamriwa kuuawa wote wawili. sulṭani wa baḥarini ndio aliyouawa, na waziri wake. sulṭani wa barra akamiliki[13]) inti[14]) ya sulṭani wa baḥarini.

Mwenyi Hija bin Shomari
aus Kondutschi.

[1]) ruhig seines Weges gehen. [2]) wakaonana. [3]) ar. gleich, gleichwie. [4]) akataka. [5]) akarejea. [6]) akapeleka. [7]) ar. vollendet sein. [8]) ar. Heer. [9]) uwape. [10]) Auftrag, Befehl. [11]) akawapa. [12]) ukauliza. [13]) herrschen. [14]) inchi.

ḥadithi ya mwanamke aliyeoa baba na mwanawe.

palikuwa mtu na mwanawe katika mji mmoja, nao watu wamoja maskini, hawana mali. yule mtoto akasafiri, akenda inchi ningine kutafuta riziqi[1]). mweny'ezi[2]) muungu akaja'alia[3]), akapata mke akaoa, akakaa naye akastarehe[4]).

kisha yule manamme akamwaga mkewe, akamwambia: „mke wangu, kwa heri, nasafiri inchi ningine kwenda kutafuta mali, tuje tustarehe." kisha yule manamme akasafiri, akenda mji mwingine mbali. akakaa miaka minane, walla asipeleke barua kwa mkewe, walla kwa baba yake, walla hapana mwenyi kumwona mudda wa miaka minane ile aliyosafiri. bassi — sheri'a[5]) ikamachisha yule mke, akakaa 'eda[6]) yule mwanamke miezi minne na siku kumi kama desturi ya sheri'a.

kisha yule babaye yule[7]) kijana mwanamme akatoka mjini mwake, kenenda[8]) kutafuta mtoto wake. mweny'ezi muungu akaja'alia akashukia katika mji, na ule ndio mji wa kwanza aliposhukia mwanawe. akauliza watu wa mji: „mwanangu[9]) fulani yuko wapi?" wakamwambia: „mwanao hatumjui kwa jina hili."

bassi, yule babaye mtu akakaa katika ule mji kwa tama'a[10]) ya kupata khabari za mwanawe; mweny'ezi akamja'alia yule baba, akamposa yule mke wa mwanawe, aliyeachika kwa sheri'a. akamoa, akazaa naye mtoto wa kiume.

mtoto alipopata miaka minane, yule mwanawe, aliyepotea, akaja hatta mjini, akenda nyumbani kwake. hatta akapata qaribu ya bomba[11]) yake, akakutana na mtu wa mji ule, nao tambuana. akamwambia: „ahla[12]) fulani, umekuja leo? watokapi[13]) miaka yote hii?" akamwambia: „nalipotea, sasa mweny'ezi muungu amenirejeza katika mji wangu, na sasa nakwenda nyumbani kwangu." akamwambia: „shukuru muungu, huna nyumba tenna, walla huna mke tenna." akamwuliza: „jinsi gani?" akamwambia: „mke wako ameachika kwa sheri'a."

yule ndipo alipokwenda katika nyumba yake, akafika mlangoni — akamwona yule kijana, anatoka ndani, akamwambia: „ēwe ndugu yangu wa kwa baba[14]) mwambie babako[15]) ndiye babangu[16]) — mume wa mke."

amesimama mlangoni yule mtu, akarejea nyumbani, akenda akamweleza babake. alivoeleza[17]) akaona ni yule mwanawe mjini. aliyekuja sasa, aliyepotea zamani mudda miaka kumi na sitta. alipokwisha

[1]) ar. Lebensunterhalt, Nahrung. [2]) mwenyi 'ezi. [3]) ar. bestimmen. [4]) ar. sich ausruhen. [5]) ar. Gesetz. [6]) ar. bestimmte Anzahl von Tagen; cf. Mitth. des Sem. f. orient. Spr. Jahrg. I, Abthlg. III p. 29. [7]) baba yake wa yule. [8]) akaenenda. [9]) mwana wangu. [10]) ar. Sehnsucht, Verlangen. [11]) portug. Pumpe. [12]) ar. willkommen. [13]) watoka wapi? [14]) mein Bruder, der du von demselben Vater bist. [15]) baba yako. [16]) baba yangu. [17]) neben alivyoeleza.

mweleza, babaye akatoka nje, akenda kumtazama yule mgeni aliyekuja. alipomwona, akaona ni yule mwanawe, aliyepotea miaka kumi na sitta, aliyekuja mtafuta.

bassi — yule mke akiachika, akaşirrikwa ni[1]) maḥarimu[2]) yao baba na mtoto abadan[3]) ila yom elqiyama[4]).

'Ali bin Naşr, Wali von Pangani.

[1]) na. [2]) ar. unerlaubt. [3]) ar. immer. [4]) ar. am Tag der Auferstehung.

ḥadithi ya zamani.

Alikuwako mfalme na ra'ia[1]) zake wengi; akawako mw'allim wao. yule mw'allim akapiga ramli, akanena: „mwaka huu ba'ada ya neruzi[2]) watû wasitumie maji ya visimani, atakaye tumia — zitapungua 'aqili zake."

ikawa watu kufanya mitungi na kununua mabalasi[3]) na matungi na mapipa[4]), na kuweka mabiriqa[5]), wakajaza maji qabla isijapata neruzi.

khatima[6]) ba'ad ya kupita neruzi, wakatumia maji yao waliyokusanya. mafuqara[7]) maji yao yakesha, ma'ana zombo[8]) zao si zombo za 'amali[9]); wakateka visima wakatumia. ikawa kulla anayetumia maji yale — hupungua 'aqili. ikawa ḥali hiyo, ḥatta wakesha watu mji mzima, akabaqi[10]) mfalme — ndiye mwenyi 'aqili kamili[11]); ma'ana mfalme mweza, ana zombo za kutia maji kwa uwingi sana, maji yake hayakwisha.

lakini watu wote 'aqili si mustaqarri[12]), hufanya marra nyingi kelele burre. ḥakīm[13]) akiwarudi neno, marra huwa wakatabayyani[14]) wamelifanya lilelile walilozuiwa, ḥatta yule ḥakīm akaona, hapana ḥaja — tawaziisha[15]) bilashi[16]), walla hatusikizani; kheri nami nijifanye kama wao. akenda akateka maji kisimani akatumia, akawa kana wao; wakasikizana wote.

S'aid bin Bushiri Ilmalindi 'aqida von Kilwa Kisiwani.

[1]) ar. Unterthan. [2]) pers. Neujahrstag. [3]) grosses Wassergefäss, das 12—15 mitungi (gewöhnliche Wassertöpfe) enthält. [4]) port. Fass, Tonne. [5]) ar. Wassergefäss. [6]) ar. schliesslich. [7]) ar. arm. [8]) plur. von chombo Gefäss kann vyombo und zombo lauten. [9]) ar. Arbeit. [10]) ar. übrig bleiben. [11]) ar. vollkommen. [12]) ar. ruhig. [13]) ar. Herrscher, Richter. [14]) ar. sich zeigen. [15]) nitawaziisha. [16]) ar. ohne eine Sache.

Sulṭani Haruni Alrashidi na waziri wake.

Zamani moja aliondoka Harun Alrashidi na waziri wake Ja'afari Baramak kutembea katika miji yake; wakenda safari iliyo kubwa, mfano wa kupotea.

wakitokea maḥala ipo bustani[1], na mbele yao wakiona[2] nyumba. wakienenda wakafika barazani, wakimwona mtu moja mcha muungu, ndio mwenyi bustani. akiwaona wageni, hakumjua, ya kama huyu ndio Amiri almuminina[3] Harun Alrashidi. wakamtolea salaam, yakipokea[4] salaam. yakiwaqaribisha[5], akienenda katika bustani yake, yakikata miwa miwili. yakimenya, yakitwaa makopo mawili, yakikamua ile miwa; kulla mua ukijaa kopo. akiwaqaribisha maji ya mua, wakinywa, wakikuta[6]. wakiḥemidi[7] mweny'ezi muungu, khalafu wakimwaga; akiwashindikiza yule ṣaḥibu[8] bustani, akirudi katika makani yake, na sulṭani na waziri wakiwaṣili[9] manzili[10] yao.

nyongoni za[11] siku sulṭani akamambia waziri wake: „tuenende tukatembee!" wakenenda, wakitokea pale katika bustani, na yule ṣaḥibu yao wakimfika wakimtolea salaamu. yakipokea[12], akiwaqaribisha. yakifanyiza takirimu[13] kama auwali. khalafu akataka rukhṣa, akawashindikiza. wa amma sulṭani Haruni katika ḍamiri[14] yake ali'azimu[15] ile bustani kumnyanganya yule maskini. wakenda zao ḥatta mjini kwao.

marra ya tatu akamambia waziri wake: „twende tukazunguke." wakienenda, wakiwaṣili katika bustani ileile[16] ya yule ṣaḥibu yao. wakimfika barazani pake. wakimtolea salaam, yakipokea salaam, akiwaqaribisha. akenda katika bustani yake, akikata miwa miwili, akija nayo akimenya. yalipokamua ile miwa — haikutoka kitu, labda kikombe cha qahawa[17]. yule mwenyewe husta'ajjabu[18] sana na wale wageni każalika[19].

wa amma sulṭani Haruni alimsaili yule mwenyi bustani kamwambia[20]: „miwa hii yatoka maḥala gani? na ile miwa ya auwali, ulivokuwa[21] ukikamua maji, yatoka maḥala gani?" yule mwenyi bustani akanena: „ileile ya auwali na hii maḥala pamoja, na shina ni lile moja." wakamsaili: „nini fasili[22] yake?" yakanena — kama:

[1]) ar. Garten. [2]) wakaona. [3]) ar. Fürst der Gläubigen. [4]) akapokea. [5]) akawaqaribisha; näher treten heissen. [6]) sich laben. [7]) ar. loben. [8]) ar. Freund. [9]) ar. ankommen. [10]) ar. Wohnung. [11]) nach Verlauf von. [12]) akapokea. [13]) edel, freigiebig. [14]) ar. Verborgenes, geheimer Wunsch. [15]) ar. sich entschliessen. [16]) gerade jenen. [17]) ar. Kaffee. [18]) ar. sich wundern. [19]) ar. gleichfalls. [20]) akamambia. [21]) ulipokuwa. [22]) ar. Erklärung.

„sulṭani amebadili[1]) nia[2]), ataghuṣubu[3]) ḥaqqi[4]) za maskini.“ na yule mwenyi miwa hamjui, kama yule ndio sulṭani, walla yule wa pili yake hamjui, kama ndio waziri. wakimwaga: „muungu akuweke kheri,“ wakaondoka.

yalipowaṣili kwake sulṭani akaleta toba[5]) kwa mweny'ezi muungu wake, akamsameḥe[6]) mweny'ezi muungu kwa yale aliyoḍamiria.

nyongoni[7]) mwa siku kamwambia[8]) waziri wake: „twende tukadawwiri[9]).“ wakenda wakitokea pale pa ṣaḥibu yao. wakimfika[10]) ameshughulika, mkewe aumwa na uzazi. wakatoa salaam, akawatikia,[11]) akawaqaribisha, akawafanyizia ḥeshima[12]) kama auwali.

pale katika julusi[13]) akija[14]) mtu kumpa khabari — ya kama: „mzazi mtoto huja, ukarudi, shika mchele[15]) uombe muungu.“ akanena: „bado, kama żuriya[16]) yangu hazaliwi, illa kwa sa'a itafaayo[17]).“ akija[18]) mtu marra ya pili, akamambia: „shika unga wa mchele uombe muungu;“ akanena: „bado, hazai.“ sulṭani na waziri wanata'ajjabu. ḥatta zilipo mwafiqi[19]), qadiri alipomwaga, akajifungua salaama[20]) u salimini mtoto mwanamume.

yule sulṭani akamsaili: „sababu nini marra ya kwanza amekuja mtu kukupa khabari — mkeo[21]) anataka kuzaa, ukanena „hazai?“ marra ya pili vilevile, illa waqati[22]) ulitaka weye, nini fasili[23]) yake?“ akajibu: „nimetaka sa'a aliyozaliwa Harun Alrashid, ndio niliyoitaka. na sasa mtoto huyu akiwa kiumbe cha dunyani[24]) — sulṭani — kwama[25]) mweny'ezimgu[26]) yatamtawilisha[27]) amuri[28]) — mamboye[29]) khaṭari[30]).“ yakisangaa[31]) sulṭani, yakaondoka.

akipata njiani, akamambia ilwaziri: „nipe shauri lako, mtoto yule tumfanyeje?“ yule waziri kamjibu[32]): „jawabu[33]) kwako.“ wakiwaṣili katika manzili[34]) yao; wa amma sulṭani ana hamu[35]) sana.

wakikaa nyongoni mwa siku, sulṭani akamambia waziri: „tukatembee.“ wakienenda, wakiwaṣili pale pa ṣaḥibu yao, wakamfika barazani na mtoto wake, wakimtolea[36]) salaam, akiwapokea. akawaqa-

[1]) ar. ändern, wechseln. [2]) ar. Absicht. [3]) ar. zwingen. [4]) ar. Recht. [5]) ar. Reue. [6]) ar. verzeihen. [7]) zama za siku. [8]) akamwambia. [9]) ar. sich nach etwas umthun. [10]) besser walipomfika. [11]) akawaitikia. [12]) ar. Achtung, Respekt. [13]) ar. Hof. [14]) akaja. [15]) cf. des Verf. Abhdlg. über Sitten u. Gebräuche der Suaheli Jahrg. I, Abhdlg. III p. 16 der Mitth. des orient. Sem. [16]) ar. Nachkommenschaft. [17]) besser itakayofaa oder ifaayo. [18]) akaja. [19]) ar. harmonirend, zu ergänzen ist hier wohl sa'a. [20]) ar. Wohlbefinden, unversehrt. [21]) mke wako. [22]) ar. Zeit, Jahreszeit. [23]) ar. Erklärung. [24]) ar. Welt. [25]) kama. [26]) mwenyi 'ezi muungu. [27]) ausführen lassen. [28]) ar. Befehl, [29]) mambo yake. [30]) ar. Gefahr. [31]) akasangaa. [32]) akamjibu. [33]) ar. Antwort. [34]) ar. Wohnung. [35]) ar. Sorge. [36]) wakamtolea.

ribisha, akakata mua kama auwali. khalafu akiingia nyumbani, kumamru mkewe kuḥimiza chakula; yule mtoto alimwacha barazani. sulṭani akamamru waziri: „mchukue mtoto." wakamchukua, wasipite njiani, wakiingia maguguni.

yalipotoka baba yake — mtoto hayupo, na wale wageni hawapo. ikawa kutafuta popote baba yake na mama yake — hawakuona jawabu, wakashukuru[1]). hio ndio khabari ya wale wazazi.

turejee kwa sulṭani na waziri na mtoto wao. walipopata mwituni, sulṭani aliamru waziri kumwua mtoto. waziri kamjibu[2]) sulṭani: „kumshika damu yatamu (yatima[3])) — haijuzu[4])." wakitupa macho, wakiona kisima cha aṣili[5]). elwaziri akinena: „tumtie kisimani mtoto, hana uponyi." wakimtupa[6]) ndani ya kisima, wakashika njia sulṭani na waziri, yao[7]) yamekwisha.

wa amma khabari ya yule mtoto: mweny'ezi muungu kamḥafithi[8]), wakamcheleza malaika[9]), ḥatta maji ikiwa juu kwa juu.

mudda wa siku sab'a yuko mtu mmoja mwanamume na mkewe. mke ameshitadi[10]) kutaka ṭalaqa[11]); na mume ampenda mkewe, amempa uwingi wa mali, mwanamke abadan[12]) hariḍi[13]), ikiwa muḥákama[14]) wao kwa Amiri Muminina Haruni. wamepotea ndia[15]), wakija[16]) wakitokea panapo kisima.

ghafla[17]) yule mwanamke kiu imemshika, akamambia mumewe: „nataka maji." mwanamme katafuta[18]) kamba zake, ipo ndoo ya aṣili kaifunga[19]). alipotia kisimani, yule mtoto kaingia[20]) katika ndoo; yalipovuta kamwona[21]) mtoto, kamwambia mkewe. mwanamke akashukuru muungu, akamambia mumewe: „nataka raḍi[22]) ya muungu, wa thamma[23]) nawe, mume wangu, unisameḥe[24]) kwa haya[25]) niliyokuużi[26]), nimpate mtoto huyu nimlee. nami sina d'awa[27]) nawe, mume wangu, wa amma hii ni sababu ya huyu mtoto mweny'ezi muungu kutuleta huku." wakapana raḍi mke na mumewe, wakachukua mtoto wao, wakarejea kwao kulea mtoto wao.

walipowaṣili mjini kwao, ḥekima[28]) mtoto yule — walikuwa watoto wa mji wote, wanaotambaa[29]) na wanaokwendea viwamba[30]),

[1]) ar. (Gott) danken. [2]) akamjibu. [3]) ar. Waise. [4]) ar. erlaubt sein. [5]) ar. Ursprung. [6]) wakamtupa. [7]) zu ergänzen mambo. [8]) ar. beschützen. [9]) ar. Engel. [10]) ar. sich anstrengen. [11]) ar. Scheidung. [12]) ar. immer. [13]) ar. zufrieden sein. [14]) ar. fest. [15]) njia. [16]) wakaja. [17]) ar. plötzlich. [18]) akatafuta. [19]) akaifunga. [20]) akaingia. [21]) akamwona. [22]) ar. Zufriedenheit. [23]) ar. hierauf. [24]) ar. verzeihen. [25]) mambo. [26]) ar. kränken. [27]) ar. Prozess, Klage. [28]) ar. Weisheit, Verstand. [29]) anfangen, gehen zu lernen. [30]) sich beim Gehen an Gegenständen festhalten.

ote[1]) walio katika mji hutaka kwenda nyumbani kwa yule mtoto, ikawa 'ajabu[2]). kulla mwenyi mtoto wake kutaka kumzuia — hazuiliki, huwa analia. wapata vijana mia u khamsīn nyumba moja kumfuatia mwenzi wao, tokea wazazi wakichukiwa ḥatta yakiwapendeza. na yule baba yake na mama yake wastirifu[3]) ilḥali[4]); ikiwa marra nyingi chakula cha watoto wale ote juu ya wazee wake yule mtoto, na waliobaqi[5]) wafanyizia chakula watoto wao.

ḥatta ikiwa mtoto wa kuenenda na wenzi wake, akitiwa[6]) chuoni na wenzi wake, akapishwa ṭohara[7]) na wenzi wake watu mia u khamsīn. shauri yao moja. na akitokea mmoja kumkosa mwenzi wake neno, huenda wakashitaki kwake; huwaḥokumu wale wenzi wake; na baba zao na mama zao wakiwa raḍi[8]). wa amma hiyo ndiyo[9]) fe'eli[10]) ya yule mtoto pamoja na wale wenzi wake.

ḥatta walipokuwa wakubwa, wanaweza kushika silaḥa[11]), iko inchi moja imet'aadi[12]) ḥakim[13]) Amiri Muminina. akajeshi[14]) kwa vita yule ḥakim — asidukhulu[15]). akenda marra ya pili akapeleka vita — asidukhulu. marra ya tatu akaleta khabari kutaka watu waenende kwa Amiri Muminina, wapate kwenda kupiga ule mji uliot'aadi. yule kijana akamambia baba yake: „mwambieni Amiri Muminina, asiende katika mji huu kupiga vita, ntakwenda mimi na wenzi wangu watu mia u khamsīn, tutatosha."

akienenda[16]) yeye na wenzi wake, akaupiga ule mji, akaupata. na khalafu akaandika barua kupeleka kwa sulṭani — ya kama: „mji fulani tumepata." yule sulṭani akafuraḥi[17]) sana, tenna akata'ajjabu sana kwa sababu ule mji ameupiga vita siku nyingi — hakuupata, na yule mtoto amekwenda — marra moja akaupata.

yule sulṭani akamwuliza yule mtoto: „weye babako[18]) nani?" yule mtoto akanena: „baba yangu fulani." akapeleka 'askari: „kamwiteni babake aje." wakenda wakimchukua; akija[19]) nao[20]) pamoja na mkewe. sulṭani akawasaili[21]) wale: „huyu mtoto wenu?" wale wakanena: „mtoto wetu." sulṭani akanena: „semeni kweli." wale wakanena: „mtoto wetu." akanena marra ya pili: „semeni kweli, kama hamkunena kweli — ntawaua." wakamambia sulṭani: „huyu mtoto

[1]) wote. [2]) ar. Wunder. [3]) weder reich noch arm sein, so dass das Nöthige zum Lebensunterhalt immer vorhanden ist. [4]) ar. Zustand, Wohlbefinden. [5]) ar. übrig bleiben. [6]) akatiwa. [7]) ar. Reinheit. [8]) ar. zufrieden. [9]) oder hio ndio. [10]) ar. That. [11]) ar. Waffe. [12]) ar. überschreiten. [13]) ar. Herrscher. [14]) zum Krieg rüsten. [15]) ar. hineingehen, hineintreten. [16]) akaenenda. [17]) ar. sich freuen. [18]) baba yako. [19]) akaja. [20]) na wao. [21]) ar. fragen.

tumemokota katika kisima.“ sulṭani akajua, kama mtoto huyu — ndio niliyomtia kisimani.“

akapeleka watu kwa yule ṣaḥibu yake, mwenyi bustani, babake yule mtoto; akamwita na mkewe. wakija[1]), akawasaili: „ninyi hamkupotelewa na kitu?“ wale wakikana, wakinena: „hatukupotelewa na kitu.“ akamambia: „kumbukieni sana!“ wale wakasema: „mtoto wetu ametupotea zamani sana, walikuja watu wawili kwetu, wakamchukua mtoto wetu.“ sulṭani akanena: „ni mimi ndio niliyokuja kwako pamoja na waziri wangu safari[2]) zote tatu, na huyu mtoto nimemchukua, ḍamiri[3]) yangu — kumwua, kwa sababu ulinena: „mtoto huyu amezaliwa kwa saʿa aliyozaliwa Harun Alrashidi,“ nikachelea ndani yangu[4]) — labuda mtoto huyu, akiwa mkubwa, atafanyiza fitina[5]) kwangu. nikimchukua[6]), haenda[7]) hamtia kisimani, wakija[8]) hawa watu wawili, mwanamke na mumewe, wakimokota. na sasa mtoto wako huyu, weye ndio babaye, uliyomzaa, na huyu ndio babaye, aliyomlea; na sasa nyote[9]) wawili chukueni mtoto wenu.“

akampa na inchi yule mtoto, akiwa ḥakim, akaḥokumu vema; na Harun Alraskidi akampenda sana yule mtoto.

Mwʿallim Mbaraka bin Shomari
aus Kondutschi.

[1]) wakaja. [2]) ar. Reise. [3]) ar. Verborgenes, geheimer Wunsch, Gedanke. [4]) ndani ya roḥo yangu oder moyoni mwangu. [5]) ar. Unruhe, Aufstand, Zwist, Zwietracht. [6]) nikamchukua. [7]) nikaenda. [8]) wakaja. [9]) ninyi.

ḥila[1]) za waanawake.

palikuwa mtu katika mji tajiri mkubwa mno wa ʿajabu[2]), ana mali mengi; naye hana mtoto ḥatta moja. bassi akiomba[3]) muungu kulla siku apate mtoto; muungu akampa mtoto wa kiume, akaona imemshukia neʿema[4]) kubwa kwa mwenyʿezi muungu kushinda yale mali aliyo nayo.

akakaa ḥatta alipotoka katika arobaʿini[5]), akafanya karamu[6]) kubwa sana, na maulidi[7]) na ngoma kucheza kwa furaḥa[8]). akamlea yule mtoto kwa mapenzi makubwa sana, akamfanyia vyombo vya feḍḍa[9])

[1]) ar. List. [2]) ar. Wunder. [3]) akaomba. [4]) ar. Wohlthat. [5]) d. h. als vier mal sieben = 28 Tage um waren. [6]) ar. Fest.. [7]) ar. Geburtsgeschichte des Propheten. [8]) ar. Freude. [9]) ar. Silber.

na żahabu,[1]) na lulu na almasi,[2]) na yaquti[3]) na feruzi,[4]) kwa furaḥa nyingi alizomfuraḥia mtoto wake. na furaḥa alizo nazo, qadiri afanyalo, aona halitoshi.

yule mtoto akapata miaka sabʿa, akamfanyia kumbi[5]) kwa ngoma kubwa, na kulla jambo iliyo[6]) kufuraḥisha watu — akamfanyia. kisha akamnunulia frasi na matandiko ya żahabu, kwa khaṭamu[7]) za żahabu, akamfundisha mwanawe kupanda frasi. kisha akamtia chuoni kusoma, akasoma ḥatta akakhitimu.[8])

akakaa yule mtoto ḥatta akapata ʿomri[9]) wake miaka kumi na minne, akamposea mke kwa tajiri[10]) mwenziwe — kama yeye, akamoza mke, akashughulika kumtengezea hʿarusi[11]), na kulla neno ambalo[12]) jema kwa vyombo vya żahabu na lulu, kwa nguo za ḥariri[13]) na zari[14]).

na desturi ya swaḥeli hupiga ngoma siku sitta, ya sabʿa ndio hʿarusi kuingia nyumbani. ilipopata siku ya sitta, yule mtoto akavaa jambia[15]) lake la żahabu na kitara[16]) cha żahabu na almasi, akasimama mlangoni katika nyumba yao, mlango wa nje; na yule kijana wa kiume hajui khabari ya waanawake.

akapita mwanamke mmoja mzee, ʿumri wake apata miaka themanīn. akauliza yule mzee: „naona yule kijana anajitengeneza sana — ana nini?“ wakamjibu watu waliopo: „yule kijana ameoa, ataka kuingia nyumbani kesho.“ akasema yule mzee: „maskini yule kijana.“ yule kijana akasikia yale[17]) maneno ya yule[17]) mzee anayosema, yakamwingia moyoni. yule kijana akasema: „labuda hii hʿarusi ni neno baya, chamba[18]) ni njema yule mzee asingalinisikitikia;“ ukamwingia waswasi[19]) yule kijana. akenda zake pwani yule kijana, akaona chombo kinasafiri, akajipakia upesi katika kile chombo kuwakimbia wazee wake, kuikimbia na ile hʿarusi kwa yale maneno aliyosema[20]) yule mzee mwanamke.

akasafiri yule kijana, akenda inchi ningine, akakutana na mtu mmoja, alikuwa msimamizi wa baba yake. alipomwona, akamwuliza: „wewe siwe[21]) mtoto wa fulani bin fulani?“ akamwambia: „ni mimi;“ akamwambia: „maṣaibu[22]) gani yaliyokutoa kwenu — ukaja huku,

[1]) ar. Gold. [2]) ar. Diamant. [3]) ar. Smaragd. [4]) ar. Türkis. [5]) Beschneidung. [6]) besser lililo. [7]) ar. Halfter. [8]) ar. siegeln, beendigen. [9]) ar. Alter, auch ʿumri [10]) ar. reich, Kaufmann. [11]) neben ʿarusi. [12]) veraltetes Relativ. [13]) Seide. [14]) Brokat. [15]) Dolch. [16]) hindust. Säbel. [17]) Vorsetzung des pron. ist häufig, besonders um etwas nachdrücklich hervorzuheben. [18]) chamba = kwamba, kama wenn. [19]) ar. böser Gedanke. [20]) aliyoyasema. [21]) si wewe. [22]) ar. plur. von mṣiba Unglück.

mtoto, upendaye hivo na utajiri ulio nyumbani mwenu?" akamwambia: „mimi baba amenioza mke, amenifanyia h'arusi, inataka[1]) kuingia nyumbani, nimekwisha jipamba kwa kisua[2]) na selaḥa[3]) zangu za mali, ambazo[4]) ni muthmini[5]), akapita kizee kimoja cha kike, 'umri wake miaka themanīn. aliponiona, ḥali niliyo — akata'ajjabu nilivojipamba, akauliza: „ana nini yule mtoto aliyejipamba ḥali ile?" akajibiwa: „akapewa h'arusi, yule ataka sasa ingia nyumbani." yule mzee akasema: „maskini yule mtoto!" hasikia[6]) mimi yale maneno ya mzee, hafanya khofu[7]) na waswasi, haona labuda hii h'arusi ni neno baya; lingalikuwa jema, huyu mzee asingalinisikitikia, bassi. marra ile hateremka[8]) pwani, haona chombo, hajipakia, hasafiri, ḥatta haja haangukia katika mji huu, bassi."

yule mtoto, aliyekuwa msimamizi wa baba yake, akamambia: „twende nyumbani kwangu ukakae." akampeleka ḥatta nyumbani kwake, akamwambia mke wake: „shuka huko, juu ya ghorfa[9]), tumpe huyu mwingine, wewe njoo chumba cha chini, kwani mgeni huyu ni mtu mkubwa sana kwangu; aṣili[10]) ya mali haya, niliyo nayo sasa, naliyapata kwa babaye, bassi nataka kumḥeschimu sana, nilipe faḍili[11])."

akashuka mwanamke, akakaa chumba cha chini. bassi yule mwenyeji[12]) akamwambia yule kijana: „panda juu, ukakae kitako, ajaye kukuamkia umpe qahawa[13]) na ḥalwa[14])." yule kijana akamwambia: „mimi sikuja kukupoteza mali yako, mimi nimekuja kwa matembezi bassi." yule mwenyeji, aliyekuwa msimamizi, akafikiri[15]): „nitafanya ḥila gani ḥatta huyu kijana arudi kwao kwa babaye, na waswasi alio nao umtoke?"

akatafuta mzee wa kike, 'umri wake apata miaka tiss'aīn, akamweleza mambo yaliyompata yule mtoto, ḥatta akakimbia inchi yao na wazee wake na h'arusi yake. bassi yule mwenyeji akamwambia yule kikongwe: „fanya ḥila, ḥatta ukamtoa huyu mtoto waswasi na khofu. ḥatta akarudi kwao, nitakupa denari elfu." yule kizee akamwambia: „stareḥe[16]), ni madogo haya[17]), usitie khofu, lakini huyu kijana yuko wapi?" akamwambia: „yuko nyumbani kwangu." akamwambia: „bassi, kesho takuja[18]) kwako, lakini wewe usiwepo, nataka nimkute huyu mgeni wako pekeyake."

[1]) inataka auf h'arusi bezüglich. [2]) ar. Anzug. [3]) ar. Waffen. [4]) seltener gebrauchte Relativform. [5]) ar. kostbar. [6]) nikasikia. [7]) ar. Furcht. [8]) nikateremka. [9]) ar. Stockwerk. [10]) ar. Ursprung. [11]) ar. Güte. [12]) mwenyi mji. [13]) ar. Kaffee. [14]) ar. süsse Speise. [15]) ar. nachdenken. [16]) ar. lass dich nicht stören (sei unbesorgt). [17]) zu ergänzen mambo. [18]) nitakuja.

ḥatta ilipopata siku ya pili, yule manamke mzee akenda, akamkuta yule kijana mgeni, aliyekimbia h'arusi yake, kamwambia:[1]) „ēwe[2]) kijana, unatoka wapi? sijapata kukuona katika mji huu ḥatta siku moja!" akaona ṣura[3]) zake za kitajiri yule kijana. akamjibu yule kizee: „mimi natoka mji fulani." yule kizee akamwambia yule kijana: „nambie kweli, iliyokuleta mji huu i nini? kama umeleta bi'ashara[4]) ya kuza — nambie mimi, ntakutia watu wangu wanunue; na kama umeleta feḍḍa wataka kununua vitu, mimi ntakuletea vitu utakavo;[5]) na kama umepoteza kitu, nambie mimi, ntakupa khabari zake; na kama umekuja kutafuta mganga, nambie mimi, ntakuletea; na kama umeḍiqika[6]) na neno, nambie mimi, ntakutengenezea bassi."

yule kijana akamwuliza yule mzee: „ma'ana ya kuniuliza maneno yote haya, ma'ana yake i nini?" yule kizee akamwambia yule kijana: „mimi hapa katika mji huu ndimi[7]) mzee wa aṣili[8]), kulla mtu mwenyi neno lake huja kwangu, hamfanyia[9]); nami sikuwachi[10]) — illa unambie lililŏ moyoni mwako, siondoki."

bassi yule kijana akamambia khabari yake yote, akamwambia: „mimi ni mtoto wa tajiri mkubwa sana, na baba yangu anipenda sana, amenioza mke; ḥatta siku ya kuingia nyumbani, nimekwisha vaa nguo zangu za mali, nimejifunga selaḥa[11]) zangu, nimefanya uzuri wangu, akapita mzee mmoja wa kike, kama hivo wewe uzee wako. aliponiona ḥali niliyo — akauliza: „mtoto yule ana nini, aliyejipamba sana?" akaambiwa: „yule ni h'arusi, leo ataingia nyumbani." akasema: „masskini! namsikitika kijana yule!" aliposema maneno yale yule kizee, hasikia[12]) mwenyewe, hastuka, hafanya khofu[13]) nafsi yangu, tena hata'ajjabu ya h'arusi kuwa neno baya, naye amesema maneno yale. bassi — hakimbia, hashuka pwani, chombo hajipakia[14]), hashukia mji huu, hakutana na huyu msimamizi, twajuana tangu kwetu, alikuwa msimamizi wa baba; aliponiona, akaniqaribisha hapa nyumbani pake."

akamwambia: „ni hilo jawabu yenyi[15]) kukushughulisha — ni jambo dogo, hilo juu yangu, nitakuonya[16]) milango uingie — utoke." kisha yule kizee akotoka, akenda kwa mke wa sulṭani, akamwambia: „ēwe, mke wa sulṭani, huna khabari, chamba[17]) hapa mjini pameingia kitu 'azizi[18]), nawe huna khabari nacho? amekuja kijana mmoja mzuri

[1]) akamwambia. [2]) als Anruf für wewe meist gebraucht. [3]) ar. Form, Gestalt. [4]) ar. Handel. [5]) utakavyo. [6]) ar. ḍaiq Noth, Enge; ka ist passive Endung im Suaheli, ḍiqika in Noth, Sorge sein. [7]) ndio mimi. [8]) ar. Ursprung. [9]) zu ergänzen mambo yake oder shughli zake. [10]) sikuachi. [11]) ar. Waffen. [12]) nikasikia. [13]) ar. Furcht. [14]) nikajipakia. [15]) besser lenyi. [16]) neben onyesha. [17]) kama. [18]) ar. theuer, mächtig, stark.

sana, hapatikani dunyani[1]) mwingine kama huyu." yule mke wa sulṭani akamwambia yule kizee: „umenitia waswasi, utafanyaje ḥatta ukanitia kijana huyu — roḥo itulie?" yule kizee akamwambia mke wa sulṭani: „stareḥe, takuletea[2]) huyu kijana hapa nyumbani pako."

akatoka yule kizee ḥatta kwa yule kijana mgeni, aliyekimbia h'arusi, akamwambia: „utasikiza maneno yangu, nitakayokwambia, ao utanikhalifu[3])?" yule kijana akamambia yule kizee: „mimi siwezi kukhalifu, qadri unambialo — ni mwenyi kufuata, ḥatta ukanambia tuingie mtoni — taingia[4])."

yule kizee akamambia yule kijana: „hii khabari yako yote nimekwisha mweleza mke wa sulṭani, asema „hana buddi[5]) nawe shuruṭi[6]) nikupeleke nyumbani kwake." yule kijana akamambia yule kizee: „utanipelekaje nyumbani kwa sulṭani na 'askari[7]), wataka hauawe[8])?" yule mzee akamambia yule kijana: „usifanye khofu, mimi nyumbani kwa sulṭani i rukhṣa, qadri nifanyalo, sina anizuize. ḥatta nijapoingia sina aniulizaye." yule kizee akamambia yule kijana: „kesho usiondoke hapa barazani, mimi nitakuja na ṣaḥani kupima ḥalua[9]) hapa pa mwenyeji[10]) wako; hisha[11]) pima, ukaniona nimeshika ṣaḥani[12]) ya ḥalua kuchukua, ruka nje unipokee ile ṣaḥani uchukue wewe. mwenyeji wako akikuzuia — usiqubali kabisa kabisa, ḥatta uchukue wewe ile ṣaḥani ya ḥalua."

bassi, kwa siku ya pili akaja yule kizee kupima ḥalua. akisha pima ḥalua, yule kijana akaruka, akashika ile ṣaḥani ya ḥalua kuchukua. yule mwenyeji wake asiqubali, akamambia: „niata[13]) nichukue mimi mwenyeji, wewe kijana mgeni hujui paḥala." yule kijana asiqubali, wakagombea ile ṣaḥani yule kijana na mwenyeji wake, ḥatta ṣaḥani wakaivunja. yule kizee akawambia: „lipeni ṣaḥani yangu mliyovunja, walla ḥalua yenu sitoi tena mapesa." akaondoka yule mwenyeji, akaingia ndani, akaleta ṣaḥani kama ile, akampimia na ḥalua yake iliyomwaika.

akaondoka yule kijana mgeni, akachukua ile saḥani, ili kutimiza yale maagano yao, waliyoaganagana na kizee. akatangulia mbele na yule kijana yuko nyuma, ḥatta wakafika nyumbani kwa sulṭani; kama walivofuatana[14]), kizee mbele na kijana nyuma, wakiingia[15]) ndani. wanataka kupanda juu ghorfani.

bassi, wale 'askari, waliopo mlangoni, wakasema katika moyoni:

[1]) ar. Welt. [2]) nitakuletea. [3]) ar. ungehorsam sein. [4]) nitaingia. [5]) ar. Ausweg. [6]) ar. Bedingung. [7]) zu ergänzen wako wengi. [8]) nikauawe. [9]) ar. süsse Speise. [10]) Gastfreund. [11]) nikisha. [12]) ar. Teller. [13]) niache. [14]) walivyofuatana. [15]) wakaingia.

„mbona huyu kizee leo anaingia na mtoto mwanamme? nayo si desturi yake, si afaḍal[1]) tumzuie asiingie, kwani twachelea sulṭani kutufunga na kutupiga.“ kiisha wakaona kheri — wamwache, ajipitie kizee apendezavyo[2]), asije akatutongea[3]) kwa sulṭani, tukaja tukapata ʿażabu[4]) ya burre, bassi.

wakamwachia, akaingia kizee pamoja na yule mtoto, ḥatta alifika kwa huyu bibi wa sulṭani. akenda akakaa paḥala penyi viatu kama kitwana, na wale vijakazi na baqi[5]) ya vitwana vilivyo mle nyumbani, wakamt͟hannia[6]) ni kitwana Gorjia[7]) wa sulṭani, analeta ḥalua ya bibi yake.

na yule mke wa sulṭani alipomwona yule kijana — akapoṭea na ʿaqili, akampenda mno wa ʿajabu[8]) kwa uzuri muungu aliompa yule kijana — kwa uso mdawwari[9]), kwa shingo ya mwanzi, kwa macho ya kikombe, pua ya upanga, mikono ya pino[10]), mwili umeviringana, na meno ya pembe.

bassi, yule mke wa sulṭani akamwambia kizee: „mchukue huyu kijana sasa, ḥatta ukisikia mueżżini[11]) akiażżini — njoo naye bassi.“

yule kizee akashuka pamoja na yule kijana. bassi mke wa sulṭani akajitengeneza mwili wake kwa kujisinga na kufanya uzuri na kuvaa nguo nzuri na manukato mazuri, ili kumfuraḥisha yule kijana mgeni.

ḥatta ilipofika waqati[12]) wa kuṣali[13]), yule kizee akampitia yule kijana, akamwambia: „haya, twende zetu!“ yule kijana akamfuata kizee ḥatta kwa mke wa sulṭani, bassi. yule mke wa sulṭani akamwambia yule kijana: „ingia humo — ukajifiche ukangoje.“

marra akaja yule sulṭani. alipomwona mkewe, akat͟hanni „huo uzuri afanyao mke wangu leo — anifanyia mimi;“ akenda kuṣali. alipoṣali ʿisha[14]), sulṭani akenda barazani, asiweke barza[15]) leo kwa shauqu[16]) ya mkewe; ḥatta watu, waliopo barazani, wakataʿajjabu „sulṭani ana nini leo?“

ḥatta kuingia kwake ndani yule sulṭani, kufika mlangoni, akamwona yule mkewe ameshika moyo, apiga kelele sana, akalia: „ninakufa mimi leo!“ yule sulṭani akasema moyoni mwake: „ana nini leo

[1]) ar. besser. [2]) neben utakavyo wie du willst, upendavyo wie du beliebst, sei so gut. [3]) verläumden. [4]) ar. Strafe; die Suaheli gebrauchen häufig adabu Anstand im Sinne von Strafe, kupata adabu jd. Anstand beibringen, ihn bestrafen. [5]) ar. Rest. [6]) ar. glauben. [7]) weisser Sklave aus Georgien. [8]) ar. Wunder. [9]) ar. rund. [10]) weiss wie das pino-Holz. [11]) ar. Gebetausrufer. [12]) ar. Zeit. [13]) ar. beten. [14]) ar. Abendgebet beten. [15]) in der Bedeutung von Gerichtssitzung. [16]) ar. Verlangen, Lust.

mwanamke huyu, mke wangu? leo amejipampa, na mimi nimevunja baraza mapema qaṣidi[1]) kuja kuanisi[2]) kwake, na sasa mambo ni haya?" bassi kamwuliza[3]) mke wake: „una nini, mke wangu?" akamwambia: „moyo wangu unaniuma." akamwuliza: „tangu lini moyo huu unakuuma?" akamwambia: „tangu ujana wangu." akamwuliza: „zamani unapokuuma unafanyia dawa gani?" yule mwanamke akamambia mumewe: „kama moyo wangu unaniuma, lazima nitulie nisiseme neno." sulṭani akamambia: „vema, mke wangu, ntatoka ukae pekeyako, kesho inshallah umekwisha pona." mkewe akamambia: „kwa ḥeri, mume wangu, kesho inshallah, nimekwisha ona vema moyo wangu." sulṭani akatoka, naye mwanamke akenda kwa yule kijana kuzungumza naye.

ḥatta aṣubuḥi kulipokucha, akaja yule kizee kumchukua yule kijana, akaja akamtoa akampeleka ḥatta nyumbani kwa yule mwenyeji wake, akamambia: „kaa, na mimi ntakuja kesho kukutazama." akamambia yule kizee: „ngoja, kwanza nikueleze khabari, alizofanya yule mke wa sulṭani." yule kizee akakaa kitako, yule kijana akamweleza vitembe[4]) na ḥila[5]) zote, alizofanya[6]) yule mke wa sulṭani.

alipokwisha mweleza, yule kizee akamambia yule kijana: „tulizana[7]), utaona mambo mangine; nawe kwa ḥeri, nakwenda zangu, kesho ntakuja." akenda zake yule kizee kwa mke wa waziri, akamweleza mambo yote, aliyofanya[8]) mke wa sulṭani, akamṣifia na yule kijana ḥali aliyo mzuri. na mke wa waziri akaingia ni shauqu[9]) kupita mke wa sulṭani. akamambia yule kizee: „mlete kwangu huyu kijana nimwone."

bassi yule kizee kwa siku ya pili akenda kwa yule mtoto, asifike nyumbani, akasimama kwa mbali, akamkwiza[10]) kwa mbali. yule kijana yupo barazani. alipopeleka macho, akaona yule kizee anamwita. yule kijana akaruka marra, akenda akaonana na yule kizee. akamambia: „kesho ntakuja kukutwaa jioni, mke wa waziri anakuita."

bassi kwa siku ya pili kaja[11]) yule kizee, akaja akamchukua akenda naye ḥatta nyumbani kwa mke wa waziri, akampandisha juu ghorfani. na yule mke wa waziri tangu mchana anajitengeneza nafsi[12]) yake, na kutengeneza chumba chake, kama vile mke wa sulṭani. bassi, akamtwaa yule kijana, akamficha ghorfa ya pili.

bassi yule waziri alipoona, mkewe anajitengeneza, akafuraḥi sana akasema: „mke wangu ajitengeza kwa mimi!" hana khabari — mkewe

[1]) ar. Absicht. [2]) ar. jd. familiär behandeln. [3]) akamwuliza. [4]) Schliche. [5]) ar. List. [6]) alizozifanya. [7]) beruhige dich nur. [8]) aliyoyafanya. [9]) ar. Verlangen. [10]) zuwinken, ein Zeichen geben. [11]) akaja. [12]) ar. Seele.

yuna[1]) mambo mangine — yake mwenyewe, ayatakayo[2]) kuyafanyiza. bassi yule waziri alipokwisha kunywa qahawa[3]) kwa sulṭani, marra na kumwaga sulṭani wake, akenda zake nyumbani kwake.

bassi yule sulṭani akatafakari[4]): „huyu waziri wangu ana nini? leo ameondoa desturi; na kulla siku, barza[5]) ikisha vunjika, hukaa mimi naye tukazungumza kwa faragha[6]), leo hakuwaje? ana nini?" yule sulṭani akatoa mtu akamambia: „mfuate ukamtazame." akamfuata, akamwona yule waziri ameingia nyumbani mwake. akarudi yule mjumbe wa sulṭani, akamjibu sulṭani, akamambia: „sikuona kuingia maḥala pengine illa nyumbani mwake, na mlango wa nyumba yake umekwisha fungwa."

bassi yule waziri kufika nyumbani kwake, akasikia mkewe apiga kelele, ameshika na kidole cha mkono, analia kwa kelele. bassi yule waziri akasema: „mke wangu ana nini? mchana kutwa akajitengeza, na kupamba nyumba, na mimi nimevunja baraza maqṣudi[7]) kustareḥe[8]), na sasa mwanamke hawezi." akamuliza: „mke wangu, una nini?" akamambia: „siwezi, chanda cha mkono chaniuma;" analia sana, na chanda amekishika mkononi.

yule waziri akamuliza: „tangu lini chanda hiki chakuuma?" akamambia: „tangu zamani udogo wangu, lakini hunijia baʿada ya miaka miwili — huja marra moja." na yule mwanamke anapiga kelele, anasema: „kanitieni wazee wangu, nakufa mimi leo." akamuliza: „bassi, dawa yake i nini?" akamambia: „lazima damu itoke." akashika kisu, akajikata kidole, damu ikatoka nyingi. akamambia mumewe: „tafaḍḍali niache nilale pekeyangu, afaḍali takwenda[9]) ghorfa ya pili nikapumzike." akamambia: „nenda, mke wangu, kapumzike." akatoka yule manamke, akenda ghorfani ya pili kwa yule kijana.

ḥatta kulipokucha, akaja yule kizee, akamchukua yule kijana, akenda naye ḥatta kwa mwenyeji wake. kisha yule kijana akamambia yule kizee: „kaa, nikueleze mambo ya mke wa waziri yalivo[10]) makubwa." yule kizee akakaa kitako, akamweleza.

alipokwisha mweleza akamambia: „sasa mimi ntasafiri, mji huu sitaweza kukaa ulivo[11]) na mambo makubwa." yule kizee akamambia yule kijana: „wewe wataka kusafiri upesi, bado mimi sijakupeleka kwa mke wa qaḍi[12])? leo ntakwenda kumuliza mke wa qaḍi, na kesho ntakuja kukuchukua."

[1]) veraltete Form für ana. [2]) oder anayoyataka. [3]) ar. Kaffee. [4]) ar. nachdenken. [5]) baraza. [6]) ar. Musse. [7]) ar. Absicht. [8]) ar. sich ausruhen. [9]) nitakwenda. [10]) yalivyo. [11]) ulivyo. [12]) ar. (geistliche) Richter.

bassi yule kizee akenda kwa mke wa qaḍi, akamweleza mambo, waliyofanyiza mke wa sulṭani na mke wa waziri, akamṣifia na uzuri wa yule kijana alio nao. yule mke wa qaḍi akamambia yule kizee: „tafaḍḍali, ukaniletee kijana mgeni huyu, haja[1]) hamonyesha[2]) mambo yote wafanyayo.“ yule kizee akamambia yule mke wa qaḍi: „lini[3]) wataka nimlete huyu kijana?“ akamambia: „mlete siku ya jum'a sa'a ya tiss'a za mtana[4]).“

yule kizee akatoka akenda zake, akenda akampa khabari yule kijana. na yule mke wa qaḍi akatoa watu wawili, watumwa wake, akawambia: „nendeni Kiungani[5]), ndani ya nyumba yangu mkachimbe shimo ambalo[6]) ni pana, mtu husimama kwa nafasi[7]) na kwa kulla kwa nafasi liwe na wasa'a[8]), walla msimambie mtu. walla waqati[9]) wa kuchimba msionekone ni[10]) mtu. na mkisha chimba hilo shimo, shurṭi liwe pembeni[11]) ya nyumba kwa ndani. kisha[12]) hilo shimo mlifunike kwa busaṭi[13]) na mazulia[14]), mtu yo yote[15]) asitambue ṣhamba hapa pana shimo.“

bassi wale watwana wakenda, wakafanya kama walivoamurwa ni[16]) bibi yao. kisha yule mke wa qaḍi akamambia yule kizee: „huyu kijana kamtwae[17]) siku ya jum'a, ukamweke nje ya mji njia ya Kiungani, mimi ntapita na gari, ntamchukua.“

yule mke wa qaḍi akamambia mumewe: „mume wangu, mimi kesho napenda kwenda Kiungani kwenda kutembea, na mimi ntaondoka sa'a ya tiss'a; na wewe, ikisha vunjika barza[18]) ya sulṭani. panda baghla[19]) wako, sa'a ya kumi uje, unifuatie Kiungani.“ akamambia: „vema, mke wangu, wewe tangulia sa'a ya tiss'a, na mimi ntakuja sa'a ya kumi.“

bassi ilipofika sa'a ya tiss'a, yule mke wa qaḍi akapanda gari. akatoka. akapita njiani, akamkuta yule kijana amevaa kisibao chekundu, akafungua gari, akampandisha yule mtoto, wakenda zao ḥatta Kiungani. na yule mchunga wa gari hakumona yule kijana, alipopandishwa juu ya gari.

walipofika Kiungani, akashuka juu ya gari yule mtoto. akamficha

[1]) nikaja. [2]) nikamonyesha. [3]) besser wäre wataka nimlete lini. [4]) mchana. [5]) Vorort von Zanzibar. [6]) alte Relativform. [7]) ar. Raum. [8]) ar. Freiheit. [9]) ar. Zeit. [10]) na. [11]) pembe hat auch die Bedeutung Ecke, pembe ya njia Strassenecke, pembeni in der Ecke; hier besser pembeni mwa. [12]) ikiisha. [13]) ar. Matte spec. Moscheematten. [14]) ar. Decke, Teppich. [15]) mtu wo wote. [16]) von und durch beim Passiv im N. (Tanga, Pangani) meist ni für na. [17]) ukamtwae. [18]) baraza. [19]) Maulthier.

ndani ya shela[1], akashuka naye, asionekane ḥatta ni[2]) mtu mmoja. akamtia ndani, akamweka ukumbini[3]), akamambia: „kaa kitako.“

kisha yule mwanamke wa qaḍi akawambia watumwa wote waliopo: „pale Kiungani wake kwa waume kulla mtu na ashike njia ende[4]) zake, mjapokwitwa — msije; na wewe mchunga gari kasimame njia kuu, bassi.“

ilipopata sa'a ya kumi, amwona mumewe anakuja, amepanda baghla wake, anakuja mbio. marra akamtwaa yule kijana, akafunua zulia, akamtia shimoni. kisha yule qaḍi akapiga kelele kutaka mtu, aje amshike yule baghla, ashuke, asipate ḥatta mtu mmoja. kiisha yule mwanamke akamambia mumewe: „shuka mwenyewe, hapa hapana mtu.“ akashuka yule qaḍi, akamfunga mwenyewe baghla wake panapo kinguzo cha nyumba.

wakakaa juu ya kibaraza wanapumzika. na katika kiunga kile mbele yao imo mitende imezaa sana. bassi, yule mwanamke akamambia mumewe: „bwana, naṭam'ani[5]) zile tende, nani ataniangulia?“ yule mume akamambia: „shamba hapana mtu, mimi ntakuangulia.“

akaondoka yule qaḍi akapanda juu ya mtende. yule mwanamke akaingia sebuleni, akafungua madirisha yote. kiisha yule mwanamke akamtoa yule kijana ndani ya shimo, akamambia: „haya njoo.“ yule kijana akaja, akakaa naye pamoja.

yule qaḍi juu ya mtende akamwona mkewe na yule kijana, akamambia mkewe: „mke wangu, unafanya nini?“ akamambia: „sifanyi neno.“ akamambia: „naona kijana kimoja ana kisibao chekundu nawe pamoja.“ akamambia: „ḥasha[6]) ya kumbe[7]) mtu huyu! na hapa ni mimi na wewe.“

yule qaḍi akashuka juu ya mtende; yule mwanamke marra akamtwaa yule kijana, akamtia ndani ya shimo. yule qaḍi akaingia ukumbini, akatazama — haoni mtu.

kisha yule mwanamke akamambia mumewe: „huwachi upuzi na waswasa[8])? mimi nataka hizo tende leo kaniangulie!“ yule qaḍi akapanda tenna katika mtende, akaona vivile[9]) yule kijana na kisibao chekundu. akashuka tenna qaḍi, akamambia: „ginsi gani mwanamke wewe unanidanganya? mbona, nalipopanda marra ya pili, nimeona

[1]) grosser schwarzer Schleier. [2]) na. [3]) der vordere und hintere, an der Vorder- und Hinterthüre gelegene, nicht geschlossene Raum in den Suaheli-Häusern heisst ukumbi, ukumbini. In Inder- und Araber-Häusern werden die im inneren Hofraum befindlichen Veranden so benannt. [4]) aende. [5]) ar. Verlangen haben. [6]) ar. es sei fern von, meist ḥasha lillah gesagt „Gott behüte.“ [7]) Ausruf der Verwunderung „das ist nicht so.“ [8]) ar. böser Gedanke. [9]) oder vilevile.

umekaa pamoja na huyu kijana kama kwanza?" na yule mwanamke amekwisha mficha yule kijana, akamambia: „ēwe, mume wangu, huwachi waswasi ulio nao? hapana mtu — ao tazama." akatazama yule manamme — haoni mtu. kisha yule mwanamke akamambia mumewe: „kaa kitako hapa ukumkini, mimi ntapanda juu ya mtende."

bassi yule qaḍi akakaa kitako, ḥatta alipokwisha panda yule mwanamke juu ya mtende, akamambia mumewe: „wajua? na mimi nakuona kama ulivoniona; jinsi gani?" akamambia: „naona huyu mtoto, aliyevaa kisibao chekundu, anakaa nawe pamoja." akamambia: „sasa shuka, mke wangu, juu ya huu mtende."

yule mwanamke akashuka, akaja ukumbini akasema: „mbona sioni mtu?" qaḍi akamambia mkewe: „khabari hii ni kubwa sana, labda nyumba hii ina jini[1]), kulla apandaye juu ya mtende huona mi'ujiza[2]) hii." akamambia mkewe: „ngoja, marra hii nipande nitazame, nipate ṣadiqia[3]) moyo wangu."

bassi qaḍi akapanda juu ya ule mtende. alipopanda, yule mwanamke akamtoa yule kijana ndani ya shimo, akamambia: „haya, toka shimoni mwako, njoo kwangu." yule qaḍi akapeleka macho, naye yuko juu ya mtende, akaona vivile kama kwanza ameona mkewe pamoja na yule kijana mwenyi kisibao chekundu.

bassi yule qaḍi akatoka shakka[4]), akajua — kweli nyumba hii ina jini. akashuka juu ya ule mtende na kikapo cha tende, akaja akala na mkewe. kiisha yule qaḍi akapanda baghla wake, akenda zake, akaagana na mkewe. qaḍi akatangulia, na yule mwanamke ba'ada ya sa'a moja akaondoka, akaja zake mjini.

alipokuja ḥatta njiani, pale alipomtwaa yule kijana, akaja akamweka papale, akamqabiḍi[5]) yule kizee amana[6]) yake; kizee kikatukua[7]) amana yake. na yule kizee akamtwaa yule kijana, akampeleka kwao kwa yule mwenyeji wake; na yule mwanamke akenda nyumbani kwake.

yule kijana na yule kizee, walipofika nyumbani kwao, yule kijana akamambia yule kizee: „kaa kitako, nikueleze khabari ya mke wa qaḍi." yule kizee akakaa kitako, akameleza jami'e[8]) ya khabari tangu mwanzo ḥatta mwisho.

kesha[9]) yule kijana akaingia ndani, akatoa denari elfu, akampa yule kizee bakhshishi[10]) yake, akamambia: „twaa bakhshishi yako kwa

[1]) böser Geist. [2]) ar. Wunder. [3]) ar. glauben. [4]) ar. Zweifel. [5]) ar. übergeben. [6]) ar. Sicherheit, Pfand. [7]) chukua. [8]) ar. all. [9]) ikiisha. [10]) ar. Belohnung.

mambo uliyonifanyia na uliyonionyesha." yule kijana akamwaga yule kizee, akamambia: „kwa ḥeri, kesho ntasafiri kwenda kwetu." yule kizee akamambia yule kijana: „hutaki tenna kukaa, nikakuonye mambo kushinda haya?" akamambia: „nipenda[1]) kukaa, lakini siwezi tenna kukaa kwa mambo naliyoyaona — yanitosha, kheri nende zangu, walla hatuna tenna mimi nawe maneno na hivi, kwa ḥeri, nenda zangu.

kisha yule kijana akamwaga mwenyeji wake, yule aliyefikia kwake, aliyekuwa msimamizi wa baba yake, akamambia: „mimi kesho ntanauli[2]) merkeb, nataka kusafiri kwenda kwa babangu." akamambia: „vema, nisalimie wazee wako sana." bassi yule kijana akanauli merkebu, akajipakia, marra akasafiri akenda kwao.

kisha safiri, yule kizee akaja kwa yule mwenyeji wa yule kijana, aliyekwenda mtafuta kizee marra ya kwanza, akamambia: „kwangu kimekuja kijana mzuri, amekimbia kwao, amemkimbia baba yake na h'arusi yake, bassi nikakwambia, ufanye tartibu na ḥikma[3]) ḥatta kijana arudi kwao, kwani kijana ni mtu wa ṣaḥibu[4]) yangu, nimekula faḍili[5]) yao; ukanambia „tayyari[6]), lakini utanipani[7])?" nikasema: „takupa[8]) dinari elfu." kizee akamambia: „haya, kazi yangu imekwisha, kijana amekwisha safiri, nataka ḥaqqi[9]) yangu twaliyoagana." yule mwenyeji akaingia nyumbani, akenda akatwaa dinari elfu, akampa. yule kizee akamambia yule mwenyeji: „wajua? na yule kijana amenipa kama hivo ulivonipa — denari elfu."

yule kijana kufika kwao — mji ukapiga mshindo mkubwa sana wa furaḥa ya yule kijana, sababu babaye, alipopotea mwanawe, naye hamjui alipokwenda, akaweka matanga na mṣiba[10]). bassi uṣuli[11]) wake mtoto[12]) babaye mtoto akatoa mali mangi kwa furaḥa, akataṣaddaq[13]) fuqaraye[14]) na maskini.

bassi yule babaye mtu siku moja akamambia mtoto wake: „wataka kuingia nyumbani kwako, tukutengezee 'arusi yako?" yule kijana akamjibu babaye, akamambia: „chamba[15]) wataka ningie[16]) nyumbani, shurṭi ukanijengee Maziwe[17]), nikae pekeyangu, sitaki kukaa na watu." bassi yule babaye marra akapeleka watu Maziwe, wakenda wakajenga nyumba ya bao kamba[18]) na tanaki[19]) mudda wa mwezi mmoja.

[1] napenda. [2]) griech. Fracht; im suah. Fahrgeld, hier im Sinne von miethen. [3]) ar. Weisheit. [4]) ar. Freund. [5]) ar. Wohlthat. [6]) pers. bereit. [7]) utanipa nini. [8]) nitakupa. [9]) ar. Recht, rechtliche Forderung. [10]) ar. Unglück, Trauer. [11]) ar. Ankunft. [12]) uṣuli wake wa mtoto. [13]) ar. Almosen geben. [14]) fuqara yake — ar. arm, bedürftig. [15]) kama. [16]) niingie. [17]) eine kleine unbewohnte Insel vor Pangani; der Erzähler ist aus Pangani. [18]) Dachsparren. [19]) Messingplatten.

kisha yule kijana anaiandika ile khabari yote, aliyoiona kwa mke wa sulṭani na waziri na mke wa qaḍi; kulla neno, viṣṣa[1]) vyote alivofanyiza[2]) akaviandika katika qarṭasi[3]).

bassi nyumba anayomjengea babake kule kisiwani imekwisha, ikatiwa saʿamani[4]) kwa vitanda vya maʿadini[5]) na viti vya mazwari, kwa meza zurizuri, kwa vyoo vikubwa, kwa matandiko ya fakhsi[6]), mazulia rumea[7]). akamfanyia na karamu kubwa sana. watu wote mjini wakala karamu hiyo. akapelekewa mkewe, akaingia nyumbani, akamfanyia na fungate[8]) siku sabʿa, kulla siku huenenda watu wengine, qabila[9]) ningineningine, kenda kula vyakula.

kisha yule kijana akamambia babaye: „nyumbani kwangu sitaki mtumwa, mke walla mume, nataka nikae mimi na mke wangu bassi, ḥatta chakula nipikiani kuko huko kwenu, mniletee tayyari.“ babake akamambia: „tayyari.“ bassi yule babaye akamambia mtwana mmoja: „wewe ndiwe amini[10]) kwangu, kaa tayyari, ata[11]) na shughli zako zote, usiwe na kazi illa kupeleka chakula kwa bwana wako kisiwani.“ yule mtwana akamambia: „tayyari, bwana.“

bassi yule babaye akafanya mashua[12]), akikaa tayyari aṣubuḥi humpikia chayi[13]) kwa namna[14]) ya vyakula, na saʿa ya tatu akampelekea matunda anwaʿi[15]) zote, na a<u>th</u>uhuri[16]) wali, na alʿaṣiri[17]) akampelekea sharbati[18]) namna zote. na baʿada essalati[19]) elmaghribi[20]) akampelekea sinia[21]) ya maandazi ambayo[22]) ya vyakula usiku.

bassi yule kijana haoni mtu mwingine illa yeye na mumewe. ḥatta ilipopata miezi mitatu, yule kijana mwanamke akamwaga mumewe, akamambia: „nataka rukhṣa[23]) kwenda kutazama wazee wangu, siku zimekuwa nyingi.“ bassi yule mwanamke kulla akimwaga mumewe kutaka rukhṣa, yule mumewe humjibu: „mimi nimekwisha andika zamani.“ na yule kijana manamme zile qarṭasi alizoandika[24]) vile viṣṣa vya mke wa sulṭani na mke wa waziri na mke wa qaḍi — qarṭasi zile zote amezificha chini ya kitanda.

[1]) von qiṣṣa Sache ar. ist plur. viṣṣa gebildet. [2]) alivyovifanyiza. [3]) ar. Papier. [4]) gudz. Hausgeräth, Möbel. [5]) ar. Mine, hier Metall. [6]) Polster. [7]) ar. oströmisch-byzantinisch. [8]) werden die 7 ersten Tage nach der Hochzeit, während welcher der Bräutigam das Haus nicht verlässt, genannt. In vielen Bantudialekten heisst fungate noch sieben, z. B. kissukuma : pungáti, kihehe : mufüngate etc. [9]) ar. Stamm. [10]) ar. treu, zuverlässig. [11]) acha. [12]) hindust. Boot; mashua ist die Bezeichnung für europäisches Boot. [13]) chin. Thee. [14]) ar. Art. [15]) ar. Sorte. [16]) ar. Mittag. [17]) ar. Nachmittag. [18]) ar. Getränk. [19]) ar. Gebet. [20]) ar. Sonnenuntergang. [21]) ar. grosse Metallschüssel. [22]) alte Relativform. [23]) ar. Erlaubniss. [24]) alizoziandika.

ḥatta siku moja yule manamme aingia mashuani, akenda mjini kumtazama babaye. yule kijana mwanamke anatandika kitanda, akafunua tini[1]) ya kitanda, ukaona zile qarṭasi, akazisoma, akaona yale maneno yote, aliyoandika[2]) ya viṣṣa vya yule mke wa sulṭani na mke wa waziri na mke wa qaḍi. yule kijana manamke ndipo katambua[3]) „huyu mume wangu, ndio ma'ana — kulla humwaga nataka kwenda kwetu kutazama wazee wangu — akanikataza, ndio ma'ana yake, lakini vema, haiḍuru[4]), dawa yake naijua mimi.

na yule mume kulla siku henda[5]) mjini aṣubuḥi. siku moja akenda zake, yule kijana mwanamke ashughulia[6]) dirishani[7]), akaona ngalawa, ndani yake mna mvuvi anavua. na yule mvuvi ile ngalawa yake ameiweka chini ya nyumba kabisa, anajiziba jibaridi la baḥari. na huku anainua uso wake, anatazama juu ya nyumba, anatazama yule mwanamke kidogo kidogo kwa khofu. ḥatta kisha yule mwanamke akamuliza yule mvuvi: „unatazama nini huku juu ya nyumba? unataka nini?“ yule mvuvi akamambia: „añalo tazamalo, lakini naogopa, sithubutu[8]) kusema.“ akamambia: „sema, utanipiga mzinga[9]).“ akamambia: „nataka kuonana na wewe, u tafaḍḍali ukanipe rukhṣa nikaja huko juu.“ akamambia: „huna ḥaya? ata[10]) neno khanithi[11]) wewe, walla hutaki kuja juu qiasi[12]) ya kuningilipo 'aqili mimi.“ bassi yule mvuvi akamambia yule mwanamke: „chamba[13]) wataka, ujue, chamba ni kile nifanyeje ni ruka, na nyumba yako imetiwa qufuli[14]) kwa nje. akamambia: „chamba unataka kuja huko juu kusema na mimi. bassi kanivulie udanga[15]) uwe mzima usiwe umekufa, unileteee, bassi hapo utanipata kusema nami.“ bassi yule mvuvi akamambia: „hayo[16]) ni madogo, kesho waqati kama huu udanga utakuwaṣilia.“ na yule kijana akamambia: „uletapo udanga nilioutaka, nawe utapata ulitakalo[17]).“ bassi mvuvi akenda zake kutafuta udanga ulio mzima.

bassi yule mume wa kijana akarudi mjini, yule mkewe akamambia: „mume wangu, kesho wendapo mjini ninunulie tikiti[18]) unileteee.“ akamambia: „vema.“

ḥatta kwa siku ya pili manamme akenda zake mjini kama dasturi[19]) yake, henda[20]) aṣubuḥi ḥatta sa'a nne hurudi nyumbani kwake. bassi yule mume alipokwenda zake mjini, yule mvuvi akarejea na ule uda-

[1]) chini. [2]) aliyoyaandika. [3]) akatambua. [4]) es schadet nichts. [5]) huenda. [6]) ar. sich beschäftigen. [7]) ar. Fenster. [8]) ar. fest, muthig sein. [9]) „du feuerst mir eine Kanone ab“ — und ich weiss nicht warum, d. i. du machst mich neugierig. [10]) acha. [11]) ar. verderblich, schlecht erzogen. [12]) ar. Maass. [13]) kama. [14]) ar. Schloss. [15]) essbare Krabbenart. [16]) zu ergänzen mambo. [17]) zu ergänzen neno. [18]) Wassermelone. [19]) neben desturi. [20]) huenda.

nga kimu, akampa yule kijana mzima, akamambia: „fungua mlango, nipite na hili danga." akamambia: „mume wangu endapo mjini ufunguo hutukua[1], lakini takushushia[2]) jikapo uwatie hawa danga, na wewe kesho waqati kama huu njoo utakuja pewa ḥaja yako."

akarejea mume wake, amechukua na lile tikiti alilotaka mkewe. kisha yule mwanamke akalitwaa lile tikiti, akalitoa vitu vilivyo ndani ya tikiti; kisha akalitia lile danga lote ndani ya tikiti. akaliziba kama kwanza, mtu hatambui, akaliweka ḥatta al'aṣiri[3]).

alipoamka mumewe usingizini, akalitwaa lile tikiti, akalikata mbele ya mumewe. alipolikata likatoka lile danga ndani ya tikiti. yule mwanamume akata'ajjabu ya danga kutoka ndani ya tikiti, akamambia mkewe: „lizoe[4]) hilo danga, uliwache, uliweke ḥatta jioni, akija mtu kuleta chakula — tutampa apeleke mjini likapikwe." yule mwanamke akasema: „vema." akalitwaa lile danga, akachukua ḥatta katika shimo la choo, akalitia. yule mumewe akamuliza: „umekwisha liweka?" akamambia: „nimekwisha."

wakakaa ḥatta maghribi[5]), akaja yule mtwana, aletaye chakula. yule mwanamme akamambia mkewe: „kalitwae[6]) lile danga ndani ya tikiti, tuje tumpe huyu mtwana alipeleke mjini likapikwe." yule mwanamke akamjibu mumewe: „ēwe, mume wangu, una wazimu? kuna danga kutoka ndani ya tikiti? umeona wapi?" yule mwanamme akapiga mkewe. na yule mtwana yote yale maneno yao na d'awa[7]) zao anasikia yote.

yule mtwana akarudi mjini, akenda akawambia wazee wao, akawambia: „yule bwana umeingia wazimu." „jinsi gani?" akawambia: „anampiga mkewe, kwa sababu anataka danga, litokalo ndani ya tikiti; yule mwanamke kulla[8]) akamambia: „dunyani hapana danga, litokalo ndani ya tikiti," bassi -- kulla akamambia huzidi kumpiga."

bassi wale wazee waliposikia kama yale[9]), wakenda wakamwona ni kile[10]) — humpiga mkewe burre. wakamtwaa yule kijana mwanamme, wakamfunga pingu na mti katti[11]), wakamambia mkewe: „usimwache mtu akaingia nyumbani, mwache kizani, kwani ndio dawa ya wazimu; akisha ona vema, tuletee mtu tuje tumtazame." bassi yule kijana mwa-

[1]) chukua. [2]) nitakushushia. [3]) ar. Nachmittag. [4]) zusammenlassen. [5]) ar. Sonnenuntergang. [6]) ukalitwae. [7]) ar. Klage, Prozess, Streit. [8]) zu ergänzen marra. [9]) zu ergänzen maneno. [10]) zu ergänzen kitu. [11]) nämlich zu ergänzen ya miguu, einen Pfosten zwischen den Beinen. Die Füsse werden so gefesselt, dass der Gefangene sich nur um den Pfosten bewegen kann.

namke akafunga mlango na madirisha, na watu wote wakenda zao, akabaqi yeye na mumewe pale kisiwani.

ḥatta kwa siku ya pili akaja yule mvuvi na kingalawa chake tartibu ḥatta chini ya nyumba. mwanamke alipomwona yule mvuvi, akamambia: „pita." yule mvuvi akapita juu ya ghorfa.

alipofika, mwanamke akatandika kitanda ukumbini, ule mlango wa chumba hichi[1]), mumewe alikofungwa, akaufungua, akawacha wazi. akamambia yule mvuvi: „haya, njoo kwangu, huyu mume wangu aone." akakaa kitako kwake, na mume anaona, akapiga kelele — ḥali ile siku sabʿa. ḥatta kisha siku ya sabʿa mwanamke akamambia mumewe: „haya yameandikwa katika qarṭasi zako."

bassi yule mume akamambia mkewe: „nimetubu[2]), na sasa enenda utakapo — rukhṣa, na hapa kiswani[3]) siyataki[4]) tenna, na tuhame twende zetu mjini; na tukifika mjini — rukhṣa, utakalofanya ni raḍi[5]), yanitosha haya[6])."

bassi yule mwanamke akatuma mtu mjini kwita wazee wake; wakaja. walipofika wale wazee kisiwani, yule mzee wa mume akamuliza yule mwanamke: „khabari ya huku kisiwani?" akawambia: „njema, nimeweta[7]), mume wangu amepoa." „alḥamdu lillahi rabb ilʿaalamina[8])." wakamfungulia katika kifungo chake.

alipokwisha funguliwa, yule kijana akenda akatwaa maqarṭasi yake, yale aliyoandika[9]) kwa ujinnini[10]) — ya qiṣṣa cha mke wa sulṭani, na mke wa waziri, na mke wa qaḍi, akawasha kibiriti[11]), akashika na yale maqarṭasi yake mkononi, akasema: „elfu leila u leila[12]) hawakuweza kuandika mambo ya waanawake, mimi ntayaweza wapi? haya tokomeani[13]), sina ḥaja nanyi[14]) tenna!"

akayatia moto yote. kisha akahama pale kisiwani yeye na mkewe, wakenda zao mjini. akenda akakaa na mkewe raḥa mustareḥe, kama watu wanavokaa[15]) na wake wao. na nyumba ya kisiwani wakaitupa.

huu ndio mwisho wa ḥadithi hii.

'Ali bin Naṣr, Wali von Pangani.

[1]) neben hiki. [2]) ar. sich bessern. bekehren. [3]) kisiwani. [4]) auf mambo bezüglich. [5]) ar. zufrieden. [6]) mambo. [7]) nimewaita. [8]) ar. Lob sei Gott dem Herrn der Welten. [9]) aliyoyaandika. [10]) Thorheit, Dummheit. [11]) ar. Schwefel. [12]) ar. Tausend und eine Nacht. [13]) verschwindet. [14]) na ninyi. [15]) wanavyokaa.

ḥadithi ya kijitu kiovu.[1])

Alitokea mtu tajiri, ana mali sana. naye amezaa mtoto wake mmoja mwanamume; akamlea mtoto wake. ḥatta alipobaleghi[2]), akamambia baba yake: „nataka iżini[3]) kwako, unipe rukhṣa ya kwenda kupita katika inchi, na katika safari yangu sitaki kufuatana na mtu mwingine aliyo yote — illa mimi na frasi wangu.“ bassi baba yake akamjibu, akimambia: „nimekupa rukhṣa.“

ba'ada ya hayo baba yake akimpa[4]) feḍḍa nyingi sana, na mapambo ya frasi, yaliyo mazuri, na jambia na upanga mzuri. akasafiri akienenda mudda wa siku nyingi, akitokea maḥala pana jangwa kubwa, nalo jeusi sana; lina mti mmoja katti ya jangwa. hapana mti mwingine.

Alipouona yule mtoto, kiu ya maji imemshika sana, akafikizia katika ule mti, qaṣidi afunge frasi wake apumzike. alipofika katika ule mti, akashuka juu ya frasi, akamfunga frasi wake, akavua na selaḥa[5]) zake, akaweka panapo mti. akatazama upande wa matweo ya jua, akaona kisima eka maji kikubwa sana, akaona na ndoo la kutekea maji; akikamata ndoo, akaletea kisimani, qaṣidi kuteka maji, anywe.

akilivuta ndoo, akaliona zito sana, akilivuta kwa nguvu, akilitoa akaona nyoka ndani ya ndoo. alipopata nje — yule nyoka ikashukuru sana.

khalafu akilipeleka[6]) marra ya pili kisimani, akilivuta, akaliona zito kushinda marra ya kwanza. akalitoa, akamona simba; na yule simba każalika akashukuru sana.

akalirejesha marra ya tatu, akiona vivile[7]) zito, akalivuta akaona mtu. yule kijana akaḥamaqa[8]); na yule mtu, aliyozuia ndoo, akanena: „unaḥamaqa kitu gani? auwali umemtoa nyoka — hukujambo[9]) lolote; ukamtoa simba każalika; lakini umeniona mimi — umeḥamaqi nitowe nje?“ akamtoa; alipokwisha toka, marra akimpiga[10]) yule aliyemtoa kisimani, akaanguka marra. akatwaa kamba, akamfunga ḥodari, kamwacha[11]) papale. frasi wake na zila feḍḍa akazichukua, na selaḥa zote akazichukua, hakubaqisha kitu, akenda zake.

[1]) Diese Erzählung gleicht der in den Suaheli Stories der Englischen Mission in Zanzibar gegebenen kisa cha mwana wa sulṭani, ist jedoch in besserem Suaheli und weit ausführlicher gegeben. [2]) ar. mannbar. [3]) ar. Erlaubniss. [4]) akampa. [5]) ar. Waffen. [6]) akalipeleka. [7]) vilevile. [8]) ar. verrückt sein, hier bestürzt sein. [9]) hier ist jambo als Verb aufgefasst — du hast auch nichts davon gehabt. [10]) akampiga. [11]) akamwacha.

akaja nyoka, akanena: „ningalikufungua, rafiqi yangu, walakin ina khofu mno yangu.“ ikaondoka yule nyoka, na khalafu akaja simba yule, aliyomtoa kisimani, akija[1]) akimfungua akamambia: „twende zetu kwangu.“ akafuatana na simba ḥatta kwake.

walipomwona mtu — watoto wa simba wakafanya ukali sana. baba yao akawarudi, akawambia: „tuliani[2]), huyu baba yenu.“ wale watoto wa simba wakanyamaza. khalafu akaondoka yule simba, akenenda katika njia kubwa ya mji, inayopita watu wanaochukua vitu vya mashamba mjini, akajificha njiani. akipita mtu na mzigo wa chakula — hupiga mgurumo, akatupa mzigo, akakimbia. yule simba huchukua mzigo wa chakula, akampelekea rafiqi yake.

khalafu simba akamambia rafiqi yake: „sasa ntakwenda katika mji — hakamata[3]) mwanamke, nikuletee, sababu u katika ta'abu[4]) sana.“ yule simba akenda katika mji, akaingia katika kitalu cha sulṭani, akamkamata mtoto wa sulṭani, mwanamke; naye katika kidole cha mkono wake ana pete ya lulu; akamchukua. ikiwa mshindo mkubwa katika inchi, wasimpate yule simba.

akenda naye ḥatta kwake, akampa rafiqi yake. yule akamfanya mwanamke wake, akazaa naye watoto wawili waanaume. wakawalea ḥatta wakiwa wakubwa. chakula huwalisha simba kulla siku.

ikija ikaingia njaa katika inchi, mashamba hayana vyakula; simba mashauri yakampotea, chakula hapana cha kumpa rafiqi yake.

yule mwanamke akamambia mume wake: „twaa hii pete ya lulu, wape[5]) hawa watoto, wakauze katika mji, wanunue vyakula walete.“ wakamwita yule simba wakamshauri — akawajibu: „rukhṣa, waende.“ wakenda katika mji kutembeza[6]) ile pete.“

khalafu yuko mtoto mmoja anakaa nyumbani kwa yule sulṭani toka zamani ḥatta amekuwa mtu mzima, alipoiona ile pete — akaitambua, akawapeleka wale watoto nyumbani kwa sulṭani. walipowaṣili — ikaonekana pete, watu wote wakalia katika nyumba ya sulṭani, sababu ile pete waliitambua.

sulṭani akawauliza: „ninyi watoto, pete hii mwaliipata wapi?“ wakisema[7]): „ametupa baba yetu kuja uza.“ akawambia: „nendeni mkamwite baba yenu aje, na pete yenu iwacheni hapa.

wale watoto wakaondoka, ḥatta wakafika kwa baba yao, wakampa khabari, wakamambia: „nawe unakwitwa.“ akamwita rafiqi yake simba, akamshauri; akamambia: „nenda.“ akenda; ḥatta alipo-

[1]) akaja. [2]) und tulieni. [3]) nikakamate. [4]) ar. Beschwerde, Sorge.
[5]) uwape. [6]) feilbieten. [7]) „akasema.

waşili barazani kwa sulṭani, akamfika yule mtu, aliyomtoa kisimani, akampiga[1]), khalafu akamnyanganya[2]) frasi wake na selaḥa zake. alipomsaili[3]) sulṭani: „wewe ndio mwenyewe hii pete?" akanena: „ndio." akamambia: „eleza ulivyoipata!" hakudiriki[4]) kueleza — yule kijitu kiovu, aliyemtoa kisimani, akamambia sulṭani: „acha kumsaili, sababu huyu ndio anayogeuka simba, haifai illa na yafungwe[5]), aone ta'abu, ndipo atasema, lakini billa ta'abu kumpata hutajua fayida[6]) yake." bassi akafungwa gerezani kwa ta'abu sana, ḥatta nafasi[7]) ya kulala hapati usiku.

akija[8]) yule rafiqi yake nyoka, akamambia: „mimi leo ntakwenda mwuma mtoto wake sulṭani anayompenda sana, na qadiri ya mganga anayofanya dawa, haifai dawa zao — illa uende wewe, ndipo apone; nawe twaa dawa hizi uwe nazo." akamwonyesha zote. akenda yule nyoka, akamuma mtoto wa sulṭani, ukiwa mşiba[9]) katika mji wote, wakesha[10]) waganga wote — wasifae.

khalafu yule kijana, aliyofungwa, akamambia bawabu[11]): „mimi najua dawa sana, walakini nimefungwa." marra wakisikia mnada wa sulṭani unanadiwa: „atokeapo mganga wa kuweza kummṭibbu[12]), mtoto wa sulṭani — akapoa, akiwa na 'afya[13]) yake, atapata khaṭṭi iliyo kubwa kwa sulṭani, ataongezwa na mali." ilipokwisha mbiu, yule bawabu akenda akamambia sulṭani: „yule mtu aliyofungwa asema, ajua dawa sana." sulṭani akiamuru[14]) kwenḍa mfungulia. akija[15]), akifanya dawa zake, marra moja mtoto akipona; ikiwa furaḥa sana katika inchi, na sulṭani amefuraḥi sana.

khalafu sulṭani akamwita yule kijana kwake juu ya gholofa[16]). akamsaili: „wewe unatoka wapi aşili[17]) yako?" akanena: „ntakueleza mwanzo ḥatta mwisho." akampa khabari zote za auwali ḥatta akheri[18]), akamambia: „na aşili ya 'adwi[19]) yangu ni huyu waziri, uliyo nayo; na frasi wangu anayo na jambia na upanga wangu, min gheir[20]) ya feḍḍa mali mengi aliyoninyanganya."

sulṭani alipeleka amri ya kumwita yule waziri wake, kijitu kiovu, akauawa. na yule kijana akaamuriwa kwenda mleta yule mwanamke, binti wa sulṭani, aliyozaa naye. alipowaşili nyumbani, watu wakamwona katika nyumba, walifuraḥi wote, na sulṭani każalika. akapata

[1]) aliyempiga. [2]) aliyemnyanganya. [3]) ar. fragen. [4]) ar. erreichen. [5]) afungwe. [6]) ar. Nutzen. [7]) ar. Raum, Gelegenheit. [8]) akaja. [9]) ar. Unglück, Trauer. [10]) wakaisha. [11]) ar. Thürsteher. [12]) ar. als Arzt thätig sein. [13]) ar. Gesundheit. [14]) akaamuru. [15]) akaja. [16]) ghorfa Stockwerk. [17]) ar. Herkunft, Ursprung. [18]) ar. von Anfang bis zu Ende. [19]) ar. Feind. [20]) ar. ohne, ausserdem.

milki[1]) yule kijana na mkewe na watoto wake. akiwa mw'allim katika ile inchi; na baba yake akampelekea khabari, akafuraḥi sana.
ndio mwisho wa ḥadithi ya kijitu kiovu.

Mwenyi Hija bin Shomari aus Kondutschi.

[1]) ar. Macht, Herrschaft.

maskini na binti wa sulṭani.[1])

Alikuwako maskini. kulla siku hukata kuni, yakauza pesa mbili, yakapata mhogo, yakala.

ḥatta siku hiyo akenda mwituni, yakakuta mti mkubwa, na chini pana shimo kubwa na nyama wawili na kiumbe moja[2]); mna simba moja na nyoka moja na mtu mmoja. naye aliye ndani akasikia vishindo kama mtu anakata kuni, akauliza: „nani yakataye kuni?“ yakamambia: „mimi maskini.“ yakamambia: „nifae, unitoe katika shimo.“ akamambia: „sina nguvu za kutolea katika shimo.“ akamambia: „ntakupa mali mengi utumie.“ akatafuta kamba maskini, yakapeleka katika shimo, yakashika kamba aliye ndani ya shimo, yakamvuta ḥatta yakatoka nje. alipotoka akamambia: „nipe mali yangu.“ akamambia: „ngojea ntakupa; akatafuta fimbo nene, yakaja yakampiga, akamtoa damu kichwani. maskini akenda mbio, akamambia: „kana ungalisimama — ningalikuua.“

yule akenda zake; yakarudi palepale maskini kukata kuni. nyoka akamwita, akamambia: „nifae, unitoe katika shimo.“ maskini yakasema: „siwezi kukutoa, maʿana nilimtoa mtu yakanipiga, nikakimbia; yakaondoka, na mimi nikarudi, ili kukata kuni zangu, na weye kukutoa siwezi.“ akamambia: „mimi ntakupa mali.“ yakapeleka kamba, ili kumtoa; yakatoka nyoka. yakamambia: „nipe ḥaqqi[3]) yangu;“ akamambia: „ntakupa kesho.“ akamletea dawa ya nyoka, akamambia: „mwenyi kumuma mtu, ukamfanyizia — atapona.“ yakenda zake nyoka.

yakabaqia shimoni simba. akamambia: „na mimi nitoe.“ akam-

[1]) Diese Erzählung ist ihrem Inhalt nach wesentlich dieselbe wie die vorige. Ich gebe jedoch auch diese Darstellung, um zu zeigen, wie dieselbe Geschichte von verschiedenen Leuten verschieden erzählt wird. Der Erzähler der vorigen ist bei weitem gebildeter und weiss zusammenhängender zu erzählen als der Darsteller der letzteren. [2]) kimoja. [3]) ar. Recht, Forderung.

ambia: „nyoka hakunipa kitu, na weye hutanipa kitu.“ akamambia: „mimi ntakupa.“ yakapeleka kamba, yakamtoa mpaka nje. „nipe ḥaqqi yangu, kazi yako nimekwisha kutendea.“ asimjibu neno kwanza, khalafu akamambia: „ntakupa kesho.“ bassi simba akaondoka, akenda zake. akaondoka na maskini na kuni zake, akenda zake mjini, yakanunua muhogo, yakenda nyumbani kwake.

na mji wa pili qaribu yuko binti sulṭani mzuri sana, emefanza[1]) ʿarusi[2]) siku hizi, ili kuolewa. bassi wakampamba sana yule binti sulṭani, wanampeleka usiku — ili kwenda kwa mumewe; na simba huko njiani anamngojea. alipopita — yakamkamata. wakamkosa bunduqi, wasimpate; wakamfukuza sana — wasimpate, anakwenda kimbia mwituni. yakamchukua yule binti sulṭani mpaka kwa maskini, yakenda yakampa, yakamambia: „faḍili[3]) yako nakulipa, maʿana ulinifaa sana.“ yule akamambia: „unanipa matata, yakisikia baba yake ntachinshwa.“ akamambia: „sijui, baʿada nnakulipa, nakwenda zangu.“

akakaa naye yule binti sulṭani, yakazaa na mtoto. bassi kulla siku humpa mtali kwenda kuuza katika shamba la babake, hupata mpunga. ukesha mpunga, yakampa mkufu, yakenda kuuza katika shamba la babake. ukesha marra ya tatu, yakampa binagiri[4]) kwenda kuuza kupata mpunga. mtwana yakachukua mpunga, mwingine akabaqia, akamambia: „kesho ntakuja chukua mpunga uliobaqia;“ yakenda zake. ḥatta siku ile yule mtwana, aliyouza mpunga, akenda kwa bana wake sulṭani na vyombo vyote, mitari[5]) na mikufu na binagiri. alipoviona — yakalia sana yule sulṭani, yakamuliza: „umepata wapi? nilimpa mwanangu kuvaa, naye amekamatwa na simba siku ya ʿarusi yake, weye umevipata wapi?“ asema yule: „alikuja kuuza maskini, humpa mpunga kulla suku[6]), na hivo[7]) kesho atakuja maliza mpunga wake.“ akampa ʿaskari, akamambia: „yakija[8]) — mfungeni kamleteni hapa, ndio emegeuka[9]) simba, aliyokula mwanangu.“ wakatoka wakenda zao kukaa kungojea.

ḥatta aṣubuḥi yakaja. alipokuja wakamkamata, wakamfunga wakampeleka ḥatta kwa sulṭani, wakamambia: “huyu mtu wako uliyomtafuta, tumemleta.“ sulṭani akaamru, akasema: „kamchinsheni.“ wakamambia: „tungojee alʿaṣiri[10]), twende tukamchinshe.“

na yule sulṭani ana mwanawe mwingine, yakenda yakaumwa siku ile na nyoka. sulṭani ʿaqili zikampotea kwa mwanawe enevompenda[11]) sana. yule maskini akasikia khabari hii, yakasema: „najua

[1]) amefanza. [2]) ʿarusi und hʿarusi. [3]) ar. Güte. [4]) Armspange. [5]) mitali. [6]) siku. [7]) hivyo. [8]) akija. [9]) amegeuka. [10]) ar. Nachmittag. [11]) für anavyompenda.

dawa." wakamambia: „mwongo weye, unataka ḥila[1]) kukimbia." yakawambia: „nifungeni kamba ya kiuno, na mtu anishike nyuma, kana ntakimbia." sulṭani akampa watu sab'a na bunduqi, akiwambia[2]): „akikimbia — mpigeni riṣaṣi[3]).

yakenda yakachimba dawa, ma'ana yakachimba mizizi[4]), kapeleka[5]) kwa sulṭani. yakenda yakaifanyiza dawa, akampa yule mtoto, yakapona. aliposikia sulṭani, akasema: „huyu haifai ya kuchinshwa, ma'ana emenifaa[6])." tenna yakamuliza: „vyombo vile umevipata wapi weye?" akamambia: „amenipa simba, ma'ana nilimtoa shimoni; yakaniletea binti sulṭani usiku, nami nikakaa naye, nikazaa naye mtoto moja. yakanipa siku moja vyombo vyake kwenda kuuza; hivo ndivo[7]) nnavyovijua." akamambia: „nenda mkamlete."

yakenda, yakachukuliwa ḥatta kwa baba yake. yakamambia babaye: „huyu maskini yalikupataje?" amambia: „alinikamata simba, baba, yakanichukua ḥatta kwa huyu maskini, nami nikakaa kwake maskini." yakafanya 'arusi kubwa baba yake, yakamoza maskini. nao wakakaa kitako, wakashukuru muungu.

Muhemedi bin Diwani Tambaza
aus Klein-Bagamoyo.

[1]) ar. List, Vorwand. [2]) akawambia. [3]) ar. Blei. [4]) kleine Wurzeln, Wurzelfäserchen. [5]) akapeleka. [6]) amenifaa. [7]) hivyo ndivyo.

Sermala[1]) na ḥirizi[2]).

Alitokea Makame, na yule Makame selamala[3]), anachonga miti. akaenda zake mwituni, akachonga mvinja ṣura[4]) kama bin Adamu[5]) kwa vidole, kwa mashikio, kwa pua, kwa macho, kwa mdomo, kwa kidevu. akimwita[6]) mw'allimu, akiusomea[7]) — ukageuka mtu. akamwita mfuma nguo, akaufumia; akimchukua nyumbani — yakiwa manamke mzuri mno, kama huyu hapana tenna.

yule mwenyewe Makame amemficha msituni; wakipita watu wengine, wakimwona, wakimchukua yule mwanamke. aliporudi Makame na mizigo yake ya mijiti, akamtazama yule mkewe pale — hayupo. yakalia Makame, yakaja zake mjini, yakakaa nyumbani kwake.

na yule mwanamke, kule alikochukuliwa, hasemi kwa kinywa

[1]) Zimmermann. [2]) ar. Amulett. [3]) sermala. [4]) ar. Form. [5]) Menschenkind. [6]) akamwita. [7]) akausomea.

chake, emekaa[1]) kama bubu. wakimwambia: „jissi gani, weye manamke huneni?" yule manamke hasemi. watu wengi huja wakimḥoji[2]) wakimnaṣiḥi[3]) — manamke ameshika kunyamaza, haneni walla hafuraḥi walla hacheki.

na Makame anamtafuta yule mkewe, aliyomchonga mti. na mwanamke kule anatafuta mtu, yawezaye ḥojaji[4]), ya kumpa yule mume. yule Makame yakenenda kule kwa yule manamke; alipomwona akimtambua — kama „huyu ndio mke wangu," walakini haiḍuru. akawambia wale: „mtu asiyojua maʿana, haambiwi maʿana, kwa maʿana nnataka mimi huyu manamke — hasemi[5]), labda amekwibiwa; ana uchungu wa mumewe, ndio maʿana hasemi; mimi nnataka tuandikiane khaṭṭi[6]), ambapo[7]) hakusema — kichwa changu ḥalali[8]) yenu, ambapo akisema — mke huyu wangu[9]) mimi." wakaandikiana khaṭṭi za mkataba[10]), kulla mtu akashika wake.

yakatoka Makame, akakaa kitako juu ya kiti, na yule manamke amekaa maḥali mbali kule. na pale alipokaa Makame pana ndege, mwenyewe jina lake asiraji. Makame akamwambia asiraji: „baba alimwita selamala, akichonga mti fano[11]) ya bin Adamu, kwa kulla jinsi ya bin Adamu. yakija[12]) mwʿallimu akiusomea, akiuvika ḥirizi, akigeuka mtu wa kusema na kucheka. yakija[12]) mfuma nguo, akiufumia nguo, weye asiraji watu watatu hao — nani mwenyi mkewe?" asiraji amenyamaza; atajibu nini asiraji, naye ndege? walakini hamwambii asiraji, anamambia yule mwanamke.

Makame anafanya ghaḍabu[13]), akasema: „weye asiraji, ntakupiga, ambie kweli watu watatu hao — nani mwenyi mke wake?" alipoondoka kutaka kumpiga asiraji, yule manamke akamwambia: „mwache bana, ya nini kumpiga huyu ndege?" marra yule manamke amesema, watu wakastaʿajabu[14]).

yakamchukua mkewe Makame ḥatta mjini kwao; akakaa naye siku nyingi. ḥatta siku moja akamwambia: „mke wangu, nnakwenda zangu barra kwenda chuma." akimwambia: „inchi hii ya sulṭani ḥasherati[15]) sana, anakamata wake wa watu; na wewe utulie, kaa kitako nyumba yako[16])."

Makame akaondoka, akenenda zake barra kufanya biʿashara; huko nyuma mkewe. siku moja akija[17]) kitwana cha sulṭani, akaingia

[1]) amekaa. [2]) überreden; z. B. amemḥoji = amemshinda er hat ihn überredet. [3]) gut zureden. [4]) ar. Angelegenheit, Beweisgrund, gerichtl. Entscheidung. [5]) asiyesema. [6]) ar. Schriftstück, Brief. [7]) falls: meist sagt man ikiwa. [8]) ar. erlaubt. [9]) oder kwangu mimi. [10]) ar. Vertrag. [11]) oder mfano. [12]) akaja. [13]) ar. Aerger, Zorn. [14]) ar. sich wundern. [15]) ar. verdorben, Hefe des Volkes. [16]) nyumbani kwako. [17]) akaja.

ndani ya nyumba ya Makame: „nnataka moto." akaambiwa: „pita juu;" akapita juu. alipomwona yule mke wa Makame yule kitwana — akaanguka. akenda kumwambia bana wake — kama: „bana nimeona manamke mzuri katika nyumba ya Makame, mke wako wewe mbaya sana kuliko mke wa Makame, mzuri sana." sulṭani akasema: „kweli?" akamwambia: „kweli, bana."

akamtuma kizee kimoja sulṭani, yakenenda yule kizee katika nyumba ya Makame. „alipomwona yule manamke mzuri, yakimlaghai[1]) yule kizee, yakamchukua yule manamke, akamwambia: „sulṭani atakupa nguo za feḍḍa[2]) nyingi na vyombo vya żahabu[3]), na wewe utakuwa mtu mkubwa." akenenda nyumbani mwa sulṭani, akakaa kitako, yakiwa[4]) ndio mumewe, nyumba ya Makame akaitupilia mbali.

alipokuja Makame, akipiga ḥodi nyumbani mwake, yakaona kimya, akasema: „labda emekwenda[5]) kwa mama mkwewe[6])." akenenda kwa mama yake, akauliza: „mkwe[7]) wenu yupo, mke wangu?" mama yake akimwambia: „hayupo." akija zake Makame nyumbani kwake, akaingia ndani, yakawaza: „mke huyu kamchukua sulṭani!" yakasema: „haiḍuru."

yakamwita ndege moja jina lake kurumbiza, akinena: „nenda nyumbani kwa sulṭani, nakutuma mimi Makame, ukatwae vyombo vyangu; ukivipata sawasawa kwa sawa[8]) mimi nawe."

akaondoka ndege, akenda nyumbani kwa sulṭani. yakikaa juu ya nyumba, yakemba[9]) wimbo wake, akinena[10]):

„sili mti tunda[11]),
kautwae — si wajawaja[12]),
kavika pingu[13]) na makoja[14]) tunda[15])."

na mwanamke akanena:

„twaa vyombo vyo[16])
Makame, na Makame
si mume wangu,
hanitaki vyombo,
anitaka roḥo[17])."

[1]) ar. mit jd. scherzen, suah. in scherzender Weise jd. zu überreden versuchen. [2]) ar. Silber. [3]) ar. Gold. [4]) akawa. [5]) amekwenda. [6]) mkwe wake; mama mkwewe ihre Schwiegermutter. [7]) Schwiegertochter. [8]) ar. gleich; wörtl. gleich mit gleich du und ich, d. h. du erhältst die Hälfte davon. [9]) akaimba. [10]) zum Sultan und seiner Frau. [11]) ich esse keine Frucht des Baumes (weil die Frau aus einem Baume geschnitzt war). [12]) nimm du (Sultan) sie — es ist nicht mein Begehr sie zu haben. [13]) bekleide sie mit Fussspangen. [14]) Halskette. [15]) Perlkette, die die Suahelifrauen um den blossen Unterleib tragen. [16]) vya. [17]) ar. Seele.

yakampa vyombo vyake, mikufu na mitari[1]) na pete zake na nguo, kulla kitu cha kike, wanachovaa[2]) waanawake, ampe Makame.

yule ndege akapeleka, akamambia: „hivi, Makame, vyombo vyako vimekwisha kuja.“ Makame akimwambia: „bado vyombo vyangu kuja, kitu kimoja umesahau, nenda tenna.“

yakienenda[3]), ḥatta akafika kule, yule ndege, yakemba[4]), yakiwambia:

„sili mti tunda,
kautwae — si wajawaja,
kavika pingu na makoja tunda.“

mwanamke akimjibu:

„twaa vyombo vyo
Makame, na Makame
si mume wangu,
hanitaki vyombo,
anataka roḥo.“

yule mwanamke akimwambia: „nimekupa vyombo vyenu, nini unataka tenna?“ yule mwanamke analia sana, yakiya[5]) mumewe yule sulṭani: „nini unalia, mke wangu? mpe mwenyewe vyombo vyake Makame. na kama hiyo ḥirizi — mpe mwenyewe, ḥirizi nyingi kwangu ziko; zikiwa za uchawi, tenna bado za feḍḍa, zimetiwa kwa żaḥabu, twaa uvae; nini ḥirizi ya Makame?“

akamvua kwa nguvu, akampa ndege — marra ukaota mvinja; yule sulṭani akataḥayyari[6]). na Makame akakaa kitako kwake; ndipo ulipokwishia.

Muḥemedi bin Madigani
aus Magogoni.

[1]) mitali Fussspangen. [2]) wanachokivaa. [3]) akenenda. [4]) akaimba. [5]) akaja. [6]) ar. verwirrt sein.

ḥila[1]) ya vita.

Palikuwa vita; wako sulṭani wawili walipigana. na mkewe wa sulṭani mmoja yuko katika mji, lakini yeye sulṭani mwenyewe hayuko katika mji, yuko katika vita. mkewe kulla siku huondoka kwenda ḥatta mashamba kumwona labda mumewe akirudi.

[1]) ar. List.

siku moja akamwona mumewe, wakasema maneno yao. yule mumewe akamwaga tenna, akenda zake. kidogo[1]) yule mke akaona vile vita vinakuja, anataka mambia mumewe, na wale watu vile vita[2]) wasijue, akamwita akamambia: „wēwē! buibui[3]) likipanga, hupanga wapi?" na yule mume akasema: „hupanga juu na chini."

na yule manamme akapita upesi kattikatti, akenda zake, sababu amejua maneno ya mkewe[4]).

Merere bin Kawamba Mshale aus Vikindu.

[1]) kurz darauf. [2]) wale watu wa vita vile. [3]) Spinne. [4]) ein Heerhaufe kam von oben, der andere von unten, ihr Mann wich nach der Mitte aus.

shauri la vita.

Palikuwa mtu, amekwenda katika inchi ningine, akakaa kule. kwao hataki kwenda tenna. akaoa pale, akapata watoto, na kulla kitu chake chiko[1]) kule. na wale wenyi nchi[2]) wakampenda.

wakafanyiza vita, wanataka kupeleka vita kule alipozaliwa yule. wakaja siku moja wakafanya karamu[3]) ya watu wakubwa wakubwa, maqṣudi[4]) wafanye shauri. wakenda karamuni, wakaapa yamini[5]): „mtu mwenyi kusema khabari ile ya kupeleka vita kule — atauawa."

na yule mtu, aliyozaliwa inchi ile, vilevile akaja karamuni palepale. alipokwisha sikia maneno ya vita, akachukua vitu vidogo vidogo vya vyakula vilivyokuwa[6]) pale karamuni, akapamba[7]) kidogo, akatia na[8]) kisu kidogo na damu kidogo; akatafuta mtu, akampa vitu vile, apeleke kwa sulṭani wa inchi yake alipozaliwa.

na yule sulṭani na watu wake wakaweta watu wa ʿaqili[9]), wakaja wakafungua, wakatazama vile vitu, wakajua, kama inakuja vita hapa.

tokea hapo, watu wakikaa pamoja, wakitaka kufanya shauri ya inchi ningine ao ya vita, huulizana kwanza: „weye umezaliwa wapi?" ao „umetoka wapi?" maʿana asikae mtu wa inchi ningine katika shauri lao la vita.

ʿAbdallah bin Musa.

[1]) kiko. [2]) inchi. [3]) ar. Fest. [4]) ar. Absicht. [5]) ar. Eid. [6]) besser vilivyoko. [7]) einwickeln. [8]) im Sinne von „auch". [9]) ar. Verstand.

mtu mwenyi kuweka mali[1]) na watoto wake.

Palikuwa mtu, akazaa watoto wawili waanaume. na yule baba yao ana mali nyingi, walakini ukimwona hufikiri — huyu mtu labda hana pesa moja, sababu havai nguo njema, walla hali chakula kizuri. wale watu wengine humo mjini wakatukana watoto wake, kwa sababu baba yao ana mali, lakini havai nguo njema, walla hali chakula kizuri. na yeye baba yao anajua, kama watu wanamtukana.

ḥatta siku moja akafanyiza karamu, akaweta watu wengi sana wa katika mji ule. wakaja kwake, wakala chakula. wakesha wakazungumza. na watoto wawili wake wako pale wanasikiliza. akawambia baba yao kwa watu wale: „tafaḍḍalini[2]), mniulizie watoto wangu, nnataka maneno mawili wanambie. moja[3]) — mtu yakisema[4]) „mtu yule hana kitu," ao ya pili — yakisema[4]) „mtu yule bakhili[5]) mno, anapenda yasile[6]) vyakula vizuri walla yasivae[7]) nguo nzuri," — ungechagua lipi?"

na wale watu wakashtuka. yule mtoto mkubwa akasema: „miye[8]) afaḍali[9]) — nikiwa na kitu nikatumie." na yule mdogo akasema: „afaḍali miye, watu wakisema mimi ni bakhili, nnapenda nisile vyakula vizuri, nisivae nguo nzuri, kwa sababu nnacho. watu wakisema „yatendeni[10])?" huo[11]) hana kitu — hana la[12]) kufanyiza."

na babake amefuraḥi sana, akawambia watu: „huyu mzuri kuliko yule." akasema tenna: „bassi, mimi naona afaḍali, watu wakisema — kuwa „mimi ni bakhili," kwa sababu nnacho. wakisema „mimi nifanyizeje?" hapa sina kitu cha kutumia."

ma'ana yake: afaḍali kuweka mali, watu wakuite bakhili, kama kutumia yote.

'Abdallah bin Musa.

[1]) der Sparsame. [2]) tafaḍḍali ninyi. [3]) neno. [4]) akisema. [5]) ar. geizig. [6]) asile. [7]) asivae. [8]) mimi. [9]) ar. es ist besser. [10]) atende nini. [11]) huyu. [12]) auf neno oder jambo bezüglich.

Abu Nuwasi na waziri wa sulṭani.

Abu Nuwasi siku moja alikwenda katika inchi ya sulṭani Ḥassani: amepakia nazi kwenda kuuza. alipowaṣili[1]) bendarini[2]), akashuka pwani. akenda kwa waziri, akamambia — kama: „nimepakia nazi, nataka ku-

[1]) ar. ankommen. [2]) ar. Hafen.

uza hapa." sulṭani Ḥassani amempa rukhṣa kushusha nazi zake. akashusha akaanza kuuza. alivouza[1]) nazi zake zote, akenda zake mjini, akenda akapanga nyumba.

amekaa mudda[2]) wa miezi mitatu, akaona hana shauri[3]) la kufanya, akanena — kama: „nataka kufanza ʿaqili[4]) ningine, nipate pesa la kutumia." amekwenda zake kwa waziri, akenda akafanya urafiqi[5]) yeye na waziri. waziri akafuraḥi sana; kulla siku humwalika[6]) kwenda kwake kula.

Abu Nuwasi akafikiri[7]), akanena: „sasa huyu waziri nimefanya urafiqi mimi naye, ntaweza kumghilibu[8]) — tumwue huyu mfalme, nipate inchi, nitume." akamambia waziri: „sikiliza, ntakwambia shauri nzuri sana — litakufaa — linifae na[9]) miye." waziri akamjibu: „kama lipi — shauri unataka kunena?" akamambia: „lakini usimambie mtu; sikwambii — mpaka unipe ʿahadi[10]), kama humambii mtu shauri naitaka[11]) kukwambia." waziri akampa shuruṭi, akamambia: „simambii mtu." Abu Nuwasi akanena: „huna khabari, weye mpumbafu, wewe una ʿaqili kuliko sulṭani, una kazi kuliko sulṭani, ḥali yako na mfaume[12]) ni moja — weye bin Adam — yeye bin Adam, na weye unasumbuka kuliko yeye, baʿada yeye anakuḥokumu. miye, Abu Nuwasi, siqubali mtu kuniḥokumu katika ʿaqili yangu, nilivofundishwa[13]), hapana mtu mkubwa dunyani[14]) kama mwenyʿezi muungu na mtumewe — khabari ya sulṭani upuuzi; usulṭani anaweza kutuma kulla mwenyi nguvu na ʿaqili." asema: „maʿana nnayokwambia neno hili — weye rafiqi yangu sana, na miye nimekuona kama weye mtu mzuri sana; unasumbuka — na mtu mwingine anakula nguvu zako." yule waziri akasema: „vema, nimesikia. tutamwua mfalme; nikipata ʿaezi[15]) — utakuwa waziri." Abu Nuwasi akafuraḥi sana, akanena: „ʿaqili yangu leo zimenifaa."

Abu Nuwasi ameondoka, akenda zake nyumbani, akenda na furaḥa[16]) kubwa mno, akenda akanena — kama: „yule waziri mpumbafu, akiweza kumwua sulṭani — ntaweza miye nimwue waziri, niitume."

yule waziri mtu wa ʿaqili sana, naye akajua, kama yule Abu Nuwasi kazi yake kughilibu watu. akenda akamambia sulṭani — kama: Abu Nuwasi yuko huko mjini, na weye fanza ḥila tumwondoshe; jana akaja, akanambia maneno ya ujeuri[17]), anataka afanze ḥila[18]) yatuue[19]) wote wawili, yapate kutawala[20]) katika inchi." mfalme akaamru[21]) watu, akawambia: „nendeni mkamfunge Abu Nuwasi."

[1]) alipouza. [2]) ar. Zeitraum. [3]) ar. Rath, Berathung. [4]) ar. Verstand. [5]) ar. Freundschaft. [6]) einladen. [7]) ar. überlegen. [8]) ar. überwinden. [9]) auch. [10]) ar. Versprechen. [11]) für ninayoitaka. [12]) mfalme. [13]) nilivyofundishwa. [14]) ar. Welt. [15]) ar. Macht, Herrschaft. [16]) ar. Freude. [17]) ar. List. [18]) ar. List. [19]) atuue. [20]) ar. herrschen. [21]) ar. befehlen.

Abu Nuwasi akakamatwa, akapelekwa kwa sulṭani, akaulizwa: „jana umesemaje weye na waziri?“ akanena: „miye sikusema neno — miye na waziri.“ sulṭani akasema: „mwongo, jana umefanza shauri weye na waziri.“ Abu Nuwasi akamambia sulṭani: „kama jana nimefanza shauri na waziri — miye nimesahau[1]); afaḍali[2]) umwulize waziri, labda yeye anafaham[3]).“ akamambia: „jana umemambia, kama mnataka kuniua, na nyie[4]) mwitume inchi.“ Abu Nuwasi akasema: „neno alilokwambia waziri — ndilo, siwezi kukwambia uwongo.“ sulṭani akaamru ʿaskari wake: „mchukueni, mumtie katika kanda, nendeni mkamtose baḥarini[5]).“ wakamchukua, wakamtia katika kanda, wakashona ḥatta asiweze kutoa pumzi. wakamchukua, wakenda pwani.

walipofika pwani, hawakukuta mtumbwi wa kumpakia, wakamweka mchangani. wakarudi kwenda kumtafuta mvuvi kuja kumpakia, wende wakamtose. walipokwenda zao kumtafuta mvuvi, akaja mtu moja nyuma yao. Abu Nuwasi alivosikia[6]) mtu anakuja, akawanza[7]) kupiga makelele, akisema[8]): „mimi nimetubu[9]), ntamwoa mtoto wa sulṭani, jamaʿani[10]) nifungulieni, nimetubu — nitaoa mtoto wa sulṭani.“ yule mtu akaqurubia[11]) lile kanda, akamwuliza: „nani yuko katika kanda?“ akanena: „miye Abu Nuwasi.“ anena: „umefanya nini wee, ulivofungwa[12]) katika kanda?“ akasema: „nimekamatwa nimwoe mtoto wa sulṭani, na miye sitaki; lakini sasa wakinifungulia — nitamwoa, nisije kutoswa baḥarini.“ akamuliza tena: „kwani[13]) utatoswa baḥarini?“ akamambia — kama: „kwa hivo — sitaki kumwoa mtoto wa sulṭani; nikimwoa — hawanitosi.“

yule mtu akafikiri, akasema: „bassi, weye mpumbafu! umeposwa umwoe mtoto wa sulṭani — umekataa?“ akanena: „ndiyo, sitaki.“ yule mtu akanena: „nikikufungulie, niingie mimi — nitamwoa?“ asema: „ndiyo, ukitaka kumwoa, njoo ingia hapa.“ yule mtu akamfungulia upesi, akatoka Abu Nuwasi katika kanda, akamambia yule mtu: „kama umesikia watu wanakuja, hao ndio watu walionifunga; nao sasa wanataka majibu, kama nimequbali kumwoa mtoto wa sulṭani. bassi, kama wewe unataka kumwoa mtoto wa sulṭani, wale watu wanakuja — na miye nakimbia; wakiqurubia hapa, piga makelele, ukanena: „ntamwoa mtoto wa sulṭani, nimetubu.“

wale watu walivoqurubia[14]), yeye akajifanza Abu Nuwasi, akaanza kupiga makelele: „jamaʿa nimetubu, nifungulieni, nitamwoa mtoto

[1]) ar. vergessen. [2]) ar. besser. [3]) ar. verstehen. [4]) ninyi. [5]) ar. Meer. [6]) aliposikia. [7]) akaanza. [8]) akasema. [9]) ar. bereuen. [10]) ar. jamaʿa ninyi, ihr alle. [11]) ar. sich nähern. [12]) ulipofungwa. [13]) kwa nini. [14]) walipoqurubia.

wa sulṭani." wale watu wakasikia, wakamwuliza: „unasema nini wee? una wazimu?" akasema: „miye, Abu Nuwasi, nimetubu, nifungulieni, ntamwoa mtoto wa sulṭani." wale watu wamezidi[1]) kukasirika. aketa[2]) marra ya tatu: „nifungulieni, ntamwoa mtoto wa sulṭani." wakasema: „huyu ana wazimu, sasa twende tukamtose baḥarini." akenda akatoswa baḥarini, na Abu Nuwasi akavuka salaama, akenda zake.

Selim bin Abakari.

[1]) ar. vermehren. [2]) akaita.

Makame.

kule kulikuwa[1]) na sulṭani na tajiri na maskini katika inchi. watu wakafanya ʿarusi[2]) ya kuṭahiri[3]) wāna[4]) wa sulṭani na maskini. kulla mtu mwenyi mwanawe akatia kumbini[5]), ḥatta siku ya watu wataka awia[6]) waana kumbini, kulla mtu ashonea mwanawe kanzu.

pana maskini hana kitu, akamwambia mkewe: „kulla nyumba uendayo, omba moto, ukaona[7]) kitambaa cha kale — kitwae, tuje tushonee mwana kanzu kwa umaskini." ndio sababu mwanamke kulla nyumba aombayo moto, akaona kitambaa akatwaa. mume akashona kanzu, ḥatta akatimiza[8]) kanzu ya mwanawe. na mwanawe jina lake Makame.

ḥatta siku zilipofika za kutolewa[9]) wakatolewa, na Makame alipoawishwa na kanzu na vitambaa vya kale, akawambia babiye na mamiye[10]): „nataka mnipe rukhṣa mimi, mwana wenu, nipotee na inchi. nende mbali kama nitakalopata nije nilifaale[11]) baba na mama, ao nipotee nife huko nendako." akapawa rukhṣa na babaye na mamaye, akenda safari. na chakula chake ukasi wa mtama na bissi la mahindi. ḥatta alipofika mbele kule endako[12]), akaona mtu mrefu kama mnazi; akamfuata. watu wawili hawale[13]) wafuatana, walipofikiana wakawa sawasawa vimo[14]). Makame akatoa „salaam ʿaleikum", mwenziwe akitikia „ʿaleikum salaam."

[1]) neben pale palikuwa. [2]) im Sinne von karamu gebraucht. [3]) ar. rein sein. [4]) waana. [5]) kumbi Beschneidung. [6]) toka. [7]) ukiona. [8]) ar. vollenden. [9]) cf. Jahrg. I Abthlg. III p. 23 der Mittheilungen des Orient. Seminars. [10]) für babaye na mamaye. [11]) alte Perfect-Bildung. [12]) aendako, anakokwenda. [13]) hawa. [14]) von gleicher Grösse.

Makame akamwuza: „u ani[1]) jina lako?" akamwambia: „ni mimi Mweza Nyayo pasi Yayo[2]), nawe u ani?" akamwambia: „ni mimi Makame." yule mwenziwe akamwambia Makame: „nikufuate uendako?" Makame akamwambia mwenziwe: „haya, nifuate!" wakenda. walipofika mbele, wakaona mwingine mrefu kana mnazi. ḥatta walipoqaribiana wakawa sawasawa. Makame akatoa „salaamu", akaitikiwa „ʿaleikum salaam". akamwuza: „u ani?" akamwambia: „ni mimi Mfungua Moto pasi Moto[3]), wewe u ani nawe?" Makame naye akasema: „ni mimi Makame." yule Mfungua Moto pasi Moto akanena: „nikufuate Makame?" akamwambia: „nifuate;" wakafuatana. wakenda ḥatta walipofika mbele tenna, mbele yao wakaona mtu mrefu kana mnazi. walipoqaribiana, wakawa sawasawa vimo. Makame akatoa „salaam", akapokea. Makame akimwuza: „u ani?" akamwambia: „ni mimi Munda Chombo pasi Mbao[4]), nawe u ani?" Makame akamjibu akamwambia: „nifuate"; wakawa watu wanne. wakenda, na chakula bissi. majira[5]) Makame akawapa bissi wale watu watatu — hawali, illa Makame pekeyake.

wakenda ḥatta walipofika mbele — waona nyumba moja, ina mtu moja mwanamke shaibu[6]) sana, kibibi kikongwe, akamwambia Makame: „uendapi[7])?" Makame akamwambia: „napotea kwa ulimwengu kwa umaskini hapate[8]) nije nikae, nimfaale[9]) baba na mama, ao hafe[10])."

yule mwanamke akamwuza Makame: „auwali wenzio?" akamwambia: „ote hawale[11]) nimewaona njiani; mimi nimetoka mjini pekeyangu, hawale nimewaona njiani." akamwambia: „wache papa pangu mjini, niwapandie mreḥani[12]); huko wendako, ukawa mzima na ʿumri[13]) — mreḥani mzima, hautakuwa mzima mreḥani — ukaba nawe utakufa; utakapokufa, tawambia mtu wenu kana kufa, watakufuata uliko kufa." Makame akaweta akawambia: „niṣabirini[14]) hapa;" nao wakaqirri[15]).

Makame akaenenda. alipofika mbele mwendo wa mwezi ḥatta mwezi wa pili, akafika inchi haina watu, pana nyumba moja ya mawe, malango sabʿa. Makame akaingia mlango wa kwanza, hamna mtu, mna mali nyingi sana, kulla aina[16]) feḍḍa, żahabu na nguo nyingi sana. akaawa[17]), akaingia mlango wa pili, mna mali nyingi nayo feḍḍa

[1]) nani. [2]) die Bedeutung des Namens ist: Ein Mann, der den Spuren folgen kann, wo kaum Spuren sind. [3]) bedeutet: Ein Mann, der zum Leben (Feuer) wieder auferweckt, wo kein Leben mehr ist. [4]) bedeutet: Ein Mann, der ohne Holz ein Schiff bauen kann. [5]) Zeit, wenig gebräuchlich. [6]) ar. graues Haar, Alter. [7]) unakwenda wapi. [8]) nikapate. [9]) nimfae. [10]) nikafe. [11]) hawa. [12]) ar. rehan Basilienkraut (wohlriechendes Kraut). [13]) ar. Alter. [14]) ar. warten. [15]) ar. bestätigen, annehmen. [16]) pers. Sorte, Art. [17]) herausgehen.

na żahabu na nguo nyingi sana. akaawa, akaingia mlango wa tatu, mna mali nyingi — feḍḍa na żahabu na nguo nyingi. akaawa, akaingia mlango wa nne, mna mali nyingi — feḍḍa na żahabu na nguo. akaawa, akaingia mlango wa tano, mna mali nyingi — feḍḍa na żahabu nyingi na nguo nyingi. akaawa, akaingia mlango wa sitta, mna mali nyingi — żahabu, feḍḍa nyingi na nguo nyingi. akaawa, akaingia mlango wa sab'a — mna mtu, mke mmoja pekeyake.

manamke alipomwona manamme, roḥo ikampasuka, akapiga kifua kwa kumwona mlimwengu[1]) mwenziwe. Makame akamwuza[2]) mwanamke: „mbona u pekeyako, hamna na mtu illa wewe?" mwanamke akamwambia Makame: „wewe nakuonea ḥuruma[3])." Makame akamwuza mwanamke: „sababu nini?" mwanamke akamwambia Makame: „mji huu ualikuwa na watu wengi, wake na waume na waana wao pia, wakaliwa na nyoka pia; akanisaza mimi, sababu kumpikia. naye kula kwake kaango 'asherini, nawe utamwona al'aṣiri[4]) hapa kana kwenda chuma[5])."

ḥatta al'aṣiri akawaṣili[6]), Makame akageuka paka. akaja nyoka mkubwa auwali ya sa'a tiss'a kuingia nyumbani, ḥatta sa'a ya then-'ashara ndipo alipokwisha m'aeshi[7]). akala chakula kaango 'asherini za wali, na mchuzi vikaango 'asherini, na tonde[8]) za maji. akalala ḥatta sa'a ya hed'ashara ya usiku. akatoka nyumbani, akenda nje kwenda chuma.

Makame akageuka mtu. mwanamke akampikia Makame, akatafuta tembo na mafuta, akaweka tayyari. ḥatta Makame alipokula, mwanamke akamsinga Makame; ni wao wawili mjini hamna mtu mwingine, ni wao wawili bassi. ḥatta sa'a ya nane mwanamke akampikia yule nyoka kaango 'asherini na vikaango 'asherini vya mchuzi, ḥatta sa'a ya tiss'a ya mchana nyoka akawaṣili nyumbani.

alipofika qaribu ya nyumba, akanena: „kunuka kimutumutu[9])." mwanamke akanena, akamwambia nyoka: „ndivo walivo watu pia kunawala[10]), kunanisaza[11]) mimi kwa kupikia, sasa lamda[12]) nami wataka nila, njoo unile, roḥoyo[13]) upate furaḥa." asiweze kumla. yule Makame kanasoma[14]) qorani, ajua ya kujificha, kanajificha[15]). khatima sa'a ya hed'ashara ya usiku nyoka akatoka nyumbani, akenda chuma nje, naye njia ashikayo — miti aivunja kwa ukubwa wake.

[1]) Mitmensch, von ulimwengu Welt gebildet. [2]) uza neben uliza. [3]) ar. Barmherzigkeit, Mitleid; durch Metathesis von raḥma gebildet. [4]) ar. Nachmittag. [5]) Lebensunterhalt verdienen, hier Essen suchen. [6]) ar. ankommen. [7]) ar. Mittel zum Leben. [8]) Wassergefäss zum Trinken. [9]) mtu. [10]) umewakula. [11]) umenisaza. [12]) besonders von Frauen gesagt für labda, labuda. [13]) roḥo yako. [14]) akasoma. [15]) akajificha.

ḥatta saʿa ya tissʿa ya mchana akaja nyoka. alipofika nyumbani, akanena: „kunuka kimutumutu.“ Makame akamwuliza mwanamke: „humo nyumbani hamna silaḥa[1]), yambayo[2]) kumtosha kumwua huyu nyoka?“ mwanamke akamwambia Makame: „kafungue bueta kubwa, silaḥa zimo, utazame kama ikufaayo.“ Makame akenda fungua, silaḥa tele akaona; akaona upanga mdogo, żiraʿa[3]) moja, mizani yake frasila tatu. akamwambia mwanamke: „upanga huno[4]), ndio utakayomwua nyoka.“ mwanamke akamwambia Makame: „mpige ḍarba[5]) moja, usimpige mbili; ukampiga mbili, hatakufa nyoka.“

akaja akala vyakula kaango ʿasherini na kitoweo chake, khatima akalala. ḥatta alipopata usingizi, Makame akamfuata nyoka akampiga ḍarba moja. mwanamke akamshika Makame kumzuia asimpige marra ya pili. nyoka akasema: „niongezeni tenna. mwanamke akamwambia Makame: „usiende tenna, mwache, na hiyo ḍarba moja itamtosha.“ akafa nyoka, mlango wakaufunga.

wakakaa nyumbani. khatima Makame akawanda[6]) kwa raḥa[7]) ya mali; mreḥani nao kule kwa bibi kikongwe — nao ukawanda kuliko na wale watu watatu, mmoja Mweza Nyayo pasi Yayo, na mmoja Mfungua Moto pasi Moto, na mmoja Munda Chombo pasi Mbao.

khatima yule mwanamke, aliye na Makame, akamwambia Makame: „ninaona kutakuja mwanamke mmoja, akija — muwage[8]), si mwema naye.“ akaja; alipokuja Makame asimwage, akamwacha; akenda kwake na kule kwake inchi ya sulṭani.

alipofika akenda mwambia sulṭani: „nimeona mwanamke mzuri sana, mguuye[9]) na uso kwa uzuri.“ sulṭani hakuṣadiqi[10]), akawambia ʿaskari: „mpigeni mwanamke;“ mwanamke akapigwa. khatima mwanamke akamwambia sulṭani: „mimi ntakwenda tenna hatwale[11]) nongoze[12]) nikuletee, uje uzione.“

mwanamke, aliye na Makame, akamwambia Makame: „mwanamke atakuja safari hizo, akaja mwage.“ khatima mwanamke akaja marra ya pili. alipokuja, Makame akamwacha asimwage. naye akamwambia yule mwanamke mwenziwe: „lete mafuta na msio[13]) nikusinge[14]).“ yakaja mafuta, akamsinga. zile nongo akazitwaa akazificha. khatima tenna akapawa vitu, akenda zake. Makame akamwacha asimwage.

alipofika kwao, zile nongo akampelekea sulṭani. alipoziona nongo,

1) ar. Waffen. 2) alte Relativform. 3) ar. Elle. 4) huu. 5) ar. Schlag. 6) dick werden. 7) ar. Ruhe. 8) waga töten (veraltet). 9) mguu wake. 10) ar. glauben. 11) veralt. Perf. Form; nikatwae. 12) nongo ist das bei der Abreibung übrig gebliebene Oel mit Zuthaten. 13) Kräuter. 14) einsalben.

akasema: „kweli, mwanamke mzuri kweli." sulṭani akafanya vita kumfuata mwanamke, aliye na Makame. na huyu akatazama, akaona vita, akamwambia Makame: „yule mwanamke, aliyokuja, sikuambii mwage? ukamwacha wēē, leo kaja kwa vita." Makame akanena: „na vije vita." vikaja vita. vilipokuja — Makame akapigana nao, akawesha[1]), akasaza mmoja, akamkata mkono, akamwambia: „mwambie sulṭani, na waje tenna." akienda sema, sulṭani akifanya vita tenna. wakenda; Makame akapigana nao, akawesha, akasaza mmoja. akamkata shikio, akamwambia: „kamwambie sulṭani, na alete tenna." akenda sema.

sulṭani alipoambiwa akamwita mwanamke: „mbona watu wesha[2]), sasa mashauri nini?" mwanamke akamwambia sulṭani: „mashauri — watu na wende[3]), hapo wapiganapo wachimbe mashimo makubwa, majira[4]) ya kupigana ataanguka shimoni." wakenda na usiku, wakachimba mashimo thalathini.

mwanamke akamwambia Makame: „leo frasi mlegeze, usimfunge sana." Makame maneno ya mwanamke asiyafuata, frasi akazidi kumkaza kamba. walipopigana akaqabili[5]) pana shimo. frasi akataka ruka. asiweze, kwa sababu ya kumkaza. akaingia shimoni yaliyochimbwa, kazidi na farasi pia, wakaingia shimoni, wakafukiwa. khatima tenna wakenda nyumbani kufuata mwanamke pamoja na mali. wakenda mtwaa mwanamke na mali, wakachukua kumpelekea sulṭani, aliyetoa vita.

akakaa mwanamke asiwe na maneno na sulṭani. khatima mwanamke ajua kusoma, akatazama chuo ule mreḥani kule kwa bibi kikongwe. bibi akaweta wale watu watatu. walipofika, kibibi kikongwe akawambia: „mreḥani unakufa. mashauri nini?" wale watu watatu wakauzana. Mweza Nyayo pasi Yayo akawambia wenziwe: „nifuateni." wakamfuata mwenzi wao. wakenda mwendo wa siku kumi na tano ḥatta qaburini[6]) pa Makame. Mweza Nyayo pasi Yayo akawambia wenziwe: „Makame kazikwa[7]) hapa." aliyebaqia Mfufua Moto pasi Moto na Munda Chombo pasi Mbao." Mfufua Moto pasi Moto akawambia wenziwe: „kayaleni[8]) ḥatta aṣubuḥi; wakenda yaa[9]) ḥatta aṣubuḥi — Makame na farasi wanakuwa wazima. akabaqi Munda chombo pasi Mbao. akawambia wenziwe: „kayaleni ḥatta aṣubuḥi." walipokuja — chombo tayyari; wakapakia mali nyingi sana, wasieshe[10]), wakasheḥeneza[11]) chombo. wakafuata kuliko mwanamke kwenda mtwaa.

[1]) akawaisha. [2]) wamekwisha. [3]) waende. [4]) Zeit. [5]) ar. sich nähern. [6]) ar. Grab. [7]) akazikwa. [8]) kalaleni. [9]) lala. [10]) wasiishe. [11]) ar. befrachten.

kule mwanamke alipo kwa sulṭani aliko akatazama chuo. akaona katika chuo, kaona[1]) Makame kafufuka[2]), iwaja[3]). mwanamke akamwita sulṭani, yu miskitini, akamtolea mtu kumwita. naye mwanamke, tokea siku aliyokwenda, hakujua kunena na sulṭani. alipokuja sulṭani, mwanamke akamwambia: „sulṭani, maʿana ya kukuita, ni sababu ya kukwambia, leo kutakuja ndugu yangu; na wewe jua. ndio sababu hakuita.“ sulṭani akasema: „vema.“

ḥatta saʿa ya tissʿa chombo kikawaṣili. ḥatta kilipotia nanga bendarini, wakawa wageni wa sulṭani. lakini mwanamke ajua — leo mume wangu kanawaṣili[4]); sulṭani hakujua, ya chamba[5]) huyu ndio aliyepigana.

ḥatta aṣubuḥi yule mwanamke ataka rukhṣa ya kwenda wadi[6]) mgeni, ndugu yake, aliye mumewe. apewa rukhṣa. alipofika pwani, akapakiwa mashuani na wajakazi wengi. ḥatta walipofika chomboni, chombo kikatweka. sulṭani kule mjini alikoona chombo chatweka[7]), kawambia[8]) watu: „mbona chombo chatweka? kifuateni! kulla chombo kilicho bendarini kifuate!“ lakini Makame akenda kwa upesi sana na chombo chake.

alipofika kwao bendarini — wale wenziwe ni malaika[9]), wakenda zao, wakamwacha Makame na mui[10]) na malize[11]) na kiomboke[12]). alipofika mjini babaye mzima na mamaye mzima, akawafaa sana, akawa ndio tajiri katika inchi.

na ḥadithi ikesha hivo. na sababu umaskini ndio mwanaye.

Diwani Mamgola bin Diwani Mgola
aus Gubiro.

[1]) akaona. [2]) akafufuka. [3]) akaja. [4]) anawaṣili. [5]) kama. [6]) wohl verstümmelt aus wajiḥi begrüssen. [7]) kinatweka. [8]) akawambia. [9]) ar. Engel; im suah. werden auch die Brusthaare, sowie die Härchen auf Händen und Armen malaika genannt. [10]) mwanamke. [11]) mali zake. [12]) chombo chake.

aṣili[1]) ya pepo.

Alikuwako mwanamme mmoja akaoa mkewe, akamweka ndani. naye mwanamme akenda kuchuma ḥatta akapata feḍḍa[2]).

ḥatta siku moja akaona mwanamke katika bueta[3]) ya mumewe iko feḍḍa nyingi, na feḍḍa zenyewe uwingi wake ni rupia thalatha

[1]) ar. Ursprung. [2]) ar. Silber, Geld. [3]) portug. Kästchen.

mia. alipoona feḍḍa hii, akajitia ugonywa ugonywa mwanamke, akakaa kitandani; usiku hali kitu na mchana hali kitu, huponea maji mudda wa siku sabʿa.

akaondoka mumewe, akenda kwa mwʿallim moja akamambia: „tafaḍḍali mwʿallim, tazamie mke wangu hawezi.“ na mwʿaallim akakamata ubao, akapiga lamli[1], akabaşiri[2] khabari katika falaki[3]. ikanena falaki — ya kuwa: „mkeo hawezi, na sababu ya marḍi[4], ana sheṭani mawili, wa kwanza kinyamkera[5], wa pili kilima[5]. bassi — mtafute mganga wa kinyamkera, ampe dawa ya kunywa, na mafusho[6], na jimbo apakae, na mvuke[7] kidogo wa kufunulia katika kijungu[8] mudda wa siku mbili, na inshallah taʿala atapata usingizi. ba'ada ya hayo umtake na mganga wa kilima, akupe dawa za kunywa, na mafusho yampike na mvuke katika nyungu mudda wa siku sab'a — atapanda huyu sheṭani.“

akenda zake mumewe, akenda kuonana na mganga, akamambia: „tafaḍḍali mganga, mke wangu mwenyi pepo, ndiye sheṭani anayemuguza, baṡsi sasa nataka nimwone mke wangu hajambo, aweze kupika na kula na kuzungumza kama kwanza.“ mganga akanena: „vema, hio ndio kazi yangu.“ akamambia: „na sasa tupatane, unifanyizie ngoma yangu, nataka kupunga[9] mke wako.“

wakapatana mudda[10] wa siku sabʿa, na kulla siku reale u nuṣṣ. na chakula cha mganga kulla siku pishi nne za mchele na rupia moja kitoweo. na watu wanaomngo̊jea mgonywa imelazimu kwake, mwenyi ngoma, kuwapa chakula ḥatta ngoma imekwisha.

wakapiga ngoma siku sabʿa, na mwenyi ngoma akawapa watu chakula, akatumia feḍḍa nyingi. ḥatta siku ya mwisho ya ngoma wakachinsha mbuzi. yule mgonywa akanywa damu ya mbuzi. akapigwa na kilemba cha namna tatu, cheupe na chekundu na cheusi, akavikwa na jumla ya vyombo vya feḍḍa yule mwenyi pepo. mganga akatuzwa[11] na watu jumla ya mapesa, na mumewe akatuza mchele. na inapopigwa ngoma hufukizwa na mafusho. ikaimbiwa na nyimbo; mganga akaambia na maneno hayajulikani mwanzo walla mwisho ya maneno hayo.

marra yule mgonywa akatikisika[12], akesha akanguruma. khatima akaulizwa na mganga wake: „wewe ndio mrimagaro[13]?“ akamjibu: „mimi ndio mrimagaro, natoka jangwa kuru[14], kapita[15] juu kwa juu.

[1]) ramli. [2]) ar. sehen. [3]) ar. Aether, Astronomie. [4]) ar. Krankheit. [5]) Bezeichnungen für die bösen Geister. [6]) Räucherwerk, gebräuchlicher ist manukizo oder mafukizo. [7]) Qualm, Rauch (von der gekochten Arznei). [8]) kleiner Topf. [9]) einen bösen Geist aus einem Kranken durch Zauberei vertreiben. [10]) ar. Frist, Zeitraum. [11]) tuza beschenken. [12]) Schüttelfrost bekommen. [13]) wohl mit Kilimanjaro zusammenhängend. [14]) kuu. [15]) nikapita.

yu maengaengani kama wingu la mvua." mganga akamambia: „toka, uende zako, wacha manamke huyu." akatoka akenda zake na mwanamke akapona.

mganga akakamata feḍḍa zake reale ʿasherini na moja, akakamata mareale manane, alizotuzwa akakamata, na mikeka iliyofanyiziwa ngoma. na ṣaḥani zilizofanyizwa ngoma, na mkate aliofanyiziwa pepo, na chano kilichofanyiziwa pepo, na nguo alizovaa mgonywa, na yule mbuzi mzima aliyokwisha chinshwa, aliyokunywa damu yule mgonywa. ile nyama huchukua mganga; jamiʿei ya vitu hivi huchukua mganga. na wapiga ngoma wakapata rupia tano katika siku sabʿa, na mpiga zomari akapata rupia tano pekeyake.

hio ndio aṣili ya pepo kama imeandikwa katika ḥadithi hii, na gharama[1]) za waganga kama hizo tulizoziandika.

na namna za pepo nyingi, kama pungwa, dungumaro, umundi, mshakini, kitimili, lewa, kasia, kimbagwi, cha ngombe tali, kigwaru, kumbura, kigala, kisomali, kipita, kokolai, kaputa, kitanga.

Mwenyi Gogo bin Mwenyi Mbegu
aus Kichwele bei Daressalaam.

[1]) ar. Unkosten, Gebühren.

aṣili ya uchawi.

huwa mtu moja mwenyi mali, akapata chakula kizuri, akapata nguo nzuri, akapata na maḥali pa kulala pazuri, ana watumwa wazuri, ana na feḍḍa nyingi nyumbani, ana na mkewe mzuri, na jirani wakajua khabari ile, ya kama mtu huyu ana vitu hivi. wakafanyiza shauri — ya kuwa: „mtu huyu anajivuna sana, bassi afaḍali tumwoge[1]) apate kuugua, apate taʿabu[2]), na mkewe atoe feḍḍa yawape watu kumfanyizia dawa mumewe, na watu wapate kutumia zile feḍḍa."

wakenda wakamwoga yule mtu ḥatta akaugua. marra mkewe akenda kuwaita hawa watu ḥasidi[3]) wafanye dawa yao ya uchawi. na dawa ya uchawi ni hiyo: akisha kufa mtu huzikwa; kwa siku ya tatu wale wachawi huenda wakamchimbua katika qaburi[4]) yule mtu aliyozikwa. wakamchukua wakenda wakamkata mwituni. kulla mtu akatwaa sehemu[5]) yake ile nyama ya mtu. wakatwaa na miti waijuayo, kulla

[1]) oga durch Zaubergift bezaubern. [2]) ar. Mühe, Beschwerde, Sorge. [3]) ar. neidisch. [4]) ar. Grab. [5]) ar. Antheil.

mtu akachoma nyama yake, na miti wakachoma; nyama ya mtu ikaungua na miti ikaungua, wakachanganya wakaweka.

na wanapotaka kumwoga mtu — humvizia ḥatta anapotema mate, wakatwaa yale mate, wakatia ndani ya vyungu vyao pamoja na ile dawa, wakachanganya yote qaribu na lile qaburi ao panapo miti mikubwa, wakachimba ile dawa papale.

akaenda yule manamke kumwita mchawi akamambia: „tafaḍḍali nipungie mume wangu, ntakupa ijara[1]) yako.“ wakapatana ijara. wakafanya kwanza ngoma. mganga akamambia mwenyi pepo: „nenda mbio mpaka mwituni ukaanguke chini ya mbuyu.“ akafanya vivi hivi, wakamkomoa, akarudi nyumbani.

aliporudi nyumbani, mganga akalala chini ya mlango; yule mgonywa akamkanyaga, akaingia nyumbani mwake, akenda kulala.

ḥatta kwa siku ya pili aṣubuḥi akaja mganga, akamchanja mgonywa chale thelathin na wembe. akamtia dawa ndani. wakafanya ngoma siku każa wa każa, ḥatta siku ya mwisho pepo alipojaa tele kichwani akaulizwa na mganga: „nani wewe mlimagao?“ akaitikia: „heka“, na maneno yake yote ya kimassai[2]). akanywa damu ya mbuzi yule mgonywa, akaondoka khalafu yule pepo. na watu wakacheza, wakazunguka waanawake na waume kwa ngoma na zomari. wakacheza kwa furaḥa na kelele, wakapakaa na rangi moja, jina lake ngeu, nyekundu sana kama damu, huchanganya na samli, wakapaka toka kichwani ḥatta miguuni. na yule mgonywa paḥali po pote anapokwenda siku ile wakamambia „mkuu wa pepo.“

kiisha toka yule pepo mganga akawambia watu: „lazima ba'ad ya mwaka mmoja kufanya ngoma siku sab'a tenna na kunywa damu ya ngombe; ba'ad ya miaka miwili mitatu lazima ngoma ya siku sab'a na kunywa damu ya njiwa; ba'ad ya hiyo si lazima tenna kufanyiza ngoma.

akaondoka yule mchawi, akachukua ijara yake na vitu vyote alivyovitaka kwa yule mgonywa. na mali hiyo aliyochukua yeye na wenziwe pamoja na gharama ya ngoma na vyakula vya watu yalipata zayidi ya rupia mitēn.

hio ndio aṣili ya uchawi, na watu hufanya leo vivi hivi. akiugua mtu husema „ameugua sababu ya uchawi, haponi — illa kwa kugeuzwa na mtu mchawi kama yule aliomwoga.“

Mwenyi Gogo bin Mwenyi Mbegu
aus Kichwele.

[1]) ar. Lohn, suah. ijāra und újira. [2]) die Zauberer reden bei dergleichen Proceduren ein Kauderwelsch, das weder die Anderen noch sie selbst verstehen.

Mabanyani[1]) na pepo.

Yalikuwa zama moja qabla ya miaka thelathin na mitano Banyani moja Djiwa, alikuwako katika Kaole[2]).

wakinena Banyani — ya kama: „watu wa mrima waongo, wanataka kula mali ya watu tu, hakuna pepo."

ba'ada ya siku kumi na mbili alichukuliwa usiku, akatolewa katika nyumba min gheir[3]) ya mtu — huyu Banyani Djiwa, akenda mwenyewe mwituni usiku, akapanda juu ya mti min gheir ya kujua; na ule mti jina lake mbuyu. akakaa siku tiss'a ndani ya ule mti. wakataka kumkamata wenziwe Mabanyani — asipatikane.

wakesha ḥila zao, wakaqubali na Banyani, kama kweli ḥaqiqa[4]) kwa suaḥeli[5]) wako pepo. Mabanyani wakatoa reale khamsin, wakawapa madiwani; wakaweta waganga wakapewa waganga reale kumi. wakakusanya ngoma katika mji wakapiga, wakapiga siku kucha ḥatta aṣubuḥi sa'a mbili — wakamwona Banyani anakuja. akacheza, kavaa[6]) nguo za mlangamia[7]), kapiga[8]) kilemba ya mlangamia.

alipofika uanjani, wakamqaribisha kwa maneno ya pepo, wakampa mchuzi wa kuku — akanywa, akapewa na nyama ya kuku — akala. waketwa[9]) Mabanyani katika mji, wakaambiwa: „mambieni ndugu yenu maneno ya kibanyani." walipomambia maneno ya kibanyani. asifaham[10]) ḥatta moja, akawacheka: na yeye akanena kwa maneno ya kishenzi, na ndugu zake Mabanyani wakacheka.

khatima waganga wakamuliza wakamambia: „tukukomoe[11]), utalala hapa ao utakwenda mbuyuni?" yule pepo akasema: „ntakwenda mbuyuni." wakapiga ngoma, akakimbia yule Banyani na pepo yake kichwani, akenda mwituni katika mbuyu wake.

wakaqubali Mabanyani wote kama ḥaqiqa pepo yupo katika Afrika. wakatoa gharama ningine reale saba'in, wakafanyiza ngoma siku tatu. siku ya tatu wakamtega yule mgonywa na ndizi. alipokuja akaona zile ndizi, akenda akatwaa ndizi, akala; na mtu amejificha na maji qaribu yake. marra aliposhika tenna ndizi, wakamwaya maji yule Banyani — pepo akakimbia, akatoka. akaanguka Banyani, akapewa dawa, akanywa, ikarejea 'aqili yake kama kwanza. ndipo walipoṣadiqi Mabanyani, kama pepo ya Kinyamkera mkali sana[12]).

Mwenyi Gogo bin Mwenyi Mbegu aus Kichwele.

[1]) heidnische Inder. [2]) Dorf südl. Bagamoyo. [3]) ar. ohne. [4]) ar. Wahrheit. [5]) besser waswaḥeli. [6]) akavaa. [7]) nach Banyanen Art. [8]) akapiga. [9]) wakaitwa. [10]) ar. verstehen. [11]) bösen Geist austreiben. [12]) der Erzähler musste am Ende seiner Erzählung selbst lachen, dass es den schlauen Suaheli gelungen war die Banyanen um so viele Realen zu betrügen und auf Kosten ihrer Dummheit sich zu amüsiren.

— ——— —

Masiala[1]).

I.

Aliondoka mtu asafiri[2]). alipofika njiani. pana mti na ndege wengi. akatoa „salaam 'aleikum, ndege mia;" na wale ndege wakapokea, wakasema: „sisi hatukutimia[3]) mia, twataka kama sisi, na nuṣṣu ya sisi, na robb'o ya sisi na wewe uingie, ndipo tutimie mia."

ma'ana: hao waliokuwa hapo mtini walikuwa ndege sitta u thelathini; na sitta u thelathini na themint'ashara na tiss'a na mwenyi kutoa salaam — wakatimu mia.

II.

Masiala ya pili — ni mtu hawezi mgongo. watu wakenda tazamia mgongo kwa wa'allimu; wakaona ṣadaqa ndimu moja. na mdimu upo, lakini u kattikatti ya kisima, tenna una mtu juu amlinda, nazo haziuzwa, nazo haziombwa, na ukaomba hupewi. wafanyaje ḥatta wakaipata?

aitakaye afuata kwa kuondoa kuchukua jiwe. ukampiga mlezi aliyo juu ya mdimu. jiwe atalipisha kuona oga kupigwa, naye atatunda ndimu, atampiga yule aliyotupa jiwe; ataokota ndimu, aende akaagulie[4]) mgongoye[5]).

III.

Watu wawili, mmoja mtu wa Mugeta Mapasa na mtu wa pili akaa Pangani, wakaonana barrani pia. walipoonana wakafanya shirka[6]) ya biḍa'a[7]), wakanunua samli manni[8]) manne. ba'ada ya mali hiyo hawana zaidi pia.

wawili wakashuka kuja pwani, na katika samli katika kibuyu kwa manni nane kitele, pana kibuyu cha manni tano kitupu. na kibuyu cha manni tatu kitupu. ḥatta walipofika mbele pana njia mbili, moja ienda[9]) Mugeta na moja ienda Pangani. wataka wagawe samli, killa mtu ende kwao, napo nyikani, hapana mji qaribu.

wagawaje, killa mtu akapata zake manni nne, na kibuyu cha manni tano kitupu na cha manni tatu kitupu, kugawa kwao?

kugawa kwao: auwali wapima kibuyu cha manni tatu tele, akatia kibuyu cha manni tano, na katika iliyosalia buyuni manni tano.

---

[1]) ar. Frage, Problem. [2]) anasafiri. [3]) ar. vollenden. [4]) ärztlich behandeln. [5]) mgongo yake statt mgongo wake. [6]) ar. Gemeinschaft. [7]) ar. Waare. [8]) ungefähr 3 Pfund. [9]) inakwenda.

akapima tenna na kile kibuyu cha manni tatu. akatia mle buyu la manni tano, mkiingia manni mbili; ile ya tatu ikabaqia moja. katika buyu jingine mbaqi manni mbili. khatima tenna ile iliyomo katika kibuyu cha manni tano, ikatiwa kibuyu cha manni nane, mlimo manni mbili. tenna ile manni iliyosalia kibuyu cha manni tatu. kaitia kibuyu cha manni tano. tenna akapima manni tatu, na kile kibuyu cha manni tatu ikatiwa kibuyu cha manni tano, na manni moja zikawa nne; kibuyu kwa manni tatu kikavunjwa. kulla mtu akenda kwao.

Diwani Mamgola bin Diwani Mgola
aus Gubiro.

IV.

Nataka kuuliza katika watoto watatu, wana rangi tatu: mtoto mmoja mtumwa, tenna mwana wa ḥaramu[1]; na mtoto wa pili mungwana, walakini mwana ḥaramu; na wa tatu mungwana, tenna mwana ḥalali[2]. na baba moja mama moja watoto hao. nawauliza maʿana yake?

ametokea mtu mmoja ana watumwa wake mjakazi na mtwana. huja wakizini yule mjakazi na mtwana, huzaa mtoto, emekuwa mwana wa ḥaramu, tenna mtumwa.

huandikiwa yule mjakazi na mtwana wakiwa ḥuru[3]) — waungwana; wakizini wakizaa mtoto mwana ḥaram. walakini mungwana.

bana wao akiwaoza, akiwafanyiza nikaḥa[4]). mwanamke akachukua mimba. tenna akizaa mtoto — mungwana, naye mwana ḥalali. ndio maʿana yake; uwongo ao kweli? ni kweli kabisa.

Merere bin Kawamba Mshale
aus Vikindu.

[1]) ar. unerlaubt. [2]) ar. erlaubt. [3]) ar. frei. [4]) ar. Ehe.

www.ingramcontent.com/pod-product-compliance
Lightning Source LLC
Chambersburg PA
CBHW031402230426
43670CB00006B/615
* 9 7 8 3 9 5 7 0 0 3 7 3 7 *